கலையும் மனப்பிறழ்வும்

(மொழிபெயர்ப்புக் கட்டுரைகள்)

வெளி ரங்கராஜன்

நன்னூல் பதிப்பகம்
மணலி-610203
திருத்துறைப்பூண்டி

கலையும் மனப்பிறழ்வும்

(மொழிபெயர்ப்பு கட்டுரைகள்)
வெளி ரங்கராஜன் ©
முதல் பதிப்பு: டிசம்பர்-2022
பக்கங்கள்: 232

வெளியீடு:

நன்னூல் பதிப்பகம்
தொடர்பு எண்: 99436 24956
மணலி, திருத்துறைப்பூண்டி - 610 203
nannoolpathippagam@gmail.com
விலை ரூ.250

Kalaiyum Manappirazhvum

(Translation Essays)
Tramil Translation: **Veli Rangarajan** ©
First Edition: December-2022
Pages: 232
ISBN 978-93-94414-16-7

Published by:
Nannool Pathippagam
Contact No. 99436 24956
Manali, Thiruthuraipoondi - 610203
nannoolpathippagam@gmail.com

Price ₹ 250

அட்டை வடிவமைப்பு: அரிசங்கர்
உள்பக்க வடிவமைப்பு: சு. கதிரவன்

Printed at : ASX Printers, Chennai - 600 005.

வெளி ரங்கராஜன்

தமிழ் சிறுபத்திரிகை மரபில் உத்வேகம் கொண்ட எழுத்தாளராகவும் நாடகவியலாளராகவும் அறியப் படும் இவர் கணிதத்தில் முதுகலைப் பட்டமும் இந்தியில் எம்.ஏ. பட்டமும், பிரெஞ்சில் டிப்ளொமோ பட்டமும் பெற்றவர். தமிழில் நாடகத்துக்காக வெளி என்ற இதழைத் தொடங்கி பத்து ஆண்டு காலம் தொடர்ந்து நடத்தியவர். 1994ல் கொழும்புவில் நடந்த நாடகக் கருத்தரங்குக்கு இலங்கை அரசால் அழைக்கப் பட்டு ‘மரபும் மாற்றங்களும்’ என்ற பொருளில் கட்டுரை வழங்கியவர். 10 கட்டுரைத் தொகுப்புகளும், 5 தொகுப்பு நூல்களும், சாகித்ய அகாடமிக்காக இந்திய இலக்கிய சிற்பிகள் வரிசையில் கு.அழகிரிசாமி பற்றிய நூலையும் எழுதியவர். திருப்பூர் இலக்கிய சங்க விருது, ராஜபாளையம் பீமராஜா நினைவு இலக்கிய விருது, மா.அரங்கநாதன் நினைவு முன்றில் இலக்கிய விருது, கலைஞர் பொற்கிழி விருது ஆகிய விருதுகளைப் பெற்றவர்.

முன்னுரை

நான் கல்லூரியில் படித்துக் கொண்டிருந்தபோது ருஷ்ய மொழிபெயர்ப்பில் மாக்சிம் கார்க்கியின் 'தாய்' நாவலும், கா.ஸ்ரீ.ஸ்ரீயின் மொழிபெயர்ப்பில் காண்டேகரின் மராத்தி நாவல்களும், த.நா. குமாரசாமியின் மொழிபெயர்ப்பில் சரத்சந்திரரின் வங்க நாவலும் மிகப்பெரும் உத்வேகங்களை உருவாக்கி இலக்கியம் மற்றும் சமூக உணர்வு சார்ந்த தீவிர நிலைப்பாடுகளுக்கு என்னை அழைத்துச் சென்றன. பிற்காலங்களில் அறிமுகமான ஆங்கில மற்றும் பிரெஞ்சு மொழிபெயர்ப்பு இலக்கியங்கள் நம்முடைய சூழல் கடந்த வாழ்நிலைகளையும் மதிப்பீடுகளையும் அறிமுகப்படுத்தி நான் இயங்கும் தமிழ் படைப்பிலக்கியம் குறித்த ஒரு நவீனப் பார்வையை மேற்கொள்ள என்னை வலியுறுத்தின. தமிழ் இலக்கிய சிறு பத்திரிகைகளில் அறிமுகமான பல மொழிபெயர்ப்பு படைப்புகள் படைப்பிலத்துக்கு நிகராக மொழிபெயர்ப்பு இலக்கியங்களையும் முன்நிறுத்தி புதிய பாய்ச்சல்களையும், ஒரு உலக இலக்கியப் பார்வையையும் முன்வைத்தன.

இத்தகைய உத்வேகங்களின் பின்புலத்திலேயே நான் தமிழில் முழுவதும் நாடகத்துக்கென்று வெளி என்ற பத்திரிகையைத் தொடங்கி 10 ஆண்டுகாலம் தொடர்ந்து

நடத்தினேன். கிட்டத்தட்ட 50க்கும் மேற்பட்ட புதிய தமிழ் நாடகப் பிரதிகளும், மொழிபெயர்ப்பு பிரதிகளும் வெளி இதழ்களில் பிரசுரமாயின. அத்துடன் பிறமொழி நாடகவியலாளர்களின் பேட்டிகளும், கருத்தோட்டங்களும் அவ்விதழ்களில் அறிமுகமாயின. அவ்விதம் பிரசுரமான மொழிபெயர்ப்பு நாடகங்களின் தொகுப்பு 'நடுக்கடலில்' அண்மையில் தமிழ் வெளி பதிப்பகத்தால் வெளியிடப்பட்டு மிகுந்த வரவேற்பை பெற்றது.

இன்று பிரம்மராஜன், ஆர்.சிவக்குமார், ஆனந்த், வெ.ஸ்ரீராம், சா.தேவதாஸ், ஜி.குப்புசாமி, பாவண்ணன், அசதா, சமயவேல், இந்திரன், அமரந்தா, லதா ராமகிருஷ்ணன் ஆகிய மொழிபெயர்ப்பாளர்கள் மூலம் தமிழில் பல சோதனை முயற்சிகளுக்கான படைப்புக்களம் உருவாகியுள்ளது. நம்முடைய கல்விப்புலச் சூழலிலும் படைப்பிலக்கியத்துக்கு நிகராக மொழிபெயர்ப்பு இலக்கியங்களும் வரவேற்கப்படும் நிலையிலேயே வரும் தலைமுறையினருக்கு அதன் பலன்கள் கிடைக்கக்கூடிய வாய்ப்புகள் உருவாகும்.

இத்தொகுப்பில் உள்ள மொழிபெயர்ப்பு கட்டுரைகள் நாடக அழகியல் சார்ந்த இந்திய மற்றும் பிறமொழி செயல்பாட்டாளர்களின் கருத்தோட்டங்களைத் தாங்கி நிற்பவை. உடல்மொழியின் ஆற்றல்கள் குறித்தும், இயங்குதளங்களின் பாதிப்புகள் குறித்தும் செறிவான பார்வைகளின் பிரதிபலிப்புகளாக இவை வெளிப்பாடு கொண்டுள்ளன. கூட்டுணர்வு, உரையாடல், ஸ்பரிசம், அசைவுகள் என அரங்கவெளி பல்வேறு ஊடாட்டங்களுக்கான சாத்தியங்கள் கொண்டிருப்பதை இவை புலப்படுத்துகின்றன. பாத்திரம் என்று அறியப்படும் ஒரு குணாம்சத்தின் எழுச்சியும், வீழ்ச்சியும், அவை நம்முடன் கொண்டுள்ள உறவுநிலைகளும், பன்மை நாடக உருவாக்க முறைமைகளும் இக்கட்டுரைகளில் பேசப்படுகின்றன. கவிதை, உடல், நடனம் ஆகியவற்றின் உள்ளார்ந்த அதிர்வுகள் ஒரு தளத்தில் இணைந்து செயல்படும்

ஒரு இயங்குவெளி குறித்த பார்வைகளை இக்கட்டுரைகள் வலுப்படுத்த உதவும் என்று நம்புகிறேன். மொழிபெயர்ப்புகள் உருவாக்கும் வெளிச்சம் ஒரு கலாச்சாரத்துக்கு என்றும் வலிமை சேர்க்கக்கூடியது.

இக்கட்டுரைகளை ஒரு தொகுப்பாக விருப்புடன் பிரசுரிக்க சம்மதித்த நன்னூல் பதிப்பகத்துக்கு என்னுடைய அன்பும் நன்றிகளும்.

– வெளி ரங்கராஜன்

பொருளடக்கம்

	ஆசிரியர் குறிப்பு	...	3
	முன்னுரை	...	4
1.	உலகை பாதித்த நாடகக் கருத்தாக்கங்கள்	...	9
2.	நாட்டுப்புற நாடகம் எனது பார்வையில்	...	13
3.	அபத்த நாடகத்தில் மனிதன்	...	19
4.	மூன்றாம் அரங்கு	...	22
5.	தாகூர் நாடக உரையாடல்	...	25
6.	உடல்மொழியின் கலை மற்றும் நிகழ்வு	...	28
7.	கலையும் மனப்பிறழ்வும்	...	47
8.	எங்கிருந்தோ பார்க்கக் கூடியது	...	71
9.	நடனம் – சடங்காகும் கலை	...	94
10.	பாத்திரமாக அறியப்படும் பாத்திரத்தின் எழுச்சியும் வீழ்ச்சியும்	...	110
11.	நாடக உருவாக்க முறைமைகளின் ஒரு பன்மைத்துவம்	...	130
12.	புனித ஜெனே	...	144
13.	சமகால தமிழ் சினிமாவும், மைய நீரோட்ட போக்குகளிலிருந்து அதன் விலகல்களும்	...	172

1
உலகை பாதித்த நாடகக் கருத்தாக்கங்கள்

Theatre of the absurd
Theatre of cruelty
Epic Theatre
Dadaism, Surrealism
Open Theatre

அவான் கார்ட் (Avant garde) என்பது அடிப்படையில் சாதாரணமான சராசரியான, வழக்கமான தியேட்டரிலிருந்து விடுபட்டது என்பதைக் குறிப்பது. ஐம்பதுகளின் இறுதியிலும், அறுபதுகளின் துவக்கத்திலும் அபத்த நாடகம் (Theatre of the absurd) வடிவம் பெற்றது. 'மனித நிலைமை என்பது அடிப்படையில் அபத்தமானதும், குறிக்கோளற்றதுமானது' என்று ஆல்பர்ட் காம்யூ 'The Myth of Sisypus' கட்டுரையில் எழுதிய கோட்பாட்டு விளக்கத்தை ஒட்டி அபத்த நாடகா சிரியர்கள் ஏற்கனவே வழங்கிவந்த கட்டுமானங்களையும், தர்க்க ஒழுங்கு முறைகளையும் புறக்கணித்தனர். கருத்துப் பரிமாற்றத்திற்குப் பயன்படும் வார்த்தைகளில் பொதிந்துள்ள பொருளற்ற தன்மையை விளக்குவதே அவர்கள் நோக்கமாக இருந்தது. பாத்திரங்கள் தங்கள் நிலைமைகளின் யதார்த்தத்தை மாற்ற எவ்வளவுதான் முயற்சி செய்தாலும் அது தொடர்ந்து

அர்த்தமற்று வழக்கமான கதியிலேயே இயங்கி வருவதை அவர்கள் சித்திரித்தனர்.

இந்த வடிவத்தின் சிறப்பான உதாரணம் பெக்கட்டின் 'Waiting for Godot' இங்கே இரண்டு மனிதர்கள் ஒரு மூன்றாவது மனிதனுடைய வரவிற்காக. காத்திருக்கிறார்கள், அவர்கள் தங்கள் நேரத்தை அர்த்தமற்ற காத்திருத்தலில், அது நிகழ்வதற்கான எந்த உறுதியோ, நிச்சயமோ இல்லாத நிலையில் செலவழிக்கிறார்கள், அயனெஸ்கோவின் 'The Bald Soprano' வில் பாத்திரங்கள் உட்கார்ந்து முடிவில்லாமல் பேசிக் கொண்டிருக்கிறார்கள். சொன்னதையே திரும்பத் திரும்பச் சொல்லிக்கொண்டு எல்லா வார்த்தைகளும் பொருளற்றுப் போகும் வரை பேசிக்கொண்டிருக்கிறார்கள். வார்த்தைகள் மூலம் நிகழும் பரிமாற்றத்தின் வியர்த்தத்தை இது விளக்குகிறது.

முப்பதுகளில் ஆர்தாட் (Antonin Artaud) சிம்பாலிசம் மற்றும் சர்ரியலிசம் இவற்றின் பாதிப்பில் Theatre of cruelty' என்ற கோட்பாட்டை உருவாக்கினார். மனிதன் ஒரு அடக்குமுறைச் சமுதாயத்தில் வாழ்ந்து கொண்டிருப்பதாக அவர் கருதினார். மனிதனை அந்த அடக்குமுறையிலிருந்து விடுவிப்பதும், தன்னுடைய விடுபட்ட நிலையில் அவனை இயங்கவைப்பதும் அவருடைய நாடக அரங்கின் நோக்கமாக இருந்தது.

பெர்டோல்ட் பிரெக்டின் காவிய அரங்கு (epic theatre) பார்வையாளனுக்கும் - நிகழ்த்துவோனுக்கும் இடையிலான இடைவெளியை வலியுறுத்தியது. தன்னுடைய நாடகத்தின் செயல்பாட்டுடன் பார்வையாளனை ஒன்றிப் போகவிடுவது அவர் நோக்கமல்ல. கடந்தகால நிகழ்வுகளை வெளிப்படுத்தும் ஒரு வெறும் கலை வடிவமாகவே அதைக் கண்டு ஒரு விமர்சனப் பார்வையுடன் கூடிய விலகலை பார்வையாளன் மேற்கொள்ள வேண்டும் என்று அவர் விரும்பினார்.

டாடாயிசம் முதல் உலகப்போர் நிகழ்வுகளின் எதிரொலி யாக அழகியல் எதிர்ப்பை எதிர்வினையாகக்கொண்டது.

டாடாயிசத்தின் எதிர்மறை அணுகுமுறையிலிருந்து மாறுபட்டு சர்ரியலிசம் ஒரு திட்டமான வழிமுறையை வலியுறுத்தியது. ஆன்த்ரே ப்ரிட்டனால் *(Andre Breton)* *1924*ல் பிரசுரிக்கப்பட்ட *'The Surrealistic Manifesto'*வின்படி சர்ரியலிசம் கனவு மற்றும் நனவிலி மனதின் போக்குகளை இணைக்கும் பாலமாக கருதப்பட்டது. அதன்படி யதார்த்தம் என்பது எந்த விதமான விலகலும் இல்லாமல் முழுமையான உண்மையை உணர்ந்து கொள்ளும் விதமாக அதீதக் கற்பனாவாதத்தை அனுமதித்தது. ஐரோப்பிய நாடகாசிரியர்கள்தாம் இத்தகைய வடிவங்களின் ஏதாவதொரு இணைப்பில் கவரப்பட்டனர். ஜெனே, அனோயுல், காக்டு, அயனெஸ்கோ, ஆல்பி, காப்கா போன்றவர்கள் இதில் அடங்குவர்.

ஐரோப்பிய அவான் கார்ட் தியேட்டரைப் பின்பற்றாமல் அமெரிக்கா ஒரு மாற்று நாடக அரங்கு' *(Alternate Theatre)* கொள்கையை மேற்கொண்டது. ராபர்ட் வில்சன், ஜோசப் சாய்கின், ஸ்பால்டிங் க்ரே, ஜெர்ரி க்ரோடோவ்ஸ்கி போன்றவர்களைச் சொல்லலாம். ராபர்ட் வில்சன் ஒரு பள்ளி ஒன்றை ஏற்படுத்தி தங்களுடைய உடலை ஒரு இயைந்த நிலையில் வைத்துக்கொள்வதற்கு ஆட்களை தயார் செய்தார். உடல்கள் பூரண நிலையில் இருந்தாலும், இல்லாவிட்டாலும் அவருடைய நாடகம் மெதுவான நீண்ட அசைவுகள் மூலம் உடல்களின் மீது ஆதிக்கம் செலுத்தியது. *1972*-ல் தயாரிக்கப்பட்ட அவருடைய *Overture to Ka Mountain* பகல்களும் இரவுகளுமாக ஏழு நாட்கள் நீடித்தது. *1966*-ல் ஜோசப் சால்கின் தன்னுடைய இருத்தல் *(presence)* கோட்பாட்டை வழங்கினார். தன்னுடைய திறந்த நாடகத்தில் *(open theatre)* அவர் பாத்திரத்தில் கவனம் செலுத்தாமல், நிகழ்த்துவோனிடம் கவனம் செலுத்தினார், வியட்நாம் போரினால் விளைந்த கோபம் மற்றும் ஏமாற்றத்தின் நேரடி விளைவு இது. போரில் அமெரிக்க பங்கெடுப்பைப் பற்றிய *'Viet Rock'* நாடகம் வன்முறை என்ற கருத்தை அடிப்படையாகக்கொண்டு *improvisation* டெக்னிக்கை உபயோகப்படுத்தி ஒரு கொலாஜ் பாணியில், பல ஆதாரமான செய்திகளை அடிப்படைக் கருத்துடன் இணைத்து வழங்கியது.

நாடகப் பிரதியைப் போலவே நடிகனும் முக்கியம் வாய்ந்தவன் என்ற கோட்பாட்டை திறந்த நாடகத்திலிருந்து பெற்று அதன்படி தன்னுடைய நாடகத்தை வடிவமைத்தவர் ஸ்பால்டிங் க்ரே. அவர் தன்னுடைய சுயத்தேவைகளுக்கு ஏற்றபடி பாத்திரங்களை உருவாக்கினார். நாடகப் பிரதி இத்தகைய தனிப்பட்ட செயல்பாடுகளுக்கான வடிவமைப்பை வழங்கவேண்டும் என்று அவர் கருதினார். 'Points of interest' என்ற அமெரிக்க நாடகத்தில் க்ரே நியூயார்க்கிலிருந்து சான் ஃப்ரான்சிஸ்கோ வரையிலான தன்னுடைய பயணத்தில் ஏற்பட்ட சொந்த அனுபவங்களை பயன்படுத்துகிறார். மற்ற படைப்புகளைப் போலவே இதையும், க்ரே 'இது தான் இன்றைய தினம். இன்று நான் இவ்வாறுதான் இருக்கிறேன்' என்று முடிக்கிறார்.

இந்த உலகத்தில் அவான் கார்ட் அல்லது மாறுபட்ட தியேட்டர் என்பதற்கு முடிவு என்பதே இல்லை. ஒவ்வொரு நாளும், ஒவ்வொரு காலமும் தன்னுடைய பிரச்சனைகளையும், அதன் பரிமாணங்களையும், அதைச் சந்திக்க மேற்கொள்ள வேண்டிய முறைகளையும் விட்டெறிந்து கொண்டே இருக்கிறது. ●

-The Hindu

2
நாட்டுப்புற நாடகம் என்னுடைய பார்வையில்

சந்திரசேகர கம்பார்

கர்நாடக நாட்டுப்புற நாடகம் பற்றியும், எனக்கும் என் மக்களுக்கும் அது எந்த வகையில் தொடர்புடையது என்பது பற்றியும் நான் எழுதுமாறு கேட்டுக் கொள்ளப்பட்டேன். 'நாட்டுப்புறப் பாடல்களையும் நாடக வடிவங்களையும் பயன் படுத்துபவன் என்ற முறையில் என்னுடைய கருத்துக்களை முறையாகவோ, தொகுத்தோ கூறுவதென்பது சுலபமான அதே சமயத்தில் கடினமான வேலை. அது ஒரு படித்த விமர்சகரின் வேலை என்று நினைக்கிறேன். என்னால் அதை செய்ய முடியாது. நான் செய்யவும் விரும்பவில்லை. இந்தக் கட்டுரையில் என்னுடைய நோக்கம் நாட்டுப்புற நாடகம் என்று அறியப்படுகிற ஒன்றுடன் என்னுடைய தொடர்பை பதிவு செய்வதுதான். அப்படிப்பட்ட ஒரு முயற்சி நாட்டுப்புற நாடகம் பற்றிய என்னுடைய பார்வையையும், எனக்கும், என்னுடைய காலத்துக்கும், என் னுடைய மக்களுக்கும் அதன் தொடர்பையும் உள்ளடக்கியதாக இருக்கும்.

நான் உடனடியான தொடர்பிலிருந்து தொடங்குகிறேன். நான் பூகோள ரீதியாக ஒரு கிராமத்தைச் சேர்ந்தவன். சமூக ரீதியாக ஒரு அழுத்தப்பட்ட, படிப்பறிவில்லாத வகுப்பைச் சேர்ந்தவன். அதனால் சுலபமாக நான் ஒரு நாட்டுப்புற

மனிதன். ஏனென்றால் நான் வேறு யாராகவும் இருக்க முடியாது (நான் இதை ஏன் வலியுறுத்துகிறேன் என்றால் கடந்த பத்து வருடங்களாக படித்த நகர்ப் புற வர்க்கத்திற்கு இந்த நாட்டுப்புறத் தன்மை ஒரு 'உரிய' விஷயமாக இருக் கிறது.) நான் எழுதிய முதல் நீண்ட கவிதை 'ஹெலதீனகேலா' முழுவதும் என்னுடைய மண்ணிலிருந்து பெறப்பட்டது. 25 வருடங்களுக்குப் பிறகு நான் அதைப் பார்க்கும் போது என்னுடைய பெரும்பாலான எழுத்துக்கள் உள்ளடக்கத்தில் அந்த நீண்ட கவிதையுடன் தொடர்புடையதாகவே இருக் கின்றன. இவற்றை - ஒரே மாதிரியான உள்ளடக்க முயற்சிகள் என்றோ, படைப்புத்திறன் காலாவதி ஆகி விட்டது என்றோ எடுத்துக் கொள்ளக் கூடாது. ஹெலதீனகேலாவில் வெளிப் பட்ட அனுபவச் செறிவும் முழுமையும் ஒரு கலைஞனின் பலதரப்பட்ட தேவைகளுக்கேற்ற மற்றும் என்னுடைய மக்களின் படைப்பு சக்திக்கான உந்துதல்களை வடிவமைக்கத் தேவையான அடிப்படைகளையும், அணுகுமுறைகளையும் அளித்திருக்கின்றன. ஹெலதீனகேலாவை உருவாக்கிய நாட்டுப்புற ஊடகம் தான் சங்க்யா பால்யா, ஜோகுமாரசாமி மற்றும் என்னுடைய பிற நாடகங்களையும் சாத்தியமாக்கியது என்பதை நான் உறுதியாகக் கூற முடியும். நான் ஒரு முழுமை யான கலையைக் கையாள்கிறேன் என்பதுதான் என்னை இவ்வளவு காலம் ஏன் இனிமேலும் நிலைநிறுத்தும் என்று எனக்குத் தோன்றுகிறது.

20ம் நூற்றாண்டின் இறுதியில் இப்படிப்பட்ட ஒரு அறிவிப்பு, விவாதத்தை உருவாக்கும் என்பதை நான் உணர் கிறேன். அதனால் இதை விளக்கமாகச் சொல்ல விரும்புகிறேன். எளிமையாக ஆரம்பிப்பதென்றால் என்னைப் பொறுத்தவரை கால அட்டவணை என்பது சிந்தனை மாற்றத்தைக் குறிக்கும் குறியீடு அல்ல. ஓர் அனுபவத்தின் தன்மை மக்களின் கற் பனை மற்றும் உணர்வு ரீதியான தேவைகளைப் பொறுத்தே நுட்பமாக. உணரப்படுகிறது.. அந்த அனுபவத்தின் சாசுவதத் தன்மையும், அது உருவாக்கும் கலை அம்சமும் மக்களின் சமூக கலாச் சாரத் தேவைகள், கோபதாபங்கள். பிரச்னைகள், கொந்தளிப்புகள் இவைகளைக் கொண்டே தீர்மானமாகிறது, தன்னுடைய படைப்பு சக்தியை மக்களிடமிருந்து பெறும்

கலைஞன் அவைகளை வடிவமைத்து உரிய முறையில், தொடர்புபடுத்துகிறான். என்னுடைய மக்கள் இன்றும் நில உடமைச் சமூக மதிப்பீடுகளிலும், பழங்கால கட்டுமானங் களிலுமே வாழ்ந்து கொண்டிருக்கிறார்கள் என்பதுதான் உண்மை. நான் அதற்காக வருத்தப்படவோ, விமர்சிக்கவோ இல்லை. ஒரு கலைஞன் யதார்த்தத்தைக் களனாகக் கொள்ளும்போது தன்னுள்ளும், தன்னுடைய மக்களிடத்திலும், அவர்களுடைய தொடர்புகளிலும் சில மாற்றங்களை விளை விக்க முடியும். அவனுக்கு சந்தர்ப்பம் கிடைக்கும் போது சில சமயங்களில் கட்டுமானங்கள், அடிமனக் குரல்கள், பழைய உருவகங்கள், குறியீடுகள் போன்ற மிக அடிப் படை யான வலிமை வாய்ந்தவைகளை அவன் எடுத்துக்கொள்கிறான். அப்போது சமகாலத் தன்மை போன்ற விஷயங்கள் அவன் இயங்கும் தளத்தில் எழுவதில்லை. உதாரணமாக நான் ஹெல தீன கேலாவில் வளமை, ஆண்மைக் குறைவு, வறட்சி இவைகளைப் பற்றி சொல்ல ஆரம்பித்து என்னுடைய எல்லாப் படைப்புகளிலும் அந்த விஷயங்களையே எடுத்துக் கொண்டேன். டி.எஸ். எலியட், யீட்ஸ் போன்ற மேற்கத்திய நகர்ப்புறக் கலாச்சார மற்றும் நவீன இலக்கியக் காவலர்களும் இந்த விஷயங்களையே தங்கள் படைப்புகளின் மையமாகக் கொண்டிருந்தார்கள். ஆனால் நான் என்னுடைய கிராமத்தி லிருந்துதான் விஷயங்களை எடுக்கிறேன். எலியட்டிடமிருந்தோ, யீட்ஸிடமிருந்தோ அல்ல. நான் என்ன சொல்ல வருகிறேன் என்றால் சில அடிப்படையான மனித நிலைமைகள் இடம், காலம் இவற்றுக்கு உட்பட்டும், இவற்றைக் கடந்தும் உத்வேகமும், ஆதிக்கமும் செலுத்துகின்றன.

முழுமை என்பதை நான் இன்னொரு விதமாகவும் பார்க் கிறேன், மனித சமூகம் பல்வேறு நிலைகளைக் கடந்திருக்கிறது அல்லது பல்வேறு நிலைகளில் வெளிப்படுகிறது என்று ஒருவர் சொல்லலாம். ஆனால் சில சமுகங்களில் பல்வேறு காரணங்களால் வாழ்க்கைத் தரம் கட்டுப்பட்டதாக, உணர்வு ரீதியாகவும், பாலியல் ரீதியாகவும் அமுக்கப்பட்டதாக இருக் கிறது. கட்டுப்பாடுகள் விலக்கப்பட்ட இடமாக இருப்பது மதம் ஒன்றுதான். அப்படிப்பட்ட சமூகங்களில் பொதுவாக ஒடுக் கப்பட்ட ஒரு மனிதர் தன்னுடைய தளைகளிலிருந்து

வெளிப்படுவது மதம் அனுமதிக்கிற தருணங்களில்தான். மதச் சடங்குகளுடன் இணைந்த அதீத நடவடிக்கைகளின் பின்னணி இதுதான். மனித முயற்சிகளை மீறிய விளை யாட்டுகள் சுய பலியிடுதல்கள், பாலியல் வெளிப்பாடுகள் இவை இத்தகைய அதீத நடவடிக்கைகளில் அடங்கும். சுருக்கமாகச் சொன்னால் இத்தகைய வெளிப்பாடுகள் அந்த சமூகங்கள் தங்களை இருத்திக் கொள்ளவும். நிலை நிறுத்திக் கொள்ளவும் அத்தியாவசியமானவையாக இருக்கின்றன. இன்னும் மேல் நோக்கிப் பார்க்கும் போது வாழ்க்கைத் தளங்களில் தென்படும் வேறுபாடுகள் சகஜமான வாழ்க்கை மற்றும் மதச் சடங்குகளில் பங்கு கொள்ளுதல் இவற்றுக்கு இடையிலான வேறுபாட்டைப் போன்றே தெளிவாகவும், முழுமையாகவும் இருக்கின்றன.

இவ்வாறான தெளிவான வறையறையினால் தான் இத்தகைய சமூகங்களின் பொழுது போக்கு வெளிப்பாடுகள் மிக நுண்மையான முழுமையான குணாம்சத்தைப் பெறுகின்றன. வெளிப்படையாக உணரப்படுகிற எல்லாத் தேவைகளையும், உந்துதல்களையும் - பிரதிபலிப்பதால் இவை நுட்பமானவை ஆகின்றன. இவ்வாறு அது தீவிரத்தன்மையும் ஒட்டுமொத்த தன்மையும் - ஒருங்கே இணைந்ததாக இருக்கிறது. நாட்டுப்புற நாடகம் இதனால் நடனம், நாடகத் தன்மை, கதை சொல்லுதல், பாடல், பாலியல் தன்மை, மரணம், மதம் எல்லாவற்றையும் உள்ளடக்கியதாக இருக்கிறது. இதில் முக்கியமான விஷயம் என்னவென்றால் நடிகர்கள் மட்டுமல்லாமல் நாடகம் பார்க்கும் பார்வை யாளர்களும் வெளியுலகத்துக்கு அப்பாற்பட்டவர்களாக இருக்கிறார்கள். பார்வையாளர்கள் நாட்டுப்புற நாடகத்தில் இவ்வாறு பங்கேற்கிறார்கள், உண்மையில் நடிகர்களும் பார்வையாளர்களும் நாடகம் என்ற வடிவில் இறுதியில் மதச் சடங்காகிப் போகிற காரியத்தில் இணைந்த பங்கேற்பாளர் களாகிறார்கள். நீண்ட பயலாட்டா நாடகம் பிரார்த்தனையுடன் ஆரம்பித்து நடிகர்களும், பார்வையாளர்களும் விடியற்காலை யில் கோவிலுக்குப் போவதுடன் முடிகிறது. இப்படிப்பட்ட பின்னணியில் பாடல்கள் மற்றும் நடனங்கள் குறித்த விமர்சனங்கள் பொருத்தமற்றவை ஆகின்றன. இத்தகைய

விமர்சனங்கள் மேற்சொன்ன சமூகங்களிலிருந்து மாறுபட்ட பொழுது போக்கு என்பது வேறு வகையில் செயல்படுகிற சமூகங்களிலிருந்து எழுபவை. நவீன சமூகம் என்று சொல்லப் படுகிற ஒரு சமூகத்தில் அறிந்தோ, அறியாமலோ ஒருவித மதம் சாராத தன்மை நிலவுகிறது. மனிதனுடைய வாழ்க்கை யின் பெரும்பான்மை முக்கிய நிகழ்வுகள் எல்லாம் மதம் சார்ந்த அமைப்பிலிருந்து விடுபட்டவையாகத்தான் இருக் கின்றன. மதம் தாக்கம் செலுத்து கிற பகுதிகள் குறைந்து கொண்டே போய் மதம் என்பது சமூகம் அங்கீகரிக்கிற சில பகுதிகளில் செயல்படுகிற தொழிலாகிவிடுகிறது. நடனம், நாடகம், பாடல் எல்லாம் சமூகத்தில் பரந்து சிதறிப்போய் ஒன்றுடன் ஒன்று விடுபட்டுவிடுகின்றன, ஒரு லண்டன் நகரவாசி நடனம், நாட்டியம், நாடகம், மதம் எல்லாவற்றையும் தனித்தனியாகப் பார்க்கிறான். என்னுடைய கிராமத்து மனித னுக்கு எல்லாவற்றையும் இணைத்துப் பார்க்க வேண்டும். எளிமையாகச் சொன்னால் இப்ஸன் என்னுடைய கிராமத் துக்கு சாத்திய மற்றவன் - சாத்தியப்பட வேண்டாம் என்று கூடச் சொல்வேன்.

நான் இதை வேறுவிதமாக விளக்க முற்படுகிறேன். ஓரள வுக்கு நியாயமான விமர்சனம் அடிக்கடி முன் வைக்கப்படுகிறது. அதாவது நம்முடைய நாடகம் சங்கீதம், நடனம், கவிதை மூலம் செயலை பின்னுக்கு தள்ளி, விஷயத்தை நீர்த்துப் போகச் செய்து ஒருவித தப்பியோடும் தன்மை கொண் டிருக்கிறது என்பது. இத்தகைய விமர்சனம் நம்முடைய மதம் சாராத நாடகங்கள் மற்றும் சினிமாக்களின் மீது முன் வைக்கப்படும்போது ஓரளவுக்கு சரியானதாக இருக்கலாம். ஆனால் நாட்டுப்புற நாடகத்துக்கு இது பொருந்தாது. ஏற்கனவே தெளிவாக்கியிருப்பதுபோல் நாட்டுப்புற நாட கத்தில் பொழுது போக்கு அம்சம் என்பது முக்கியமாக இயற்கையை சரிக்கட்டும் போக்கு. அங்கேதான் சமூக, கலாச் சார கட்டுப்பாடுகளால் வாழ்க்கையில் பல விதங்களிலும் ஒடுக்கப்பட்ட மனிதன் தன்னுடைய வாழ்வியல் பிரச்சனை களைத் தாண்டி தன்னை ஒரு முழுமனிதனாகப் பார்க்கிறான். எந்த மத அமைப்புக்குள் இந்த விடுதலையும், பூரணத்துவமும் நிகழ்கிறதோ, அது அவனுடைய மிக நுட்பமான மற்றும்

நேரிடையான எல்லைகளைத் தாண்ட அவனுக்கு அனுமதி வழங்குகிறது. ஆனால் நகரவாசிக்கு (லண்டன் நகரவாசி) பொழுது போக்குக்கும், மதத்துக்கும் - இடையேயும், பொழுதுபோக்கிற்குள்ளேயே பல்வேறு தர அடிப்படையிலும் தேர்வு சாத்தியப்படுகிறது. அவன் ஒரு சங்கீத நிகழ்ச்சி அல்லது ஆடையுரிப்பு நிகழ்ச்சியில் கலந்து கொண்டால், அது தப்பிக்கும் செயல். ஆனால் பயலாட்டாவில் பாடலோ, திரௌபதி துகிலுரிப்போ நிகழும்போது அந்தத் தாக்கம் வேறு வகைப்பட்டது. அது அடிப்படையில் மதம் சார்ந்த, சமன் செய்யும் போக்கு கொண்டது. தப்பித்தல் குணாம் சங்களும், நாட்டுப்புற அடையாளங்களும் ஒன்று போல் தோன்றுவது அமைப்பு ரீதியான ஒற்றுமையில் நேர்ந்த ஒரு விபத்துதான். இந்தத் தாக்க வேறுபாட்டை எதிர்கொள்ள ஒருவன் விழிப்புடன் இருக்க வேண்டும்.

நாட்டுப்புற நாடகத்தின் எதிர்காலம் என்னவாகும் என்று என்னைக் கேட்கிறார்கள். வரப்போகிற கம்ப்யூடர் மற்றும் கிரகப் போர் யுகத்துக்கு அது பொருந்த முடியுமா? நான் ஏற்கனவே சொன்னதைத்தான் திருப்பிச் சொல்ல வேண்டியிருக்கிறது. நாட்டுப்புற நாடகம் மொழியைப் போலவே எந்த சமயத்திலும் அதை உபயோகிப்பவர்களின் தேவைகளுக்கு ஏற்றவாறு இருக்கிறது. அதை உபயோகிப்பவர்கள் எந்த அளவுக்கு பொருத்தமானவர்களாக இருக்கிறார்களோ அந்த அளவுக்கு நாட்டுப்புற நாடகமும் பொருத்தமானதாக இருக்கும். வரலாற்றின் படிப்படியான மாறுதல்களுக்கு ஏற்ப அதுவும் எதிர்காலத்தில் உயிர் வாழும். ஏதாவது பிரளயம் ஏற்பட்டு அது உயிர் தரிக்காது போகலாம். ஆனால் அப்போது அதை உபயோகப்படுத்துபவர்களும் இருக்க மாட்டார்கள். ●

- Sangeet Natak 1985

3

அபத்த நாடகத்தில் மனிதன்

செக் நாடகாசிரியரும், தத்துவவாதியுமான
வாக்லாவ் ஹாவெல்

அபத்த நாடகம் 20ம் நூற்றாண்டின் ஒரு மகத்தான நாடக நிகழ்வு என்று நினைக்கிறேன். ஏனென்றால் அது நவீன மனிதனை அப்படியே ஒரு சிக்கலான நிலைப்பாட்டில் வைத்து விளக்க முற்படுகிறது. அதாவது மனிதனை தன்னுடைய அடிப்படையான தத்துவார்த்த உறுதிப்பாட்டை இழந்தவனாக, பூரண உண்மையின் பரிச்சயத்தை இழந்தவனாக, நிரந்தரத்துடன் தன்னுடைய தொடர்பை இழந்தவனாக அர்த்தமற்று இன்னும் சொன்னால் தன்னுடைய காலடிப் பிடிப்புகள்கூட அற்றநிலையில் உள்ளவனாக சித்திரிக்கிறது. இந்த மனிதனுக்கு ஒவ்வொரு விஷயமும் சிதறிப் போகிறது. அவனுடைய உலகம் முற்றிலுமாக உடைகிறது. ஏதோவொன்றைத் திரும்பப் பெற இயலாத வகையில், தான் இழந்து கொண்டிருப்பதை அவன் உணர்கிறான். ஆனால் அவனால் அதை ஒப்புக்கொள்ள முடிவதில்லை. மறைக்க முயல்கிறான்.

அவன் காத்திருக்கிறான், வீணுக்கு காத்திருக்கிறோம் என்று தெரியாமல் (Waiting for Godot). ஒரு சாராம்சமான அம்சத்தை சொல்ல வேண்டியதின் அவசியம் அவனை வாட்டுகிறது. ஆனால் அவன் சொல்வதற்கு ஒன்றுமில்லை. Ionesco's 'The chairs') நினைவு கூர்வதில் ஒரு முக்கிய விஷயம் இருப்பது போல் தோன்றுகிறது. ஆனால் நினைவுகூர்வதற்கு ஒன்று மில்லை என்று அவனுக்குத் தெரிவதில்லை (Becket's Happy

Days). அவன் எங்கோ சென்று எதையோ தேடி. தன்னுடைய அடையாளத்தை திரும்பப் பெறப் போவதாக தன்னிடமும் மற்றவர்களிடமும் பொய் சொல்லிக் கொள்கிறான் *(Pinter's 'The caretaker')* தனக்கு.. நெருக்கமானவர்களை தான் நன்கு அறிந்ததாக நினைக்கிறான். ஆனால் யாரையும் அவன் அறிந் திருக்கவில்லை என்பது தெரிய வருகிறது *(Pinter's 'The Home. coming').*

சரிவை நோக்கிப் போய்க்கொண்டிருக்கும் மனிதனின் மாதிரி நிலைப்பாடுகள் இவை. சாதாரண தினசரி நிகழ்வு களிலிருந்தே இவை பெறப்படுகின்றன. நண்பர்களைப் பார்க்கப்போவது *(ionesco's The bald soprano)* கற்பிக்கும் மனோபாவத்தின் குரூரம் *('The Lesson')*, ஒரு பெண் கடற் கரையில் மணலுக்குள் தன்னை புதைத்துக் கொள்வது *(Happy Days)* போன்றவை வாழ்க்கைக் காட்சிகள் அல்ல. ஆனால் சரிவில் சிக்கியுள்ள மனிதனின் மாதிரி நாடகப்படிமங்கள். இந்த நாடகங்களில் தத்துவப்படுத்துதல் இல்லை. ஆனால் வெளிப்படுத்தும் விஷயங்கள் ஒரு அவசியத்தை உணர்த்து கின்றன.

ஆனால் தங்களுடைய சாராம்சத்தில் இவை எப்போதும் தத்து வார்த்தமானவை... - சொன்ன விதத்தில் அவற்றை அப்படியே எடுத்துக் கொள்ள முடியாது. ஏனென்றால் அவை எதையும் குறிப்பாக சொல்வதில்லை. நம்முடைய பொதுவான சாராம்சத்தில் பொதிந்துள்ள இறுதி எல்லையையே அவை சுட்டுகின்றன. அவற்றில் மிகைப் படுத்தலோ, உணர்ச்சி மயமாதலோ, அதிகாரதொனியோ இல்லை. ஆனால் ஒரு வித கேலிக்குரல் அவைகளில் உண்டு. தெளிவற்ற சிக்கலின் போக்கை அவை உணர்ந்தவை.

இந்த நாடகங்கள் முக்கியமாக எதிர்மறைத் தன்மை கொண்டவை அல்ல. அவை ஒரு எச்சரிக்கை மட்டுமே. ஒரு திடுக்கிடும் வகையில் அர்த்தமின்மையை சுட்டிக் காட்டி சாராம்சம் பற்றிய கேள்வியை எழுப்புபவை. அபத்த நாடகம் ஆறுதலோ நம்பிக்கையோ அளிப்பது அல்ல. நாம் எப்படி நம்பிக்கையில்லாமலேயே வாழ்ந்து கொண்டிருக்கிறோம்

என்பதையே அது நினைவுப்படுத்துவது. அதன் எச்சரிக்கையின் சாராம்சம் இதுதான். அது எதையும் விளக்க முற்படுவதில்லை.. அத்தகைய அராஜகத்தையும் அது மேற்கொள்வதில்லை.

அபத்த நாடகாசிரியனிடம் எந்தப் பிரச்னைக்கும் தீர்வு இல்லை. அவன் தன்னை தன்னுடைய பார்வையாளர்களிடமிருந்து மேம்பட்டவனாகவோ, விழிப்படைந்தவனாகவோ நினைப்பதில்லை. நாம் எல்லோரும் உழன்று கொண்டிருக்கும் ஒரு நிலைப்பாட்டிற்கு உருவம் கொடுப்பதிலும், நாம் எல்லோரும் சமமாக துணையற்று நிற்கும் உண்மையை நினைவுபடுத்துவதிலுமே தன்னுடைய பங்கை அவன் உணர்கிறான். ●

- 'Disturbing the Peace' என்ற புத்தகத்திலிருந்து...

4

மூன்றாம் அரங்கு

பாதல் சர்க்கார்

நகர மற்றும் கிராமிய வாழ்க்கையின் முரண்பாடுகள் இந்திய சமூக, பொருளாதார நிலைமைகளின் ஒரு முக்கிய அம்சமாகும். இந்த முரண்பாடுகள் பொருளாதாரம், கல்வி மற்றும் பண்பாட்டு வேறுபாடுகளாக வெளிப்படுகின்றன. முரண்பாடு இந்த வேறு பாடுகளில் மட்டுமில்லாது இன்னும் அடிப்படையானதாக இருக்கிறது. இந்தியா பல ஆண்டுகளாக ஒரு காலனியாதிக்க நாடாக இருந்ததால் இந்திய நகரங்கள் தங்கள் வளர்ச்சிப் போக்கில் ஒரு காலனியாதிக்க குணத்தை மேற்கொண்டுவிட்டன. கல்கத்தா, பம்பாய், டில்லி, சென்னை போன்ற நகரங்கள் தங்கள் உருவாக்கத்திலேயே இந்த குணாம்சத்தைப் பெற்றன. இந்த நகரங்கள் நம்முடைய உள் நாட்டுப் பொருளாதார வளர்ச்சியின் இயல்பான விளைவுகள் அல்ல. ஆனால் வெளி நாட்டு காலனியாதிக்க நலன்களுக்கு உழைப்பதற்காக ஏற்படுத்தப்பட்டவை.

ஆங்கிலக் கல்வி இத்தகைய காலனிய நலன்களின் முக்கிய மான வெளிப்பாடாக இருந்தது: நம்முடைய, நகரங்கள் - தங்களுடைய வேர்களை ஆங்கில அமைப்பு முறையிலேயே இனங்கண்டு நம்முடைய பாரம் பரியக் கலாச்சாரத்திலிருந்து சுத்தமாக விடுபட்டன. ஆனால் கிராமப்புறத்து கலாச்சாரம் மடியவில்லை, அதனால் இரண்டு இணையான கலாச்சாரப்

போக்குகள் ஏற்பட்டு கிராமிய வாழ்க் கைக்கும், நகர வாழ்க்கைக்கும் - இடையே முரண்பாடுகளை முக்கியமாக கலாச்சாரத் தளத்தில் எழுப்பின.

இந்த முரண்பாடு நாடகத்தில் பிரதானமாக வெளிப்பட்டது. நகர நாடகம் பாரம்பரிய அல்லது நாட்டுப்புற நாடகத்தின் இயல்பான வளர்ச்சியாக நகர சூழ்நிலைகளுக்கேற்ப வேரூன்றவில்லை. அது மேற்கத்திய நாடகத்தை அடித்தளமாகக் கொண்ட புதிய நாடக பாணியாக இருந்தது. கதை அமைப்பு, கதையைக் கொண்டு செல்லும் விதம், பாத்திரப் படைப்பு, ஒளி அமைப்பு, நாடக அமர் விடம், நடிப்புபாணி இப்படி நகர நாடகத்தின் ஒவ்வொரு அம்சமும் மேற்கத்திய அடிப் படையுடனேயே இருந்தது. ஆனால் நம்முடைய பாரம்பரிய கிராமப்புற நாடகம் தன்னுடைய இயல்பான மண் ணுக்குரிய குணங்களை தக்க வைத்துக்கொண்டு அவைகளிலேயே வாழ்ந்து கொண்டும் இருக்கிறது.

இன்று இரண்டு நாடகங்களும் தத்தம் பலங்களுடனும் பலஹீனங்களுடனும் இயங்கிக்கொண்டிருக்கின்றன. இந்நிலையில் ஒன்றைத் தேர்ந்தெடுப்பதோ, மற்றொன்றைப் புறக்கணிப்பதோ அர்த்தமற்றது. இரண்டு நாடகபாணிகளையும், ஆராய்ந்து அவற்றின் உண்மையான பலங்களையும், பலஹீனங்களையும் அதற்கான காரணங்களையும் அறிவதே நாம் செய்யவேண்டியது. அது ஒரு ஒருங்கிணைந்த நாட கத்தை, ஒரு மூன்றாவது நாடகத்தை உருவாக்கும் முயற்சிக்கு உதவ முடியும்.

மேலோட்டமான பார்வையிலேயே சில உண்மைகளை நாம் கவனத்தில் கொள்ளமுடியும். 19-ம் நூற்றாண்டின் கலாச்சார மறுமலர்ச்சி மேற்கத்திய உலகின் பல முற்போக்குக் கருத்துக்களை எடுத்துக்கொண்டு வந்தது. இந்தக் கருத்துகள் இடைக்காலத்தின் நிலவுடைமைச் சமுகத் தளைகளிலிருந்து சமூகப் பொருளாதார விடுதலைக்கான முயற்சிகளில் எழுந்தவை. ஆனால் இந்தியாவில் அவை நிலவுடைமைச் சமூகப் பிடிப்புகள் கொண்ட மத்திய தர புத்திசாலி வர்க்கத் தினராலேயே எடுத்துக் கொள்ளப்பட்டு வளர்க்கப்பட்டன.

இதன் விளைவாக அந்தக் கருத்துகள் நாட்டின் எல்லாப் பகுதிகளிலுமுள்ள முற்போக்குக் கருத்துகளுடன் இணைந்து செயல்வடிவம் பெறாமல் தெளிவற்று நகரங்களிலேயே தேங்கிவிட்டன. இதற்கு மாறாக கிராமப்புறத்திலுள்ள மக்கள் விடுதலைக்கான தொடர்ந்த அவசியத்தில் இருக்கிறார்கள். ஆனால் அவர்களுடைய கருத்துகள் இன்னும் ஒரு மரபுரீதியான சமுதாயத்தைத் தவிர வேறு எதையும் அடிப்படையாகக் கொள்ளவில்லை. இந்த நிலைமை அவர்களுடைய நாடகங் களில் எதிரொலிக்கிறது. மரபு ரீதியான மற்றும் நாட்டுப்புற நாடகங்கள் கிராமங்களில் பிரபலமாக இருந்தாலும் அவர்கள் கையாள்கிற விஷயங்களும், கருத்துக்களும் தேக்கமுற்றவை யாகவும், பழமையானவையாகவும் அவர்களுடைய சமூக பொருளாதார, கலாச்சார விடுதலைக்கான பிரச்சினைகளுடன் சம்பந்தப்படாதவையாகவும் இருக்கின்றன. ஆனால் நகர நாடகம் நல்ல முன்னேற்றமடைந்த கருத்துகளை ஒருநாகரிக சமூகத்திற்காக கையாள்கிறது. அவர்கள் மனத்தளவில் உத் வேகம் கொள்கிறார்கள். ஆனால் எந்தச் செயல்பாடுகளிலும் ஈடுபடுவதில்லை. ஈடுபடவும் அவர்களால் முடியாது.

இத்தகைய சூழ்நிலையில் நாம் நகர நாடகம் அல்லது கிராமப்புற நாடகம் எதை செழுமைப்படுத்த விரும்பினாலும் இந்த அடிப் படை முரண்பாட்டின் மீது நம் தாக்குதலைத் தொடுக்கவேண்டும். இவற்றுக்கிடையில் ஒரு தொடர்பை ஒரு ஒருங்கிணைந்த நாடகம் ஒரு மூன்றாம் வகை நாடகத்தின் மூலம் உருவாக்க முயற்சி செய்யவேண்டும்.

சமூகப் பொருளாதார நிலைமைகளில் ஒரு அடிப்படையான மாறுதலைக் கொண்டுவராமல் கலாச்சாரத்திலுள்ள இந்த முரண்பாட்டை நீக்கமுடியாது. அதை நாடகம் மூலமாக மட்டும் சுலபமாகச் செய்ய முடியும் என்று நான் நினைக்க வில்லை. ஆனால் நாடகம் அந்த மாறுதலை உண்டாக்க அத்தி யாவசியமாகத் தேவைப்படுகிற ஒரு இயக்கத்தின் பகுதி என்று நான் நிச்சயமாக நம்புகிறேன், அது தான் மூன்றாம் வகை நாடகம் பற்றிய எண்ணத்தை அர்த்தமுள்ளதாக்குகிறது. ●

(தன்னுடைய *Third Theatre* புத்தகத்தின்
முன்னுரையில்)

5

தாகூர் நாடக உரையாடல்

மேற்கத்திய நாடகங்களைவிட சமஸ்கிருத நாடகங்களால் பெரிதும் கவரப்பட்ட தாகூர் பழைய சமஸ்கிருத நாடகங்களின் கவித்துவ குணங்கள் ஒரு நல்ல நாடகாசிரியனை உருவாக்குவதாக நம்பினார். அவருடைய 'The cycle of spring' என்ற நாடகத்தில் வரும் ஒரு உரையாடல் -

(தன்னுடைய தலையில் நரை தோன்றுவதைக் கண்டு கவலைப்பட்டுக் கொண்டிருக்கும் அரசனுக்கும் ஒரு கவிஞனுக்கும் இடையே நடப்பது)

அரசன்: கவியே, எனக்கு அவகாசம் கொடுக்காதீர்கள், ஏதாவது செய்யுங்கள், ஏதாவது செய்யுங்கள், உங்கள் கையில் தயாராக ஏதாவது இருக்கிறதா? ஏதாவது நாடகம்? ஏதாவது கவிதை? ஏதாவது கதை? ஏதாவது...?

கவிஞன்: ஆம் அரசே அதுதான். ஆனால் நாடகமா, கவிதையா, கதையா என்பதை என்னால் சொல்ல முடியாது.

அரசன்: நீங்கள் எழுதியதின் அரத்தத்தை என்னால் புரிந்துகொள்ள முடியும் இல்லையா?

கலையும் மனப்பிறழ்வும் 25

கவிஞன்: இல்லை அரசே, ஒரு கவிஞன் எழுதுவதில் அர்த்தம் இருக்கவேண்டும் என்கிற அவசியம் இல்லை.

அரசன்: பின் என்ன இருக்க வேண்டும்?

கவிஞன்: ஓசை இருந்தால் போதும்.

அரசன்: நீ என்ன சொல்கிறாய்? அதில் தத்துவம் இல்லையா?

கவிஞன்: நல்ல வேளை. அப்படி ஒன்றும் இல்லை.

அரசன்: பிறகு அது என்னதான் சொல்கிறது?

கவிஞன்: அரசே, அது சொல்கிறது 'நான் இருக்கிறேன்.' ஒரு பிறந்த குழந்தையின் முதல் அழுகையின் அர்த்தம் உங்களுக்குத் தெரியுமா? குழந்தை பிறந்தவுடன் தன்னைச் சுற்றியுள்ள நிலம், நீர், ஆகாயம் இவற்றின் இரைச்சலைக் கேட்கிறது. அந்தச் சிறிய பிஞ்சும் பதில் அளிக்கிறது. 'நான் இருக்கிறேன்'. என்னுடைய கவிதையும் பிறந்த குழந்தையின் அலறலைப் போன்றது. இந்தப் பிரபஞ்சத்தின் அலறலுக்கு ஓர் எதிர்வினை.

அரசன்: அதைத் தவிர வேறு ஒன்றும் இல்லையா கவியே?

கவிஞன்: இல்லை, வேறு ஒன்றும் இல்லை. என்னுடைய பாட்டில் உயிர் இருக்கிறது. அது சப்தமிடுகிறது. மகிழ்ச்சியிலும், துன்பத்திலும், - இயக்கத்திலும், ஓய்விலும், வாழ்விலும், மரணத்திலும், வெற்றியிலும், தோல்வியிலும், இந்த உலகத்திலும், அடுத்த உலகத்திலும், துணையாக 'நான் இருக்கிறேன்' என்று.

அரசன்: கவியே நல்லது. ஆனால் உங்கள் நாடகத்தில் தத்துவம் இல்லை என்றால் அது இப்போதெல்லாம் செல்லுபடியாகாது.

கவிஞன்: உண்மைதான் அரசே. இப்போதைய இளம் பருவத்தினர் எல்லாவற்றையும் சேகரிக்கத்தான் விரும்புகிறார்கள். உணர்வதை அல்ல.

அரசன்: பின் கேட்பவர்கள் என்று நான் யாரைக் கொள்வது?

கவிஞன்: யாருடைய தலை நரைக்க ஆரம்பித்திருக்கிறதோ அவர்களைக் கேளுங்கள். ●

6
உடல் மொழியின் கலை மற்றும் நிகழ்வு

Lea Vergine

(இத்தாலிய கலை விமர்சகரான Lea Vergine உடல், மனம் சார்ந்து பல சமகாலக் கலைஞர்களின் அனுபவங்களை உள்வாங்கி 1974ல் உருவாக்கிய இப்படைப்பு ஒரு சிறப்பான ஆவணமாக உலகெங்கும் மிகுந்த வரவேற்பைப் பெற்றுள்ளது)

உடல் என்பது ஒரு கலை மொழியாக சமகால ஓவியர்களாலும், சிற்பிகளாலும் தொடர்ந்து பயன்படுத்தப்பட்டு வருகிறது. பல்வேறு கலாச்சார பின்புலங்களும் உத்திகளும் கொண்ட கலைஞர்களும் இந்த பாதிப்பு கொண்டிருந்தாலும் சில குறிப்பிட்ட தன்மைகள் அவர்களுடைய எல்லா வெளிப்பாடுகளிலும் தென்படுவதைப் பார்க்க முடியும். முக்கியமாக சுய அடையாளங்களின் இழப்பு, யதார்த்தம் குறித்த உணர்வு, உணர்ச்சிகளை ஆளுமை செய்வதை அனுமதிக்க மறுப்பது, மனிதர்களையும் சூழலையும் சார்ந்திருப்பதற்கு எதிரான கலகம் போன்றவை குறித்த ஈடுபாடு. இங்கு மென்மை என்பது ஒரு தவறவிடப்பட்ட இலக்காக ஏமாற்றத்தையும், உண்மையான அன்பற்ற நிலை என்பது கோபத்தையும் உருவாக்குவதாக இருக்கிறது.

இங்கு சொல்லப்பட்டுள்ள உடற்கலையின் அடிப்படையான விஷயங்களாக கட்டற்ற நேசத்தின் திருப்தியுறாத தேவைகளும்

அத்தகைய நேசம் கோரும் கட்டற்ற உரிமைகளும் இருக்கின்றன. இவை இக்கலைக்கு தவறான தோற்றம் மற்றும் தோல்வியின் பரிமாணங்களை அளித்தாலும் அடைய முடியாத இத்தகைய நேசமே அதன் செயல்பாடுகளிலும் நிகழ்வுகளிலும் வெளிப்பட்டு ஒருவித அழுத்தமாக மாறுகிறது. பெருக்கப்பட்ட மற்றும் மிகைப்படுத்தப்பட்ட சுயத்தின் மற்ற வடிவங்களாகிறது. இத்தகைய நேசத்தின் தேவையே சுய மோகமாகி இவ்வாறு நேசிக்கப்படுவதே வாழ்க்கைக்கு வலிமை சேர்க்கும் விஷயமாகிறது. இங்கு சொல்லப்படும் கலைஞர்களின் இக்கலை பூர்ஷ்வா மனநிலைக்கு எதிராகத் தொடர்ந்து போராடும் பூர்ஷ்வா அறிவு ஜீவிகளின் கலையாக கடந்துபோனவற்றைப் பிரித்தெடுத்து அவற்றிலிருந்து கலாச்சாரத்தை உருவாக்கும் முயற்சியாக உள்ளது. முதலாளித்துவ கலை உருவாக்க வடிவங்களுக்கான இத்தகைய எதிர்ப்புதான் இவ்வளவு செயல்பாடுகள் நீட்சேவாதம், குறியீட்டுவாதம் மற்றும் இருத்தலியல்வாதம் கொண்டிருப்பதை விளக்குவதாக இருக்கின்றன.

தனிமனிதன் இங்கு மற்றவர்களைப் போலவே செயல்பட நிர்பந்திக்கப்படுகிறான். கூட்டு உணர்வுகளையே அவனும் எதிரொலிக்க வேண்டியுள்ளது. அப்பட்டமான உடல் இருப்பின் ஏற்பு பழைய தொடர்புகளைப் பேணுவது நிகழ்காலத்தை ஏற்றுக்கொண்டே அடிப்படைகளுக்குத் திரும்புவது, தனிமனிதனை மீண்டும் அவனுடைய குறிப்பிட்ட வாழ் நிலைகளுக்கே வழிநடத்துவது என்பது போன்ற எதிர்பார்ப்புகள் உருவாகின்றன. சமூகத்தின் போலியான நடைமுறைகளுக்கு எதிராக இயல்புத்தன்மையை வலியுறுத்துதல், நிலவிக் கொண்டிருக்கும் தார்மீக நெறிகளைக் கடந்து செல்வதற்கான விழைவுகள், வெகுளித்தன்மை கொண்டதும் பீறிட்டு எழக்கூடியதுமான எதிர்வினைகள், கட்டுப்படுத்தும் நிறுவனங்களுக்குள்ளேயே சமூகக் குழுக்களை உருவாக்குதல் என இவையெல்லாம் திட்டமிட்ட ஒழுக்க வரையறைகள் கொண்ட பண்பாட்டுவாதத்தின் எதிர் நிலைகள்.

தனி மனிதன் ஒரு தொடர்ந்த நடைமுறையின் பகுதியாக தன்னுடைய உடல் அசைவுகளின் பல்வேறு சாத்தியங்களை

ஆராயக்கூடிய பயிற்சிக்கு விடப்படுகிறான். இங்கு குறிப்பிடப் படும் பெரும்பாலான - கலைஞர்கள் எல்லாவற்றையும் அவநம்பிக்கையுடனேயே பார்க்கக்கூடியவர்கள். ஆனால் அறிவார்ந்த புதிய வடிவங்களைக் கவனத்துடன் நாடக் கூடியவர்கள். ஆர்த்தோவைப் போலவே உடல்சார்ந்த அறிவு மற்றும் ஆய்வு மனநிலை கொண்டவர்கள். உடல் ஒரு புதிய எழுச்சிக்காக முற்றிலும் நிர்வாணப்படுத்தப்படுகிறது. இந்த அனுபவங்கள் எல்லாம் கொடூரத்தன்மையும் பலிகளும் நிறைந்த உண்மை அனுபவங்கள். வலியில் இருப்பவர்கள்தான் தாங்கள் கவனிக்கப்படுவதற்கான உரிமை கோர முடியும்.

இந்தக் கலைஞர்கள் துன்பப்படுவதை எவ்வித மாயத் தன்மையுடனும் இணைக்காமல் ஒரு கடுமையான நிலைப் பாடு கொள்கின்றனர். முக்கியமாக பலகீனங்களையும் ஊனங்களையும் ஆராயும்போது. வாழ்வின் மூலமாக மரணத்தை எதிர்கொள்ளும் பிரச்சனையாக இது மறைக்கப் பட்டதும் ரகசியமானதுமான பக்கங்களை வெளிச்சத்துக்கு கொண்டு வருகிறது. மரணத்துடன் கொஞ்சம் சோதனை முயற்சியில் ஈடுபடும் போதே ஒருவன் வாழ்க்கை பற்றியும், சாதாரணமானது என்று நாம் நினைக்கிற எல்லாவற்றிலும் உள்ள பாதுகாப்பற்ற தன்மை பற்றியும் அறிய முடியும். கதையும் பாத்திரமும் இல்லாமல் இக்கலைஞர்கள் தாங்களே கதையாகவும் பாத்திரமாகவும் மாறுகின்றனர். சமூகத்தின் நடைமுறைகளால் பாதிக்கபடாத, லாப நோக்கமில்லாத மனிதர்களையே அவர்கள் எதிர்நோக்குகின்றனர். அறிவது என்பதைவிட அறிந்து கொண்டிருப்பதை உணர்வதே முக்கிய மானதாக இருக்கிறது.

கலாச்சாரம் என்பது எவ்விதத்திலும் பயன்படாத ஒரு நிலைமை இது. அடிமனதின் படைப்பாற்றலுக்கு சுதந்திரம் கிடைக்கும் போது ஆசைகளுக்கும், தடைகளுக்கும், நினைவு களுக்கும், எதிர்ப்புகளுக்கும், வாழ்வுக்கும், மரணத்துக்கும், பாலியல் ரகசியங்களுக்கும், வெளிப்பாட்டுக்கும் இடையே யான போராட்டங்கள் நாடகத்தன்மை அடைகின்றன. நரம்புத் தளர்ச்சி மற்றும் தீவிர மன நெருக்கடிக்கான தருணங்களில் இவை வெளிப்படுவதைப் பார்க்க முடியும்.

உளவியல் ரீதியான அறிகுறிகளை ஆராயும் போது தனிமை, மனஅழுத்தம், துயரம் இவை குறித்த கவனம் கிடைக்கும். ஆனால் இந்த நடைமுறை தீவிரத்தன்மை அற்றது. மனநோய் சம்பந்தப்பட்ட ஆய்விலிருந்து பெறப்பட்ட குறியீட்டுச் சொற்கள் இந்தக் குறிப்பிட்ட வகைமையைப் புரிந்து கொள்ள உதவாது. புதிய கலைஞர்கள் இந்த வகைமையைப் பிரயோகித்தபடி இருக்கிறார்கள். கடந்த சில ஆண்டுகளாக கலை உருவாக்கம் குறித்த இத்தகைய மனோதத்துவ ஆய்வுகள் அக்கலையின் பகுதியாகவே ஆகிவிட்டன. நம்முடைய சமகாலக் கலைஞர்கள் கட்டற்ற உறவு நிலைகளை படைப்பு மனநிலைக்கும், சுதந்திரமான வெளிப்பாட்டுக்குமான உத்தியாகவே பயன்படுத்துகிறார்கள். சில சர்ரியலிசக் கலைஞர்கள் தங்களுடைய படைப்புகளின் படைப்பு முறைமையை ஆவணப்படுத்த அனுமதிப்பதின் மூலம் உள்ளீடாக இருந்த ஒரு முறைமையை வெளிப்படையானதாக மாற்றுகிறார்கள். இவை படைப்பின் இயக்கத்தை தலைகீழாக மாற்றுவதால் நாம் இந்த சூழல் பற்றிப் பேச வேண்டியுள்ளது. மனோதத்துவ ஆய்வுகளும் அதன் கண்டுபிடிப்புகளும் கலை மீதும் கலைஞர்கள் மீதும் ஒரு சமூக அழுத்தமாக செயல் படுகின்றன.

இந்தப் புத்தகம் தங்களுடைய உடலை ஆய்வுப்பொருளாக பார்க்கும் கலைஞர்களின் படைப்புகளையே ஆதாரமாகக் கொண்டுள்ளது. தான் ஈடுபட்டுள்ள முறைமை பற்றி நன்கு அறிந்திருப்பதால் கலைஞன் தன்னையே ஆய்வுப் பொருளாக முன்நிறுத்துகிறான். ஒருவித உலகியல் சார்ந்த துறவுநிலையும், ஒரு எதிர்மறை தத்துவவாதமும் தான் இதன்மூலம் வெளிப் படுகிறது. இத்தகைய சடங்கியல் பார்வை அழகியல் செயல்பாட்டுக்கும் துய்த்தல் மனநிலைக்குமான உறவை வலுப்படுத்துவதாக அமைகிறது. புறக்கணிக்கப்பட்ட அன்பின் துயரம், வாழ்தலின் வலி, முறைமை பற்றிய ஆய்வுக் குள்ளாவதின் இறுக்கம், இருப்பு குறித்த கோபம், முறையான உறவு ஏற்படுத்திக்கொள்ள முடியாத இயலாமையின் வலி ஆகியவை உருவாக்கும் நிலைமைகள் கவலைக்குரியவை. இதுதான் ஒரு சோகமான எதிர்வினைக்கும் கலக்கமான மனநிலைக்கும் வழிவகுக்கிறது. "மனித உடலை அறிவதற்கு

கலையும் மனப்பிறழ்வும்

அதை வாழ்வதைத் தவிர வேறு வழியில்லை. அதாவது அதன் ஊடாக நிகழும் நாடகத்துக்குப் பொறுப்பேற்று நம்முடைய அடையாளத்தை அதனுடன் இணைத்துக்கொள்ள வேண்டியதுதான்" (Maurice Merloau-Ponty). அதனால் நமது உடலுக்கு வெளியே உள்ள விஷயங்களும், உள்ளே நடக்கும் விஷயங்களும்தான் இக்கலையில் முக்கியமானது. பொருள்கள் தம்முடைய வெளித்தோற்றத்திலிருந்தே அவை நமக்குச் சொந்தமானவையா இல்லையா என்பதைக் காட்டக்கூடியவை. கலைஞர்களுக்கும் மற்றவர்களுக்கும் இடையிலான உறவு என்பது இந்தப் பொருள்களுடனான அண்மை அல்லது தொலைவைப் பொறுத்தது. நாம் இழந்துவிட்ட அன்னையின் படிமத்தை ஒத்திருக்கிற ஒரு நேசப்பொருளைத் திரும்பப் பெறுவது போல, வெளி உலகத்தில் இந்தப் படிமத்தை மீண்டும் பார்ப்பது என்பது நாம் இழந்துவிட்ட நேசங்களுக் கான ஒரு ஈடுகட்டலாகவும் அமைகிறது.

ஒருவருடைய சொந்த வாழ்க்கை, இருப்பின் அடை யாளங்கள், அந்தரங்கம் ஆகிய எல்லா பக்கங்களும் அரங்க ஆய்வுக்கான உபகரணங்களாகின்றன. ஒவ்வொரு விஷயமும் சோதனைக்கு உட்படுகிறது. ஒரு நாளின் ஒவ்வொரு செயல் பாடு, புகைப்படங்கள், எக்ஸ்ரேக்கள், மருத்துவ சோதனைகள், குரல், முகக்கழிவுகள், பாலியல் உறுப்புகள், கடந்தகால வாழ்க்கை, கனவுகளின் நாடகீய வெளிப்பாடுகள், அடிகள், காயங்கள் என எல்லாம் சோதனைக்கு உட்படுகின்றன. ஒவ்வொரு அறிதலிலும் உடலுக்கும் பங்கிருக்கிறது. அதுதான் கடந்தகாலமாகவும், நிகழ்காலமாகவும், பிடிக்கு அகப்படாத தாகவும் இருக்கிறது. "கருத்தாகவும் விலகலாகவும் நான் இருக்கிறேன். நான் என்னவாக வேண்டும் என்பதை நோக்கி நகரும்போது அதைக் கடந்தும் போகிறேன்" (ஜீன் பால் சார்த்).

சில கலைஞர்கள் ஒரு இடம் பெயர்தலை, சிலர் சமூக வியல் கட்டுப்பாடுகளை, சிலர் அந்தரங்க ரகசியங்களை, சிலர் இளம்பருவ அதிர்ச்சிகளை முன்னெடுக்கிறார்கள். நாம் இதை தனிமனித அளவிலேயே நிறுத்திக்கொள்கிறோம். ஏனென்றால் தனிமனிதன்தான் வரலாறு, தார்மீகம்,

புனைவுகள் அற்ற சாமானியத்தன்மையும், விருப்பும், வெறுப்பும் கொண்டவனாக இருக்கிறான். அவன்தான் அடக்கம், ஆபாசம், அசுத்தம், அழிவு மற்றும் துயரம் கொண்டவன். பெரியவர்களின் கவனத்தைக் கவர சிறுவர்கள் கழிவுநீர் போன்றவற்றைக் கையாள்வது போலவே இந்த உடல்கலை மற்றும் நிகழ்வில் ஈடுபடும் கலைஞர்களும் கழிவு உறுப்புகளையும் அதன் செயல்பாடுகளையும் பார்க்கிறார்கள். மனநோய்பீடிப்புகள் மற்றும் பாலியல் கிளர்ச்சிகளை அவர்கள் கட்டுப்படுத்துவதில்லை. பிருஸ்ட பாகத்தின் பாலியல் உபயோகம் கூட ஏற்றுக்கொள்ளப்படுகிறது. இது நிகழ்வு கலைஞருக்கு மட்டுமல்ல, பார்வையாளருக்கும் ஒரு சிதைவுற்ற வக்கிர உணர்வின் பதிவாக அமைகிறது.

மரணம் குறித்த பயம்கூட ஒரு பரபரப்புத்தன்மை, பாரம்பரிய உடல்கூறின் தன்மை மற்றும் இழப்புணர்வுக்கு எதிர்வினையாகத் தோன்றும் ஒரு அசௌகரிய உணர்வுதான். ஒன்றின் மீதான ஆசை என்பது ஒடுக்கப்படும்போது அதனுடன் இணைந்த பாலியல்தன்மை என்பது பரபரப்பு கொண்டதாக மாறி காத்திருத்தல் என்பதுடன் தொடர்புடைய தாகிறது. இந்த பரபரப்பு ஒரு தனிமனிதனின் சுய உறுதியை இழக்கச்செய்து மற்றவர்களுடனான அவனது இருப்பை அவநம்பிக்கை கொள்ளச் செய்கிறது. ஒடுக்கப்படும் உணர்வு கள்தான் ஒரு நாகரீக மனிதனின் நிலையை ஆபத்தானவையாக்கு கின்றன. அத்தகைய பொய்மைகளுக்குத் துணையாக இருக்கும் போலி சம்பிரதாயங்களையும், உள்ளும் வெளியும் உள்ள போலித் திரைகளையும் ஒழிக்க வேண்டியுள்ளது. ஒவ்வொரு கழிப்பறையும் வரவேற்பறையாகவும் ஒவ்வொரு வரவேற்பறையும் கழிப்பறையாகவும் மாற வேண்டியுள்ளது. நாகரீகமானதற்கும் அருவருப்புக்கும் இடையே இனி வேறு பாடு இல்லை. நாம் எதிரிடையான விஷயங்களின் அடியில்தான் மறைக்கப்பட்டிருக்கிறோம்.

இதற்கு எதிரான மனநிலை உள்ளவர்கள் அவர்கள் எதிர்க்கும் இந்த விஷயங்களாலேயே கவரப்படுவதைத் தவிர்க்க முடியாது. இந்த எதிர்ப்புணர்வு என்பது கூட இவர்கள் இதனால் ஆழமாக பாதிக்கப்படுவதற்கான ஒரு

நிரூபணம். இந்த வெளிப்பாடுகளை மறுப்பது என்பது அவற்றின் ஆளுகையை உணர்வது என்பதே. அவற்றின் வசீகரத்தை ஏற்பது என்பதே. பார்வையாளன் தன் கடந்த கால அனுபவங்களையும், மனப் போராட்டங்களையும் மீண்டும் வாழ நிர்ப்பந்திக்கப்படுகிறான். அவனால் நிகழ்த்த இயலாமல் போன நிலைப்பாடுகள் ஒரே சமயத்தில் அவனைத் தோல்வியுற்றவனாகவும் மீண்டும் நிகழ்த்த வாய்ப்புள்ளவனாகவும் மாற்றுகின்றன. அவனுடைய மன நோய்க் கூறுகள் புதிய அர்த்தத்துடனும், - முக்கியத் துவத்துடனும் கலைஞர்கள் ஏற்கெனவே எதிர் கொண்டது போல் இந்த நிலைமைகளைச் சந்திக்கத் தயாராகின்றன.

“நாங்கள் எல்லோரும் அந்தரங்கமாக பாழ்பட்டு எதையும் நாடகார்த்தமாகப் பார்ப்பவர்களாக நினைக்கலாம். நான் இப்போது செய்துகொண்டிருப்பது ஒரு பயங்கரமான விஷயம். நான் இப்போது சிதறுண்டவனாக, அழிக்கப்பட்ட வனாக, மரியாதை இழந்தவனாக வாழ்ந்து கொண்டிருக்கிறேன். இந்த சிதைவின் வெளிப்பாட்டில் நீங்களும் பங்குகொள்வது ஒரு சிறப்பான தருணத்தை உருவாக்கி என்னை மீண்டும் அதில் ஈடுபட உதவும். நீங்கள் இதில் கவனம் செலுத்துவதும் எனக்குள் ஏற்படும் இந்த மரணத்தில் பங்குகொள்வதும் ஒருவேளை எனக்குள் மீண்டும் உயிரோட்டத்தை ஏற்படுத்த முடியும். இந்த மீண்டெழல் உணர்வு என்னுடைய சுயத்தை மீண்டும் கட்டமைக்க முடியும். இந்த சுயத்தின் பின்னப் படுதலை ஒருவன் நிகழ்த்தும்போதே உணர்கிறான்”. *(Diego Napolitani).*

இங்கு குறிப்பிடப்படும் பல கலைஞர்கள் தங்களுடைய உடலை ஒரு நேசப்பொருளாக சுயம் குவிந்ததாகவும் சுயத்தின் வெளிப்பாடுகள் கொண்டதாகவும், அன்றாட நிகழ்வின் மையமாகவும் பாவித்து அதற்கு நேசம் / வெறுப்பு மற்றும் தாக்குதல் / சமாதானம் ஆகிய மனோதத்துவ குணங் களை வழங்குகிறார்கள். நேசிக்கும் பொருள்களை ஒருபுறம் தாக்குவதும் மறுபுறம் பாதுகாப்பதுமாக இருக்கிறார்கள். இது நேசிக்கும் உடலின் மீதான தாக்குதலுக்கு பொறுப்பேற்பதை

மறுத்து தாக்கப்படுவதற்கும் நேசிப்பதற்கும் இலக்காகிற உடலையே முன்னிறுத்துகிறது (Gianni Pisani, Vito Accounci)

சுயம் இவ்வாறு உறுதி செய்யப்படுகிறது. ஒவ்வொரு விஷயமும் மூடி மறைக்கப்பட்டு மறுக்கப்படுகிறது. சரிசெய்வது என்பது திரும்பவும் எல்லாவற்றையும் ஆரம்பிப்பது என்ற உணர்வை அகற்ற முடியவில்லை. "நாம் அவசியமான சரிசெய்யும் வேலைகளில் ஈடுபட்டிருக்கிறோம். இந்த சீர்திருத்தத்தின் வெற்றி என்பது வாழ்க்கைக்கான நிர்பந்தங்கள் மரணத்துக்கான நிர்பந்தங்கள் மீது ஆதிக்கம் செலுத்துவதே" (Melani Klein). "தனக்கு சொந்தமானவை என்று குறுக்கப்படும் இந்த உடல்களிடையே நான் என்னுடைய உடலைக் காண்கிறேன். அது மற்ற உடல்களிலிருந்து வேறுபடுத்திப் பார்க்கக் கூடியது. ஏனென்றால் அது வெறும் உடல் அல்ல. என்னுடைய உடல். அதுதான் ஒரு சாரமாக இந்த உலகில் விடப்பட்டு, என்னுடைய அனுபவத்துடனும், உணர்ச்சிகளுடனும் இணைந்திருப்பது. அதுமட்டும் தான் எனக்கென்று ஊழியம் செய்யக்கூடியது. அதனுடைய உறுப்புகள் எனக்கு ஊழியம் செய்வதுபோல" (Edmund Husserl).

"நமக்கு இரண்டு வழிகள் தான் உள்ளன. ஒன்று குற்றம் நம்மை மகிழ்விக்கும் அல்லது தண்டனை நம்மை துயரத்திலிருந்து விடுவிக்கும்" (De Sade). தன் மீதும் மற்றவர்கள் மீதும் வன்முறையைச் செலுத்திய Otto Muchi, Hermann Nitsch போன்றவர்கள் மற்ற எவரையும்விட நிரந்தரமாகக் குற்றப் பின்புலத்தில் வாழ்ந்தவர்கள். அவர்கள் தங்கள் பாத்திரங்களை மாற்றிக் கொண்டு ஆக்கிரமிப்பாளர்களுடன் சேர்ந்து கொள்கிறார்கள். இதுவும்கூட ஒரு பாதுகாப்பு உத்தி தான். ஒரு வெளிப்படையான ஆபத்துக்கு முன்னால் இவர்கள் ஆக்கிரமிப்பாளனின் பாத்திரத்தை ஏற்கிறார்கள். அவனுடைய செயல்பாடுகளையும் குறியீடுகளையும் பின்பற்றுகிறார்கள். பலியாகிறவன் தூக்கு மாட்டுபவனாகிறான். கண்ணுக்குக் கண். காலுக்குக் கால்.

துன்புறுத்துபவன் துன்பப்படுபவனின் அதே துயரத்தை அனுபவிக்க வேண்டும். அழிவுக்கான முனைப்புகள் சுதந்

கலையும் மனப்பிறழ்வும் 35

திரமாக அனுமதிக்கப்படுகின்றன. உண்மையான மாசு படுத்தும் உறுதியும், வன்முறையின் சக்தியும்தான் போலித் தனம் கொண்ட தனிமனிதனின் சகஜ நிலையை அழித்து நாசப்படுத்தக்கூடியவை. அதீதமான சடங்குகளும், மிகையான செயல்பாடுகளும் ஒன்றிணைந்தவை. மனோதத்துவ ஆய்வுகள் நிரூபித்துள்ளது போல மனநோய் பீடிப்புகள் மதசடங்குகளுக்கு இணையானவை. மனநோய் என்பது ஒரு தனிமனித மதம் என்பதோடு மதம் என்பதும் பரந்த அளவிலான ஒரு மனநோய் பீடிப்பு.

இக்கலையின் பெரும்பகுதி ஒரு கடுமையான பெண் வெறுப்பை உள்ளடக்கியது. சிறுநீர் மற்றும் கழிவுநீர்களை செலுத்துவது, பாலியல் உறுப்புகளை துன்புறுத்துவது, பேயோட்டுவது என இது போன்ற சடங்குகளில் ஆர்வம் காட்டுவது உண்மை நிலையைப் பிரித்துப் பார்க்க முடியாத ஒரு தன்மை. இது போன்ற சடங்கு செயல்பாடுகள் உண்மை நிலை பற்றிய புரிதல் கொண்ட எவருக்கும் அபத்தமாகத் தோன்றும். அவர்களுக்குள் இருக்கிற பொறுக்கமுடியாத இறுக்கங்களுக்கு மற்றவர்கள் காரணமாக்கப்படுகின்றனர். அண்மைக்காலப் போர்ப் படுகொலைகளும், அழிவின் பேரதிர்வுகளும் வரவிருக்கும் ஆபத்தை மக்கள் கவனத்துக்கு கொண்டு வந்திருக்கின்றன. மக்கள் அமைதி குறித்த தவறான கற்பிதங்களுக்குள் போக அனுமதிக்கப்படுவதில்லை.

தனிமனிதன் தீமையில் தன்னை அடையாளம் கண்டு கொள்ள முடியுமா என்ற கேள்வி தோன்றுகிறது. மற்றவர்கள் மீதும் தன்மீதும் செலுத்தப்படுகின்ற வன்முறையின்போதும், சிற்றின்பங்களில் ஈடுபடும் போதும், தன்னை வருத்திக் கொள்ளும்போதும், காயப்படுத்திக்கொள்ளும்போதும் தற்கொலையில் ஈடுபடும் போதும் இது சாத்தியமா?. வலி நிறைந்த அவமானகரமான நிலைமைகளில் தனக்கான நியாயம் செய்ய வேண்டிய தருணங்களில் தன்னைத் தண்டித்துக் கொள்ளவும் தற்கொலை செய்து கொள்ளவும் நேரும் போது இவ்வாறான அடையாளப்படுத்துதல்கள் அபத்தம் மற்றும் கொடூரத்துக்கான உதாரணங்கள். இவற்றுக்கு வெளிப்படையான வடிவம் கொடுக்க வேண்டிய

தேவை உள்ளது. இவற்றை விலக்க முயற்சித்தால் மரணத்தைத் தவிர வேறு எந்த முடிவுக்கும் வர இயலாத நிலைமைக்கு தள்ளப்படுவார்கள்.

இங்கு குறிப்பிட்டுள்ள நிலைமைகள் துர்நாற்றத்தையும் பயத்தையும் ஏற்படுத்துபவை. ஆனால் ரத்தமும் மரணமும் அதீத துய்த்தலின் அடையாளங்கள் அல்ல. சேறு என்பது படுக்கையும் அல்ல (Raymond). தார்மீக கோபம் கொள்வது குறித்த ஒரு கேலி இது. ரொமாண்டிசிஸத்திலிருந்தும், குறியீட்டு வாதத்திலிருந்தும் பெறப்பட்ட பூதாகர மனிதனின் எச்சம் இது. இத்தகைய அவமரியாதையை வலியுறுத்துவது என்பது ஒரு மிகையான சுயாதீனப் போக்கு என்று சந்தேகிக்க முடியும். குற்றங்களைக் கண்டிப்பதுபோல் நடிப்பதும், ஒரு புதிய மனிதனை உருவாக்குவது போன்ற உணர்ச்சிப் பெருக்கும் ஒரு நம்பிக்கையின்மையைத் தூண்டுவதில் ரகசிய இன்பம் கொள்வதற்குச் சமமானது.

உடல் ரீதியான மற்றும் மனரீதியான பலகீனங்கள் குறித்த தடையற்ற வெளிப்பாடுகள் மூலம்தான் கலைஞர்களால் தங்கள் வாழ்க்கையில் சில குறுக்கீடுகளை நிகழ்த்த முடிகிறது. பிரெஞ்சுக் கலைஞர் Gina Pane எப்பொழுதும் முந்தைய விஷயங்கள் மற்றும் நினைவுகளுடன் சம்பந்தப்பட்ட, நிலைமைகளையே குறியீடாகத் தன்னுடைய படைப்புகளில் குறிப்பிடுகிறார். கட்டுப்படுத்தப்பட்ட உணர்ச்சிகளை வெளிப்படுத்துவதான குற்றச்சாட்டுகளிலிருந்து விடுபட உடல் மற்றும் மனநோய்க் கூறுகளுக்கு நெருக்கமான நிலையில் தன்னை வெளிப்படுத்திக்கொள்கிறார். அப்போது பெறப்படும் கிளர்ச்சி ஒரு அதிர்ச்சி நிலையை அடைகிறது. அவர் ஒரு கட்டுப்படுத்தப்பட்ட உணர்வுச் செறிவுடன் நிலைமைகளை முன்வைக்கும்போது அந்த நிகழ்வின் அதிர்ச்சியிலிருந்து அவர் தன்னை விடுவித்துக் கொள்கிறாரா அல்லது அதை மீண்டும் வாழ்க்கைக்குள் கொண்டுவர முயற்சிக்கிறாரா என்ற சந்தேகம் ஏற்படும். அவருடைய நிகழ்வுகள் எப்போதும் ஆதரவற்ற வெறுமைகளை இட்டு நிரப்புவதாகவே அமையும். அந்த வெறுமை என்பது இழந்த நேசப்பொருள் குறித்த ஒரு இரங்கல் உணர்வு போன்றதாக இருக்கும்.

Gina Paneயைப் பொறுத்தவரை நேசம் என்பது இருப்பை சமன்படுத்தும் ஒரு தீர்வு அல்ல. ஆனால் ஒரு மோதல், ஒரு ஆழமான தாக்கம் மற்றும் மாறுதல். ஒரு அந்தரங்கமான பாலியல் தன்மை கொண்ட தேர்வு செய்யப்பட்ட உறவு, மரணத்தை வெல்லக்கூடிய பற்று மற்றும் சுயங்களின் இணைப்பு. "நேசம் என்பது ஒருவனை மற்றவர்கள் உருவாக்கியுள்ள மதிப்பீட்டுத் தளங்களுக்கு வெளியே வைப்பதாகும். அதுதான் எல்லா புத்துணர்வுகளுக்கும் தேவையான விதியாக இருப்பது. நான் நானாக இருப்பதி லிருந்து கட்டுப்படுத்தப்படுவதில்லை என்பது, முக்கியமாக ஒரு உடலாக மாறிக்கொண்டிருப்பதிலிருந்து". (சார்த்தர்). Gina Pane வின் படைப்புகளில் உள்ளது போல் உடல்தான் எல்லா உணர்ச்சிகளுக்கும் ஆதாரமாக இருக்கிறது. அது ஒரு செயல்பாட்டுக் கருவியாக மட்டுமல்ல விழிப்புணர்வும், நினைவோட்டமும் நிறைந்து அர்த்தமும் ஆறுதலும் கொண்ட ஒரு மன உடல் இணைப்புக்கான பங்களிப்பு.

இந்த இடத்தில் பார்வையாளர் புத்திசாலித்தனமாக செயல்பட வேண்டியுள்ளது. ஒரு படைப்பு எதிர்ப்பை உருவாக்குவதாக இருந்தால் அதனுடன் முழுதான புரிதலுக்கு வருவதற்கு முன்னால் கொஞ்சம் உடலை வருத்திக்கொள்ள வேண்டும். பார்வையாளர் வெறும் அழகியல் மட்டுமல்லாத ஒரு ஈடுபாட்டை வெளிப்படுத்த வேண்டும். நாம் விரும்பினால் ஒரு மாய வட்டத்துக்குள் இருப்போம். கலைஞனின் திறமைக்கு ஏற்றபடி தயக்கமில்லாமல் நாம் இந்த விளை யாட்டுக்குள் நுழைந்து ஒரு புதிய பரிமாணத்தில் உள்ளே செல்வோம். அங்கே கலைஞனின் சுயம் என்பது வேறொன்றாக இருக்கிறது. ஒரு வகைமையாகவும் ஒரு காட்சியாகவும் மாறி முழுக்கவும் ஒரு உரையாடல் தளத்துக்கு வந்து மற்றவர்களுக் கான இருப்பு என்ற தன்னுடைய இலக்கை அடைகிறது.

இருபால் தன்மை என்ற பொருளையும் அதேபோல் முரண்பட்ட போக்குகள், அணுகுமுறைகள் மற்றும் இலக்கு களைப் பிரதிபலிப்பது என்பது நம் வாழ்க்கையில் எழும் அழுத்தப்பட்ட உணர்வுகளின் பாதிப்பிலிருந்து விடுபடும் செயல். அந்த வேறுபாடுகளை அங்கீகரிப்பதே அழுத்தப்பட்ட

உணர்வுகளைத் தொலைவில் வைக்கும். இவை எல்லாம் நம்மைப் பற்றியும், மற்றவர்களைப் பற்றியுமான அடிப்படைக் குறிப்புகளாக ஒரு அனுபவத்தை இணைந்து எதிர்கொள் வதற்கான முகாந்திரங்கள். இருபாலருக்கும் பொதுவான உடல்கூறுத் தன்மைகள் நம்மிடம் உள்ளன. ஆனால் பலரிடத்திலும் ஒருபால் ஆதிக்கம் என்பது மற்ற பால் தன்மையை நசுக்குவதே நேர்கிறது.

ஆணோ பெண்ணோ தங்கள் பாலினத்துக்கு மறுக்கப்பட்ட உடைகளை அணிவதில் மகிழ்கிறார்கள். இது தடுப்பது என்பதோ மறைப்பது என்பதோ அல்ல. தன்னுடைய உடல் சார்ந்த கட்டுப்பாடுகளைக் கடந்து சமூகம் அனுமதிக்காத மற்ற உடலை அணிவது என்பதாகும் (பிரெஞ்சு புரட்சிகர எழுத்தாளரான De Sade ன் Juliet ஒரே நாளில் இரண்டுமுறை மணமுடிக்க விரும்புகிறாள். ஒருமுறை பெண்ணாக உடை யணிந்து, மறுமுறை ஆணாக உடையணிந்து) எதிர்பாலின உடையணியும் தன்மை என்பது ஒரு தவறான புரிதல் அல்ல. அது நாம் வாழும் சமூகத்தால் தடை செய்யப்பட்டிருப்பதால் அந்தத் தடையை உடைப்பது முக்கியமானதாகிறது. இந்த மௌனச் சுவரை உடைத்து மெல்லிய பிரிவுகள் கொண்ட ஆண் பெண் எல்லைக் கோடுகளைத் தனிமைப்படுத்திப் பல கலைஞர்கள் ஆண் பெண் மற்றும் ஆண்மை பெண்மை ஒப்புமை குறித்தும், குழப்பங்கள் குறித்தும் அழுத்தம் கொடுத்திருக்கிறார்கள்.

ஆண்-பெண் குணாதிசயங்களை மாற்றியமைத்தும், இருபால்தன்மைத் தோற்றங்களைப் பிரதானப்படுத்தியும் புனைவு சித்தரிப்புகளை உருவாக்கியும் அவர்களுடைய பாத்திரங்களை தீர்மானிப்பதில் நெருக்கடியை உருவாக்கு கிறார்கள். ஆனால் ஒரே மாதிரியான விளக்கங்களை ஏற்பதில் சிக்கல் உள்ளது. தனிமனிதன் தன்னைத்தான் தேடுகிறான் என்றாலும் அவன் போடும் வேஷம் சில பொய்களை அனுமதிக்கிறது.

பாத்திரங்களைத் தீர்மானிப்பதில் ஒரு நெருக்கடியை உருவாக்குவது தான் நோக்கமாக இருக்கிறது. உதாரணமாக

சுவிஸ் கலைஞர் *Urs Luthi* மற்றவர்களுடைய அடிமனதில் உள்ள மறைக்கப்பட்ட அதிர்வுகளை வெளியே கொண்டு வருவதில் மிகவும் திறமையானவர். வசீகரமான உடை மற்றும் அணுகுமுறையுடன் ஒரு நுட்பமான டெலிபதி அதிர்வுபோல பார்வையாளர் மனதில் ஒரு உணர்வுப் பரவலை உருவாக்கி பார்வையாளர் விரும்பியோ விரும்பாமலோ சமஅளவில் பங்கு பெற்று அதே உணர்வை எதிர்வினையாற்றும் அளவுக்குத் தயாராகிறார். இருபால் நிலைப்பாட்டை *Luthi* அளவுக்கு யாரும் உபயோகிக்க முடியாது. அவர் தன்னையும் மற்றவர்களையும் ஒரே மாதிரியாக பாலியல் தன்மை உடையவர்களாகவும் பாலியல் தன்மை அற்றவர்களாகவும் மாற்றுகிறார். ஒரு கூர்ந்த கவனத்தின் மூலம் உணர்விலிருந்து மறைக்கப்பட்டுள்ள சந்தேகங்கள் மற்றும் ஆசைகள் குறித்த பார்வையை உருவாக்குகிறார்.

வடிவ மாற்றங்கள் குறித்த ஆய்வில் பழைய நிலைக்கு திரும்புதல் என்பதுதான் புதுமையை வெல்கிறது. ஒரு கதாநாயகன் என்பவன் அவனால் என்ன செய்ய முடியுமோ அதைச் செய்கிறான் *(Romain Rolland)*. சிலர், விமர்சகர்கள் அல்லது தத்துவவாதிகளால் அலட்சியப்படுத்தப்படுவதும், எந்த வெளித்தூண்டுதலுக்கும் வசப்படாதவர்களாகவும் இருக்கிறார்கள். அவர்கள் உணர்ச்சியற்று வலிகளை ஏற்க விரும்புகிறார்கள். ஆனால் உண்மையான துன்பம் பற்றி அறியாதவர்களுக்குத் தான் அது சாத்தியப்படும்.

இதற்கு ஒரு கவர்ச்சிகரமான உதாரணம் *Gilbert, George* என்ற இரண்டு ஆங்கிலேயர்கள். அவர்கள் பாமரத்தன்மையையும், உணர்ச்சிவசப்படுதலையும் வலியுறுத்துகிறார்கள். நெருக்கமான உணர்வுகளுடன் கனவுபோல் அவர்கள் உருவாக்கும் உயிர்ச்சித்திரத்தில் தனிமனித போக்குகளுக்கு இடமில்லை. உண்மைநிலை பற்றிய அவர்களுடைய புரிதல் அதனுடன் எத்தகைய சமரசத்தையும் கோருவதில்லை. (ஆனால் அவர்களுடைய பொது நிகழ்வுகள் இயற்கையை சரிக்கட்டும் முயற்சிகள்) யதார்த்தம் பற்றி ஒரு நழுவி ஓடும் பார்வையே அவர்களுடையது. ஆனால் அவர்களுடைய

கலைக்கும் வாழ்க்கைக்கும் இடையிலுள்ள வேறுபாட்டை அகற்ற அவர்கள் எதற்கும் தயாராக இருக்கிறார்கள். இதில் பொம்மலாட்டக்கலைஞர்கள் போல மனிதாபிமானம் மற்றும் மனிதாபிமானமற்ற எல்லைகளுக்கிடையே தங்கள் நிலை உள்ளதாகக் கேலியாகக் குறிப்பிடும் இவர்கள் தொன்மங்கள்தான் இதற்கு பதிலளிக்க முடியும் என்கின்றனர். மிகப்பெரிய வெற்றி என்பது ஜீவித்திருப்பது தான் (Saul Bellow). இந்த சவாலுக்கு ஆரம்பத்திலேயே பணிய நேர்கிறது. அவர்களுடைய இந்தப் பார்வைதான் அவர்களுடைய படைப்புகளுக்கு ஒரு நாடகத்தின் வண்ணத்தைத் தருகிறது. ஒரு காபரே நடனக் குழுவினதைப் போல அவர்களது படைப்பு அந்தஸ்து குறைந்ததாகக்கூட இருக்கும். ஆனால் அவர்களுடைய அணுகுமுறை புதிய உத்திகள் கொண்டதாக இருக்கிறது. அவர்களுடைய கோமாளித்தனமான சோகம் சாப்ளினை நினைவுபடுத்தி பெக்கெட்டின் கணங்கள் கொண்டதாக இருக்கிறது.

உடல் அசைவுகள் பலவகைப்பட்டவை என்றாலும் அதில் அடிக்கடி செய்யப்படுபவை முகக்கோணல்கள், முகத்தை சிதைத்துக்கொள்வது என்பது யதார்த்தத்தை அல்ல ஆனால் உண்மையை அணுகும் ஒரு முறை. முகத்தை அஷ்ட கோணலாக்கிக்கொள்வது என்பது திருஷ்டி கழிக்கும் ஒரு பழைய முறை. தீய சக்திகளின் பாதிப்பிலிருந்து விடுபட்டு அவற்றைக் கட்டுப்படுத்தும் ஒரு செயல்பாடு. நோயிலிருந்து விடுபடுவதற்காக உடலின் எந்தப் பகுதி தேர்வு செய்யப்படு கிறதோ அந்தப் பகுதி உள்ளார்ந்த போராட்டத்தை வெளிப் படுத்தும் குறியீடாகப் பயன்படுகிறது.

கேலி என்பது ஒரு சாபம்போல; பொருளின் மதிப்பைக் குறைத்தாலும் வடிவத்தை மாற்றியமைக்க உதவுகிறது. இந்த முயற்சிகளில் பெறப்படும் மனோசக்தி என்பது தாக்குதலி லிருந்து விடுபட்ட ஒரு சேமிப்பாக இருக்கிறது (Ernst Kris). இது போன்ற நடத்தைகள் குறித்த பரிமாணங்கள் பாதுகாப்பு அமைப்புகளின் வளர்ச்சிக்கு உதவிகரமாக இருக்கின்றன. சுயம் என்பது வலி மிகுந்த அனுபவத்திலிருந்து தப்பிப்பதற்காக இவ்விதமாக கட்டமைத்து தன்னைக் காப்பாற்றிக் கொள்கிறது.

கலைஞனின் அடையாளம் என்பது ஒரு மாயையான முகமூடிக்குள் தஞ்சமடைவதால் இது திருப்திக்கான ஒரு வழியாக இருக்கிறது. நிறைவு என்பதை தனக்கு வெளியில் தேடும் இவர்களுக்கு வேறு வழியில்லை. இவர்களுக்கு முதலும் முடிவும் இவர்களே. முன் நிறுத்தப்பட்ட பல அடையாளங்களுடன் இந்தக் கலைஞர்கள் மற்றவர்களைப் பற்றிய தகவல்களைத் திரட்டுகிறார்கள். இந்த உத்திகளும் வெற்றியடைய முடியும். வெளி விஷயங்கள் குறித்த அக்கறைகள் மூலமே ஆளுமைகள் வித்தியாசப்படுகின்றன. மற்றவர்களுடைய கருத்துகளை உள்வாங்குவது, பாதுகாப்பாக வைத்துக் கொள்வது எல்லாம் இதற்கான அடையாளங்கள். இத்தகைய மனரீதியான முறைமைகள் உடல்சார்ந்த செயல்களாக மாற்றப்படுகின்றன.(Terry Fox)

இத்தகைய கண்ணாடி போன்ற பிரதிபலிப்புகளை ஒழுங்கு செய்வது சௌகரியமானதாக உள்ளது. Narcissus தனக்குள் இருப்பதை நேசிப்பதற்கு தகுந்தவாறு தன்னை வெளியில் காட்டிக்கொள்கிறான். இன்னொரு சுயத்தைத் தேடுவது என்பது இன்னொரு இணையைத் தேடுவதற்குச் சமமானது. ஒருவன் தனியாக இருக்கிறான். தனியாக இருப்பது மட்டுமல்ல பிரிந்து இருக்கிறான். பின்பற்றுதலை வெறுக்கிறான் (Naga Sawa). இது யதார்த்தத்தை முற்றாக மறுப்பதோ புனிதப் படுத்துவதோ அல்ல. அல்லது மாயத்தன்மை வழங்குவதோ குழப்புவதோ அல்ல. பொறுக்க முடியாத உணர்வின் அழுத்தத்தால் உருவான ஒரு ஆபத்தை நீக்கும் மதிப்பீடு. அது எளிதில் கையாளக்கூடிய ஒரு வெளிப்படையான ஆபத்தாக மாற்றப்படுகிறது. கலைஞர்கள் தங்கள் பிரச்னை களை ஒரு குறிப்பிட்ட தன்மையிலிருந்து பொதுத்தளத்துக்கு மாற்றுகிறார்கள் அல்லது உள்முகமாவதிலிருந்து வெளியே. தாங்கள் சொந்தம் கொள்ள முடியாத உணர்வுகளை சுயத்திலிருந்து வெளியேற்றி வெளி உலகில், வெளிமனிதர்களிடம் இடம் மாற்றுகிறார்கள்.

ஒரு கலைஞன் தன்னுடைய படைப்பில் நம்பகத்தன்மை பெற வேண்டுமானால் அதற்குப் பார்வையாளனின் ஒப்புதல் வேண்டும். படைப்புதான் கலைஞன். அவனுடைய சுய

அபிமானம் கலைப்படைப்பில் எதிரொலிப்பதில்லை. ஆனால் அவனுடைய உடலிலிருந்து பீறிட்டு எழுகிறது. தனிமனிதனுக்கும் வெளி உலகத்துக்குமான உறவு என்பது தொடர்ந்து பாதிப்புக்கு உள்ளாகிறது. ஒவ்வொரு சிறு தூண்டுதலும் நம்முடைய சமனைக் குலைக்கிறது. ஆனால் நாம் எல்லோரும் அதை சரி செய்யும் திறன்களுடன் சுயபாதுகாப்புக்கு வழிசெய்துகொள்கிறோம்.

கலை புனைவின் முக்கியமான வேலை தற்காப்புதான். மன ஆய்வு குறித்த விழிப்புணர்வின் விரிவாக்கங்கள் மன ஆய்வு மற்றும் அழுத்தப்பட்ட வலிமையான உணர்வுகள் இயங்கும் விதம் குறித்த புரிதலை முன்னெடுத்துள்ளன. அழுத்தப்பட்ட உணர்வுகள் ஒரு வடிகால் கிடைத்தவுடன் அதிக ஆதிக்கம் செலுத்துவதில்லை என்று நாம் நிம்மதியாக இருந்துவிட முடியாது. அரிஸ்டாடிலின் சுத்திகரிப்புத் தத்துவம் திடீர் உணர்ச்சிகள் உருவாக்கும் ஆபத்துகளிலிருந்து ஒரு பாதுகாப்பைத் தரக்கூடியது. வடிகால்களுக்கான தேடல்கள் இந்தப் பாதுகாப்பை மேலும் உறுதிசெய்து சந்தோசத்தை இரட்டிப்பாக்குகின்றன. சக்தி வெளிப்படுவதில் ஒருபுறம் மகிழ்ச்சியும் அதற்கான கட்டுப்பாடு முழுவதும் நம் வசம் உள்ளது என்பதில் கூடுதலான ஆறுதலும் ஏற்படுகின்றன.

ஒரு அழகியல் புனைவைக் கையாளும்போது நாம் விரும்பும் ஒரு பாதுகாப்பை அது அனுமதிக்கிறது. அதேசமயம் குற்ற உணர்விலிருந்து விடுதலையையும் அது உறுதி செய்கிறது. ஏனென்றால் நாம் கவனம் செலுத்தும் அந்தப் புனைவுகள் முழுக்கவும் நம்முடையவை அல்ல. இவை எல்லாம் மற்ற சந்தர்ப்பங்களில் நாம் அனுமதிக்கத் தயங்கும் இந்த உணர்ச்சி களின் வளர்ச்சிக்கு உதவுகின்றன. அந்த சந்தர்ப்பங்களில் நம்முடைய சொந்தக் குழப்பங்களுக்குள் மீண்டும் அவை நம்மைத் தள்ளிவிடும். நமக்கும் ஒரு தீவிரமான எதிர்வினைக் கான அனுமதி கிடைத்துவிடுகிறது. பலருக்கு ஒரு அழகியல் ரீதியான பாதுகாப்பு இல்லாமல் இந்த அனுமதி கிடைப்ப தில்லை. இந்தத் தயக்கத்துக்கு பல சமயங்களில் நம்முடைய கல்வியின் அழுத்தங்கள்தான் காரணமாக இருக்கின்றன. அவைதான் சில கலாச்சார சூழல்களில் மனம் நெகிழ்ந்து

தீவிரமான உணர்ச்சிகளை மலினப்படுத்திவிடுகின்றன. நிறுவனங்கள் மற்றும் திட்டங்களின் வரையறைகளுக்கு உட்பட்டே அவற்றை அனுமதிக்கின்றன.

கலை என்பது சமூக அனுமதி பெற்றே தீவிர உணர்ச்சிகளை வெளிப்படுத்தும் இடமாக இருக்கிறது. வித்தியாசமான அல்லது மாற்று வழியில் நடந்து கொள்ள வேண்டும் என்கிற கலைஞனின் முயற்சி வழக்கமான கௌரவத்தைப் பாதுகாக்கிற செயலை ஒழிக்க வேண்டும் என்ற ஆசையின் வெளிப்பாடு. தனிமைப்படுத்தும் கலை மற்றும் கலாச்சார வடிவங்கள், உறவுகளை விடுதலைக்கு எதிரானதாகவும் ஏமாற்றமளிப்பதாகவும் மாற்றும் நிலைமைக்கு எதிராக பரஸ்பர உறவுகளை மேம்படுத்தும் ஒரு முயற்சி. இது அழகியலின் குறிப்பான தேர்வையும், கலாச்சாரத்தின் மறுக்கப்பட்ட தன்மையையும் அகற்றும் ஒரு முயற்சியாகும். இவற்றுடன் இணைந்த போட்டி மனப்பான்மை, நாசகாரத்தன்மை மற்றும் குற்ற உணர்வு ஆகியவற்றையும் தொழில்நுட்ப உதவியுடன் எதிர்கொள்ள முடியும். இதனால் கிடைக்கும் கலைஞனுக்கும் சமூகத்துக்குமான முழுமையான உறவு என்பது இத்தகைய தொடர்புகளின் இலக்குகள் தெளிவற்றவை, ரகசியமானவை என்ற சந்தேகத்தைப் போக்குகின்றன.

பார்வையாளர்கள்தான் இந்த நிகழ்வைப் பூர்த்தி செய்ய வேண்டும். அவர்கள் தங்களுடைய சராசரித்தனமான நடத்தையையும் இருப்பையும் மறுபரிசீலனை செய்யும் அளவுக்கு இதை ஒரு கூட்டு அனுபவமாக மாற்ற வேண்டும். அமைதியான பங்கேற்பு என்ற நிலையிலிருந்து பார்வையாளர்கள் தங்கள் கருத்தை உரத்து எதிரொலிக்க வேண்டும். கலைஞனுக்கும் சமூகத்துக்கும் உள்ள உறவு என்பது எல்லா வற்றிலும் கூட்டுச்செயல்பாடுதான். கலைஞன் பார்வை யாளனுக்குக் கரத்தை நீட்டுகிறான். பார்வையாளன் எந்த அளவுக்கு அதை ஏற்கிறான் என்பதில்தான் கூட்டுச்செயல் பாட்டின் வெற்றி இருக்கிறது. கலைஞன் காட்டும் சமிக் ஞையை பார்வையாளன் எந்த அளவுக்கு அங்கீகரிக்கிறான் என்பதைப் பொறுத்தே அது முக்கியம் பெறுகிறது. பார்வை

யாளர்கள் வரவேற்கிறார்கள் என்பதைக் கலைஞனுக்கு உணர்த்த வேண்டிய தேவை உள்ளது. மேலும் கலைஞனுடைய தூண்டுதல்களை ஏற்று பார்வையாளர்கள் விளையாட்டில் யாராக இருக்கிறார்கள் என்பதையும் அதைக் கலைஞனுக்கு திருப்பித்தர தயாராக இருக்கிறார்கள் என்பதையும் கலைஞன் அறிய வேண்டும்.

சமூகம் கலைஞனுடன் ஒத்துழைப்பது என்பது தவிர்க்க முடியாதது. அவனுடைய அடையாளங்கள் உறுதிப்படுத்தப் படுவதையே கலைஞன் விரும்புகிறான். கலைஞனின் நடத்தை பார்வையாளனுக்கு மகிழ்ச்சியைக் கொடுப்பது போலவே பார்வையாளனின் நடத்தையும் கலைஞனுக்கு மகிழ்ச்சியைக் கொடுக்கிறது. பார்வையாளன் தன்னை உபயோகப்படுத்த கலைஞனுக்கு அனுமதி அளிக்கும்போது கலைஞன் தான் காட்ட விரும்பும் புனைவுக்கும் லட்சிய உலகுக்கும் உத்திரவாதம் அளிக்கும் 'மற்றொருவனை' கண்டுபிடிக்கிறான். இந்த சோதனை மற்ற விதமாகவும் பொருந்தி வருகிறது.

சில சமயங்களில் சூழல் மாறி ஒரு எதிர்மறை நிலைகூட உருவாகலாம். இது பார்வையாளன் வலிக்கு அஞ்சாமல் தண்டனைக்குத் தயாராகும்போது ஏற்படும் (உண்மையில் தண்டனை என்பது குற்றஉணர்வை மாற்றி தொடர்ந்து மகிழ்ச்சியை அனுபவிக்க அனுமதிப்பதே) ஒரு தேர்ந்த மற்றும் ஜனரஞ்சகமான கலைக்கு எதிரான அழகியல் வன்முறையை இதுபோல் நாம் சந்திக்கிறோம்.

ஆனால் ஒரு கேள்வி இங்கு அவசியமாகிறது. இதுபோல விழிப்புணர்வின் தேவைகளாக நம்மை அச்சுறுத்தும் காட்சிகளைப் பார்வைக்குக் கொண்டு வருவது, மனநோய்ப் படிமங்களைக் கலாச்சாரச் செயல்பாடுகளாக முன்னிறுத்துவது இவையெல்லாம் எந்த அளவுக்கு மனிதர்கள் ஒருவரை ஒருவர் சந்தித்துக்கொண்டு ஒரு அர்த்தமுள்ள தொடர்பு கொள்ள இடம் கொடுக்கும்? இந்த எதிர்க்கலை எந்த அளவுக்கு எல்லாவிதமான பார்வைகளையும் பகிர்ந்து கொள்ளக்கூடிய சூழலை உருவாக்கி ஒரு உணர்வுபூர்வமான

ஈடுபாடு தனக்குள்ளேயே முடங்கிப்போகாமல் ஒரு அரசியல் போராட்டத்துக்கான கருவியாக மாற அனுமதிக்கும்?

The Obscene Dimension TN Peter Gorsen ஒழுக்கக் கேட்டுப் புரட்சியின் சித்தாந்த அடிப்படைகளையும், நிர்மாணிக்கப்பட்ட தார்மீக நெறிகளின் மீதான தாக்குதல் குறித்த புரட்சியாளர்கள் மற்றும் போலிப் புரட்சியாளர்களின் விளக்கங்களையும் ஆய்வு செய்யும்போது சொல்கிறார் - இந்த வலிமையான சிறு கலாச்சாரத்தை ஒரு மாற்றுக் கலாச்சாரமாக கருத முடியும் என்றால் அல்லது இது ஒரு அடக்குமுறை சமு தாயத்தில் முடக்கப்படவில்லை என்றால் நாம் எல்லோரும் சமம் என்பது இந்த மனநோய் பீடித்த சூழலில் ஒரு முரண்பாடுதான்.

இரண்டு எல்லைகளும் உண்மை. ஒருபுறம் எதிர்ப்பும், விதிமீறலும் ஒரு அவநம்பிக்கையின் அடையாளங் களாக கடந்த காலத்தையும் எதிர்காலத்தையும் இணைக்க முடியாமல் சமூக உறவுநிலைகளின் சாத்தியங்களிலிருந்து விலகி நிற்கின்றன. மறுபுறம் பெருகிவரும் புரட்சிகர சமூக விலகல் மனநிலைகள் வெளிக்கட்டுமானங்களின் மீது சிறு குழப்பங்களை விளைவிக்கும் சாத்தியங்கள் உருவாகியுள்ளன.

7

கலையும் மனப்பிறழ்வும்

டி. யோகனன்

வெவ்வேறு வகையான மோகங்கள் பற்றி பிளேட்டோவின் கருத்துக்கள் வரை நாம் பின்னோக்கி பார்க்கும் போது கலையும் மனப்பிறழ்வும் நீண்ட வரலாறு கொண்டிருப்பதால் அவைகளுக்குள்ள தொடர்பு என்பது அவசியமானதாகவும், தவிர்க்க முடியாததாகவும் இருந்திருக்கிறது. (கவித்துவ மன நிலை கூட அதில் ஒரு வகையாகத் தான் இன்று கருதப் படுகிறது) மறுமலர்ச்சி காலத்திலிருந்தே கலையுணர்வு என்பது மோகம் அல்லது விபரீதத்தின் உச்சங்களுடன் தொடர்புபடுத்திப் பார்க்கக்கூடிய நீண்ட பாரம்பரியம் கொண்டு மோகத்தை அடிப்படையாகக்கொண்ட மனப்பிறழ்வுக்கு நெருக்கமாகப் பார்க்கப்பட்டு வந்தது. நவீன மன நோய் மருத்துவ முறைகளும், மனப் பிறழ்வுக்கான சிகிச்சை முறைகளும் வந்தபிறகு இந்த இரண்டு வகைகளையும் இணைத்து ஒரு புதிய கலைவகை உருவானது. மனப்பிறழ்வு கொண்டவர்கள் என்று முத்திரையிடப்பட்ட நோயாளிகள்ால் மிகுந்த கலைத் தன்மையுடன் உருவாக்கப்பட்ட மனவியல் கலை அது.

கலையும், மனப்பிறழ்வும் குறித்த பல்வேறு பிரமைகளுக்கு மனவியல் கலை ஒரே சமயத்தில் இடமளிக்கிறது. படைப்புணர்வு பற்றிய சில விபரீதமான, அதாவது அசலான

தன்மை என்பது எவ்வாறு எல்லைகள் தாண்டி ஒரு எச்சரிக்கையாகவும், சவாலாகவும் அமையும் என்பது போன்ற எண்ணங்களுக்கு ஒரு தர்க்க ரீதியான அல்லது குதர்க்க ரீதியான முடிவு போல் இது தோன்றுகிறது. நுழைய முடியாத இடத்துக்கு ஜன்னலை திறந்து விட்டு இது மற்ற பக்கத்திலிருந்தும் பார்க்கப்படுகிறது. இதன் அசாதாரணமான தோற்றங்கள் பிரமை, மாயம், உக்கிரம் ஆகியவற்றின் தனிப்பட்ட உலகங்களுக்கு இடமளிப்பதாகத் தோன்றுகின்றன.

கலைக்கும், மனப்பிறழ்வுக்குமான இந்தத் தொடர்பு வழக்கமான தடைகளாலும், தயக்கங்களாலும் பாதிக்கப்படாத பிரமையின் விரிவாக்க வடிவங்களையும், உள்ளடக்கங்களையும் வசீகரிக்கிறது. வழக்கத்தைவிட அதிகமான அந்தரங்க தேவைகளால் உருவாக்கப்படும் படைப்புகள் அகத்துக்கும், புறத்துக்குமான ஒரு விளிம்பில் இருப்புக் கொள்கின்றன. மனவியல் கலையின் இன்னொரு வசீகரம் நாம் தனிப்பட்ட ஒரு உரையாடலை ஒட்டுக் கேட்பது போலவும், ஒருவருடைய அந்தரங்க உலகிற்குள் எட்டிப் பார்ப்பது போலவும் கற்பனை செய்துகொள்ளமுடியும்.

Deleuze மற்றும் *Guattari* கருத்துப்படி இதுபோன்ற அக உலகங்கள் ஒருபோதும் நாம் நினைப்பது போல் அந்தரங்கமானவையோ, தன் வயப்பட்டவையோ அல்ல. "தன் வயப்பட்டவன் பிரக்ஞையற்ற வடிவங்களில் சமூகத்தளத்தை ஆக்கிரமிக்கிறான். நாகரிகங்கள், பூகோளப்பகுதிகள், இனங்கள் பற்றி சிந்திக்கிறான். உலகின் எதிர்காலம் குறித்து தீவிர உணர்வு கொள்கிறான்." பூகோள, விஞ்ஞான மற்றும் கதிரியல் பயணங்கள் கொண்ட அடோல்ப் உல்ப்லியின் படைப்பு இதற்கு சரியான உதாரணம்.

மனவியல்கலை வலியுறுத்தும் மற்றொரு பிரமையானது யாராவது வழக்கமான வெளிப்பாட்டு மற்றும் தொடர்பு முறையில் கட்டுப்பாட்டை இழந்துவிடும்போது ஒரு குறிப்பிட்ட முடிவு அல்லது இலக்கை நோக்கிய ஒரு செயல் தனக்கான ஒரு திட்டத்துடன் செயல்படுவதாகத் தோன்றும்.

Voyager Francais-ன் ஓவியத்தின் மூலையில் உள்ள ஒரு கையெழுத்து ஒரு சிக்கலான வடிவமாக உருவெடுத்து அவருடைய முப்படைப்பையும் ஆக்ரமிக்கிறது. மனவியல் கலையின் குறிப்பிட்ட சார்பும், பிடிவாதத் தன்மையும் சில சிந்தனைகளின் உள் அழுத்தத்தினாலா அல்லது தற்செயலான குறிகள் மற்றும் ஹிப்னாடிச விளைவுகளால் உந்தப்பட்ட வெளி சக்திகளாலா என்று சொல்வது கடினம்,

மனப்பிறழ்வின் உண்மையான கலை இயக்கம் என்பது அது வழக்கமான வாசித்தலுக்கு உருவாக்கும் தடைகளால் சரியாக புரிந்துகொள்ளப்படவோ, தாண்டிப் போக முடியாமலோ இருக்கிறது. வேலை இருக்கிற இடத்தில் மனப் பிறழ்வுக்கு இடமில்லை என்கிற பூக்கோவின் வாதத்துக்கு இதுதான் பொருள் என்று நினைக்கிறேன், ஆனால் மனப் பிறழ்வு என்பது உச்சகட்ட மற்றும் அதீத எழுச்சி கொண்ட உத்வேகத்தின் ஒரு வடிவமாக கலைஞர்களை வசீகரிக்கிறது. தன்னை பைத்தியமாக்கும் அளவுக்கு தனக்கு வேலை அதிகமாக இருக்கிறது என்கிற உல்ப்லியின் முணுமுணுப்பை நாம் நினைவுகூர முடியும். கலையை உருவாக்கும் பல சாதாரண அனுபவங்களுக்குள் ஆழமாகப் பார்க்கும் போது மனப்பிறழ்வின் வடிவங்களை நாம் காணமுடியும். அவை நோய்க்கூறானவை அல்ல. ஆனால் அகம் - புறம், யதார்த்தம் - கற்பனை போன்ற வழக்கமான எல்லைக்கோடுகளிலிருந்து தற்காலிகமான விடுபடல். ஆனால் இவையே ஒரு நிரந்தர மான நிலையின் போது மன நோய்க்கூறாகின்றன. இந்த ரகசியம் அதை எதிர்கொள்கிற எந்தப் பார்வையாளரையும் பாதிக்கிறது. வேறெந்த திட்டவட்டமான அடையாளங்களை விடவும் இதுதான் கலைக்கும், மனப்பிறழ்வுக்குமான தொடர்பை உருவாக்குகிறது. கலைக்கும் மனப்பிறழ்வுக்குமான தொடர்புகள் குறித்த சில பிரபலமான கருத்தோட்டங்கள்:

கலை மற்றும் மனப்பிறழ்வு குறித்து உண்மைகளையும், அனுபவங்களையும் விட, நம்முடைய சிந்தனைகளையும், படிமங்களையும் தொடர்ந்து பாதிக்கிற வழக்கமான சில பிரமைகளை நாம் மறுபரிசீலனை செய்ய வேண்டும். ஆனால் அவைகளுடைய சக்தியை நாம் குறைத்து மதிப்பிட முடியாது.

அவைகளின் பாதிப்பு உண்மையிலேயே அதிகமானது. முதலாவது கருத்து கலைஞர்கள் என்பவர்கள் இயல்பாகவே அசாதாரணமானவர்கள். விதிவிலக்கானவர்கள். பார்ப்பது, உணர்வது சிந்திப்பது எல்லாவற்றிலும் மற்றவர்களை விட தீவிரமானவர்கள். எதிர்மறையான ஒரு கருத்து கலைஞர்கள் முன்கோபக்காரர்கள், மரியாதை போன்றவைகளை மீறிய நிர்ப்பந்தத்தில் இருப்பவர்கள். மற்றொரு கருத்து கலைஞர்கள் தங்களுக்கான உலகத்தில் வாழ்பவர்கள். உள் மற்றும் வெளி யதார்த்தங்களைப் போட்டு குழப்பிக் கொள்பவர்கள். தெளி வற்ற விஷயங்களுக்கு அர்த்தம் தேடிக்கொண்டிருப்பவர்கள். கடைசியாக ஒரு கருத்து கலைஞர்கள் இதுபோன்ற அந்தரங்கமான மற்றும் மனோதத்துவ விஷயங்களைவிட வெளிப்படையான விஷயங்களுக்காக கஷ்டப்படுபவர்கள். அதாவது புரிந்துகொள்ளப்படாமை, பாராட்டு இல்லாமை மற்றும் பணக்கஷ்டம் ஆகிய விஷயங்களுக்காக. இதுபோன்ற அவஸ்தை அவர்களுடைய கலைக்கு ஒரு வகையான ஊக்க சக்தியாகவும் கருதப்படுகிறது. வானம்பாடி ஒரு முள்ளின்மேல் நிற்க வைக்கப்படும்போது இன்னும் இனிமையாப் பாடுகிறது.

கொஞ்சம் வேறுபட்ட வடிவத்தில் இந்த பிரமைகள் எல்லாம் மனப் பிறழ்வுக்கும் பொருந்தும். கலைஞனைப் போலவே பிறழ்வு கொண்ட மனிதனும் வழக்கத்திலிருந்து மாறுபட்ட தீவிர உணர்வுகளுக்கு இரையாகிறான். சில சமயங்களில் சந்தோஷம், மற்ற நேரங்களில் கோபம், துயரம் அல்லது பயங்கரம் என இந்த உணர்ச்சிகள் எல்லாம் அதீத மானவை. கற்பனையானவை. ஆனால் மனப்பிறழ்வு கொண்டவன் வெளி உலகத்துடனான கட்டுப்பாட்டை இழந்து விடுவதாலும், நாம் பார்ப்பதுபோல் உலகத்தை பார்க்க முடியாததாலும் இந்த உணர்ச்சிகள் இன்னும் அதிகமாகின்றன. அவனுடைய நடத்தையும், மொழியும் அசாதாரணமாகின்றன. அவர்கள் சிந்தனைகளை உள் வாங்கும் விதம் பிறழ்வு கொண்டதாகவும், பிரமை, மாயத் தோற்றம் கொண்டிருப்பதாகவும் நாம் முடிவுகட்ட வேண்டி யுள்ளது. அவர்களுடைய பிரமைகளாலான உலகத்தை மனநோய் காப்பக நிறுவனத்தின் சிறைவைப்பு அடையாளப் படுத்துவதோடு மட்டுமில்லாமல் அதிகரிக்கவும் செய்கிறது.

புதிய உருவாக்கம் என்கிற நிர்ப்பந்தத்தால் தூண்டப்பட்ட பராக்கிரமசாலிகளாக கலைஞர்கள் கற்பனை செய்யப்படு கிறார்கள். ஆனால் சோகமயமாக, உத்வேகத்துக்கு இரையான வர்களாக, கலைக்காக இங்கும் அங்கும் அலைக்கழிக்கப்படு வர்களாக இருக்கிறார்கள். அதற்கான காரணங்களை அவர்களால் விளக்க முடியாது. மனோதத்துவ ஆராய்ச்சி இந்த விசேஷமான குணங்களுக்கு ஒரு பிரத்யேகமான விளக்கத்தை எப்போதும் அளிக்கிறது. கலை உருவாக்கத்துக்கான பிரக்ஞை பூர்வமற்ற உந்துதலாக சிறுவயதின் ஏதாவது ஒரு குறை அல்லது விபத்தை சுட்டிக்காட்டி அதனுடைய பாதிப்பை தற்போதை கற்பனையின் சில ஒழுங்கீனங்கள் அல்லது தொடர்ந்த வலியுறுத்தல்கள் மூலம் அடையாளம் காண யோசனை சொல்கிறது. மனநோய் மருத்துவ முறை பிரக்ஞை பூர்வமற்ற சக்திகள் மூலம் சுய கட்டுப்பாட்டை மீறுவதை வலியுறுத்துகிறது என்றால் மனவியல் கலை இயல்பான உந்துதல் மற்றும் முறைமைகளால் ஒரு வலிந்த கட்டுப்பாடு இல்லாமல் இன்னும் அதிகமான நிர்ப்பந்தத்தை உருவாக்குகிறது.

பல வழிகளில் ஒரு மனவியல் கலைஞனின் பிம்பம் ஒரு கலை மேதையின் மறுபதிப்பாகவே இருக்கிறது. தங்கு தடையற்ற இயல்பான ஒரு படைப்பாளியாக. ஆனால் துன்புற்றும், வதைக்கப்பட்டும் தோற்றம் கொண்டு - அதனால் இந்த நூற்றாண்டின் இடையில் மன நல மருத்துவம் மன இயல் கலையை மனநோயின் ஒரு குறிப்பிட்ட போக்கின் நேரடிச் சாட்சியமாக எடுத்துக்கொண்டதில் ஆச்சரியம் இல்லை. ஆனால் அதிகாரப்பூர்வமாக அறிவிக்கப்பட்ட மன நோயாளிகளில் கலை உருவாக்கத்தில் ஈடுபட்டவர்கள் மிகச் சிறுபான்மையினரே. இரண்டு சதவிகிதமாக இருக்கலாம். உல்ப்லி அல்லது அலாய்ஸ் போன்ற படைப்பாளிகள் மனநோயாளிகளோ இல்லையோ அவர்களது படைப்புகளை ஓரளவுக்கு இது போன்ற ஆய்வுக்கு உட்படுத்த முடியும்.

கலைப்படைப்புகளுக்கும், பிறழ்வு மன நிலைகளுக்குமான இந்தத் தொடர்புகளை பல வழிகளில் நாம் யோசித்துப் பார்க்க முடியும். முதலில் அவைகளின் அடையாளங்கள்

பற்றிய பார்வை. கலையின் மனோதத்துவ வாசிப்புகளி லெல்லாம் அதன் அடையாளங்கள் என்பவை பெரும்பாலும் நாடி சம்பந்தப்பட்டவை. படைப்பின் அசலான வடிவத்தை விட அதன் உள்நோக்கங்களை ஆழ்ந்து பார்க்கும் நிலை யிலேயே அடையாளங்கள் தங்களை வெளிப்படுத்திக்கொள் கின்றன. மனவியல் கலையின் சிதைவு, குவிப்பு, பாலியல் குறியீடுகள். பூடகத்தன்மை போன்ற அழகியல் குணாம்சங்கள் எல்லாம் மனநோயின் மனோதத்துவ அடையாளங்களுடன் நேரடியான தொடர்பு கொண்டவை. *Prinzhon* அவருடைய முதல் படைப்பான *'Artistry of the Mentally ill'* (1922) புத்த கத்தில் இதன் நுட்பமான பகுதிகளை விரிவாகச் சொல்லி யிருக்கிறார். ஆனால் புத்தகத்தின் பின்பகுதியில் அதன் மருத்துவ சார்பு பற்றி கடுமையாக விமர்சித்திருந்தார். மற்ற மன நல மருத்துவர்கள் இவ்வளவு நுட்பமாக இல்லை. இந்த காலகட்டத்தில் பல புத்தகங்களில் ஆரம்பகால நவீன ஓவியத்தின் கூறுகள் *(Cezanne, Kandinsky)* மனநல மருத்துவ சொல்லாடல்களுடன் ஆராயப்பட்டிருந்தன. *(Schizoid போக்குகள்).*

Prinzhon-ஐப் பொறுத்தவரை நவீன ஓவியத்துக்கும், மன இயல்கலைக்குமுள்ள முக்கியமான தடை தற்போதைய நடைமுறைகளைப் பற்றிய கவனம் இல்லாமல் முழுவதும் மனோதத்துவ குணாம்சங்கள் கொண்ட ஒரு உலகை உருவாக்க முயற்சிப்பதுதான். இதுபோன்ற உள் உலகக் கூறுகளை உடனடியாக வெளிப்படுத்த முடியாமல் போனால் லயத்துடன் திரும்பத் திரும்பக் கூறல், உடற்கூறு சார்ந்த பார்வை, இயற்கைவாத பாணி போன்ற உள்ளுணர்வு வெளிப்பாடுகள் அவைகளின் இடத்தை எடுத்துக்கொள்ள முயல்கின்றன.

எப்படியிருந்தாலும் வெளிப்பாட்டுக்கலையும், மனவியல் கலையும் கலைஞனின் உள் உலகத்தின் நேரடிப் பதிவுகளாகவே பார்க்கப்படுகின்றன. பிரமை அல்லது மாயம் என்று முத்திரை குத்தப்பட்ட தொற்று நோய்க்கூறுகளுடன் மனப் பிறழ்வு சம்பந்தப்பட்டிருப்பதால் இது நிகழ்கிறது. இந்த மனத் திறவுகோல் என்கிற மாதிரி கலைஞனின் கற்பனைத்

தோற்றங்களுக்கும், கலைஞனின் கனவு, பார்வை மற்றும் பிரமைகளுக்கும் இடையில் உடனடியான ஒரு அடையாள மாகிறது. கலைஞனின் உந்துதலற்ற வெளிப்பாட்டு பதிவுகளாக நாடகத்தன்மை குறைந்த சித்திரிப்புகள் கோடு, நிறம், கலவை ஆகிய கூறுகளில் அதிக கவனம் செலுத்துகின்றன.

பயிற்சி பெற்ற கலைஞர்கள் தாங்கள் உணரும் எந்தவித மனநிலையையும் சித்தரிக்கும் திறன் படைத்தவர்கள். *Guttmann* மற்றும் *Maclay 1930*களில் மேற்கொண்ட பரிசோதனை முயற்சிகளில் இவர்களே பயன்பட்டார்கள். அதனால் அவர்கள் மனப்பிறழ்வு பற்றி அதிக விரிவான சித்திரத்தை அளிப்பார்கள் என்று எதிர்பார்க்கப்பட்டார்கள். ஒரு சிறப்பான உதாரணம் *Willem kurelek*-ன் *'The Maze'*. ஆனால் கலைஞனின் மூளைக்குள்ளிருக்கும் இந்த குண ரீதியான வர்ணனைகளை கவனமாகப் பார்க்கும்போது அதிகம் திட்டமிட்டதாகவும், மிகைப்படுத்தப்பட்டதுமாகவே தோன்றும்.

ஒரு கலைப்படைப்பை அது குறிப்பிட்ட வரை யறையிலிருந்தும், எதிர்பார்ப்பிலிருந்தும் விலகியிருப்பதால், ஒரு மிகைப்படுத்தப்பட்ட அல்லது சிதைக்கப்பட்ட வெளிப்பாடாகவும் பார்க்க முடியும். இத்தகைய சிதைவுகள் தற்செயலாகவோ, முன்யோசனையற்றோ கூட இருக்கலாம். அதனால் இவை அடையாளங்களாகின்றன. அல்லது அவை திட்டமிட்டும் செய்யப்பட்டிருக்கலாம். அப்போது அவை தெளிவற்றும், முரண்பட்டும் தெரிகின்றன. இதன் பின்புலமோ, குறிப்பிட்ட சூழலோ தெரியாமல் இவைகளுக்கிடையிலுள்ள சமன்பாட்டை முடிவு செய்வது சிரமமானது. மனநோய் மருத்துவம் கலைப்படைப்புகளை ஒரு ஆய்வுக்கான அடையாளமாக பயன்படுத்தும்போது சில சந்தேகத்திற்குரிய அனுமானங்களை மேற்கொள்கிறது. கலைப்பயிற்சி இல்லாத நோயாளிகள் மனித உருவத்தை சித்தரிக்கும் போது அவை சாதாரணமாக ஒழுங்கான வடிவிலும், அளவிலுமே இருக்கும். அதிலிருந்து விலகிச்செல்வது என்பது ஒழுங்கீனம் அல்லது குழப்பம் என்பதுடனேயே தொடர்புபடுத்தப்படும்.

இவற்றின் மிகப்படுத்தப்பட்ட தன்மையால் இந்தக் குறிப்பிட்ட உதாரணங்களிலிருந்து குறை அல்லது தோல்வி என்பதை நாம் வலியுறுத்தாவிட்டாலும் இதுபோன்ற குழப்பங்கள் மன நோய் மருத்துவத்தின் மனோதத்துவ எல்லைக்குள்ளேயே வைத்துப் புரிந்துகொள்ளப்படவேண்டுமா என்கிற கேள்வியை சந்திக்க வேண்டியுள்ளது. பூக்கோ, டெல்யூஜ், மற்றும் ஹில்மேன் போன்றவர்கள் படைப்பு வெளிப்பாட்டில் மனப்பிறழ்வு என்பதை மன ஒழுங்கீனம் மற்றும் மனநோயுடன் நேரடியாக அடையாளப்படுத்துவதை கேள்விக்கு உட்படுத்தி இருக்கிறார்கள். எந்த வகையான மனப்பிறழ்வு?

இந்தக் கூறுகள் சம்பந்தப்பட்ட மனப்பிறழ்வு என்பது நவீன மன நோய் என்று குறிப்பிடப்பட்டவைகளைவிட அதிக விரிவானதும், முரண்பட்டதுமான ஒருவகை. பிளேட்டோ வகைப்படுத்திய பிறழ்வுகள் எல்லாம் சாமி யேற்றம் அல்லது, உற்சாகம், காதல், பிராயச்சித்தம், கடவுள் தன்மை அல்லது கவிதை சம்பந்தப்பட்டவை. இவை ஆபத்தானவைதான். உடலுக்கும் மனதுக்குமான உறவில் காயம் உண்டாகக் காரணமாக இருந்தவைதான். ஆனால், இவை மிகைப்படுத்தல், அதிகமான இருப்பு, வழக்கத்துக்கு மாறான தன்மை ஆகியவை சம்பந்தப்பட்டவை. ஆனால் பிறழ்வுகளின் மற்ற வடிவங்கள் எல்லாம் அறியாமை அல்லது குறைகளின் காரணமாக எழுபவை.

2

என்னுடைய தாத்தா நான் அவரைப் பார்க்க வரும் போதெல்லாம் பழமொழி போன்ற ஒன்றை என்னுடன் பகிர்ந்து கொள்வதாகக் சொல்வார். நாம் சேர்ந்து ஓவியம் வரை வோம் என்று உறுதியளிப்பார். அது இன்றுவரை நடக்கவில்லை. அது ஒரு தனிகதை. அவர் சொல்வார் யூரி, எல்லா கலைஞர்களும் இயல்பாகவே கொஞ்சம் மனப்பிறழ்வு

கொண்டவர்கள்தான். உண்மையோ, பொய்யோ எவ்வளவு தூரம் இந்தக் கருத்து சரியாக இருக்கும் என்று நான் ஆச்சரியப்படுவேன், கொஞ்சமாவது உண்மையிருக்குமா அதில்? மேலும் அது சும்மாயிருக்கும் கலைஞர்களுக்கும் பொருந்தி வருமா? இசை கேட்பவர்கள், கலையை உற்றுக் கவனித்து பாராட்டுபவர்கள், சுயமாக கலைப்படைப்பில் ஈடுபடுவர்கள். இவர்களை நான் பகல் கனவில் சஞ்சரிப் பவர்களாகத்தான் குறிப்பிடுகிறேன். பெரும்பான்மையினரிட மிருந்து மாறுபட்ட ஈடுபாடுகள் கொண்டிருப்பதால் நீயும், நானும் ஒரளவு பைத்தியக்காரர்களா? நாம் இன்னும் கவனிக்காத, ஜீரணிக்காத பிரச்சினைகள் நம்மிடம் உண்டா? தம்முடைய ஈடுபாடுகளிலும், படைப்பு மனத்திலும் ஏதாவது நோய்க்கூற்றின் அறிகுறி உண்டா? நம்முடைய மாறுபட்ட சுவைகள் ஏதாவது குறையின் வெளிப்பாடா? இது நோய்க் கூறு என்றால் தீவிரமான இசை மற்றும் கலைகுறித்த நமது பிரேமை, ஒளிந்து வாழ்பவர்களைப் பற்றிய நமது இரக்கம், சம்பிரதாயமான, பாதுகாப்பான விஷயங்கள் மற்றும் தமக்காக சிந்திக்கத் தெரியாதவர்களை சமாதானப்படுத்தவும், சந்தோஷப்படுத்தவும் மேற்கொள்ளும் முயற்சிகள் குறித்த நம்முடைய வெறுப்பு - இவையெல்லாம் எந்த அளவுக்கு தவறானவை? நாம் தவறாக வழிகாட்டப்பட்டிருக்கிறோமா? கற்பனையற்று போன பாதையிலேயே போகும் கட்டத்துடன் போகாமல் நாம் ஏன் இந்த கலை மற்றும் வெளிப்பாடு நோக்கி போகவேண்டும்? நமக்கு வேறுபட்ட தேவைகள் இருக்கின்றன. ஆனால் அவை செயற்கையானவையா? இந்தப் போக்கு நம்முடைய ஈடுபாடுகள் வளர்ந்த பிறகு உருவானதா, அதற்கு முன்பா? அவை உண்மையிலேயே இயல்பானவை தானா? தவறான தேவைகளுக்கு எதிரான இயல்பான தேவைகள் என்பதின் பொருள் என்ன - கலைஞன், படைப்பாளி, சும்மா இருப்பவர், இயங்கிக்கொண் டிருப்பவர் என்கிற நிலைகளிலிருந்து?

இதுபோன்ற எல்லா கற்பிதங்களையும் விட்டுவிட்டு நம் முடைய மனத்தை எல்லா கசடுகளிலிருந்தும் விடுவித்துக் கொண்டு நம்முடைய இருப்பையும், உலக இருப்பையும் தெளிவாகப் பார்த்தால். டெஸ்கார்தேயின் சுற்றுப்படி

அடுப்பின் மேல் உட்கார்ந்து கொண்டு அந்த உண்மையைத் தேடினால், அது அவ்வளவு எளிதான விஷயம் அல்ல என்பது தெரியவரும். உண்மையில் எல்லோரும் நினைப்பதைவிட அதிக சிரமமானது. இருந்தாலும் சில விதிமுறைகளும், தொடர்புக்கான இழைகளும் உள்ளன. இந்தச் சந்தர்ப்பத்தில் சரியாக பயன்படுத்தப்படும் போது ஏதாவது தீர்வுக்கான பொறிகள் கிடைக்கும். அல்லது சில விளக்கங்களாவது கிடைக்கும். இந்தக் கட்டுடைப்பின் வழி நான் என்னையே ஒரு முக்கியமான உதாரணமாக பாவித்துக் கொள்கிறேன். ஏனென்றால் இந்த உலகத்தில் என்னுடைய நோக்கங்களைப் பற்றி நான் மட்டும்தான் உறுதியாகக் கூறமுடியும்.

மனப்பிறழ்வு என்பது காவிய காலத்திலும் அதற்கு முன்பும் கருதப்பட்டு வந்தது போல ஒருவனுடைய ஈடுபாடுகளுடன் சம்பந்தப்பட்டது என்றால் அதாவது நீ என்பது, நீ சாப்பிடுவதுதான்' என்றால் நம்முடைய ஆளுமையில் ஏதோ உறுதியற்ற, கபடமான, குழப்பமான விஷயம் இருக்கிறது என்பது நிச்சயம். ஒருவனுடைய வேதனையை, தன்னுடைய சந்தோஷமாக ஒருவன் பார்த்தால் அவனுடைய மனநிலை பற்றி என்ன சொல்வது? மேலோட்டமாக இதை சாடிஸ்ட் குணம் என்று சொல்வதா அல்லது இந்த வலி, வேதனை, கஷ்டம், மறுப்பு இவற்றை நேசிப்பது மனநோயின் அறிகுறியா அல்லது முற்றிலும் வேறானதாக, ஒருவேளை ஒரு திணிக்கப்பட்ட சமாதானமாக இருக்குமா? இசையிலும், கலையிலும் தன்னுடைய சுவைக்கேற்றபடி ஒருவன் எப்படி எதிர்வினையும், வெளிப்பாடும் செய்கிறானோ, அந்த வழியையே கடைப்பிடிக்க வேண்டும். அதாவது எந்த வழியில் தன்னுடைய அந்தரங்க மனநிலைமைகளை வெளி உலகத்துக்கு தெரியப்படுத்துகிறானோ, அப்படியே. என்னைப் பொறுத்தவரை எந்த அளவுக்கு ஒரு விஷயம் நாசகரமானதாக, சவால்விடக்கூடியதாக, மோதல் உருவாக்கக்கூடியதாக இருக்கிறதோ, அந்த அளவுக்கு ஆழமாக அது என்னை பாதிக்கிறது. என்னை சங்கடப்படுத்துகிறது. முழுவதுமாக என்னை நிலைகுலையச் செய்யாவிட்டாலும் எனக்குள் உறைந்துள்ள கோபங்களை அது வெளிக்கொணர்கிறது. அதிக பயனுள்ள

தாகவும் இருக்கிறது. இந்நிலையில் இவ்வளவு உழைப்பு, பலம், வலி வியர்வை எல்லாம் ஒரு கலை அல்லது இசைப்படைப்பின் மீது செலுத்தப்படும்போது அதன் இறுதி விளைவைப் பார்த்து படைப்பாளி தான் கௌரவிக்கப்பட்டதாக உணர்வது உண்மைதானே! இது ஒரு வலியில் இன்பம் காணும் குணமோ? இதுதான் எனக்கு அடிக்கடி சந்தேகமாக இருக்கிறது. ஒரு சாடிஸ்ட் வெறுமனே இசையை ரசிப்பது அல்லது கலையை உருவாக்குவது (அதன் மூலம் யாரையாவது அடிக்காமல் இருக்கும் வரை) என்பதைவிட தன்னுடைய வன்முறைக்கு மற்ற வடிகால்களையே வழக்கமாகத் தேடுகிறான். இது இறுதித் தீர்மானத்தை, அது எவ்வளவு குறுகியதாக இருந்தாலும், ஒரு விதமாகக் கைவிடுதல் அல்லது மூடிவிடுதல் என்பதாகவே இருக்கிறது. ஒரு தீவிரமான இசைக்கு நாம் இழுக்கப்படுவது ஒரு விதமான குழப்பம் அல்லது கட்டுப்பாடற்ற மனநிலை என்பதை நாம் ஒப்புக் கொண்டால், அதில் நாம் அடையும் ஏதாவது திருப்திக்கு காரணம் நமது வாழ்க்கையின் அதிகபட்ச ஒழுங்குதானே? நமக்கு தடைகளை மீறுவதற்கும், மறுப்பதற்கும், அழிப்பதற்கும், புதிதாக உருவாக்குவதற்கும் ஏதாவது ஒன்று தேவைப்படுகிறது. உண்மையில் குழப்பமும், ஒழுங்கும் கலையில் ஒன்றுக்கொன்று எதிரான கொள்கைகள் அல்ல. அந்தக் கொள்கை ஒரு உலோகத்துக்கு பொருந்தி வரலாம். ஆனால் ஒரு குழப்பமான, இரைச்சலான இசை ஒருங்கிணைக்கப்பட்டு ஒரு ஒழுங்கின் எல்லைகளுக்குள் கொண்டுவரப்படுகிறது.

குவிக்கப்படும் கவனம் அல்லது விழிப்புணர்வின் தரத்தைப் பொறுத்து, இந்த சம்பவம் மாற்றத்தின் ஒரு சிறப்பான அம்சத்தை வெளிப்படுத்துகிறது. இரைச்சலில் அது இன்னும் கவனத்துக்குரியதாக இருக்கிறது. ஏனென்றால் கலைஞர்கள் பிரக்ஞை பூர்வமாக குழப்பத்தை செதுக்கவும், கட்டுப்படுத்தவுமே கிளம்புகிறார்கள் - மிருகத்தை அல்லது பெரிய சூன்யத்தை கட்டுப்படுத்த இதுவும் ஒரு பார்வைதான், உள்ளிலும், வெளியிலுமான பார்வை. இந்தக் கோட்பாடு களெல்லாம், இவ்வளவு தொடர்பு கொண்டவையாக இருக்கின்றன. இவைகளிலிருந்து இப்படியான வெளிச்சம் கிடைக்கும் உடன்பாடு பெறமுடியும் என்பதெல்லாம்

ஆச்சரியமாக இருக்கிறது. இந்தக் குழப்பச் சூறாவளிகளின், நிச்சயமின்மையின் தற்செயல்களின் குறுகிய பிரதிகள் நம்மிடமே இருக்கின்றன. ஆனால் ரத்தின கம்பளத்தில் ஒழுங்குடன், அறிவு பூர்வமாக அல்லது போலித்தனமாக சுருட்டப்பட்டிருக்கின்றன. நம்முடைய சொந்த வாழ்க்கையின் பிரதிபலிப்புதானோ?

மனநோய் காப்பகத்தில் விடப்பட்ட ஒரு பெயர் தெரியாத பெண்... இந்தக் குழப்பம் அல்லது வன்முறை பற்றி விரிவாக பார்க்கும் போது ஒரு விஷயம் பலரை குழப்பத்துக்கு உள்ளாக்குவதாக. தோன்றுகிறது. அதாவது என்னைப் போல வெளியே அமைதியாகவும், நிதானமாகவும் உள்ள ஒருவன் எப்படி இது போல இசை, சினிமா, கலை இவற்றில் அதாவது தீவிரமான வாழ்க்கை முறை சம்பந்தப்பட்ட எதிலும் சுவை கொண்டவனாக இருக்க முடியும்? இவற்றில் எந்த தொடர்பையும் அவர்கள் பார்ப்பதாகத் தெரியவில்லை. ஏதாவது ஒரு வழியில் நான் இறுக்கமானவன் என்பது கூட இல்லை. நான் இசையை கவனிப்பதோ, கேட்பதோ மலிவான பரவசத்துக்காகவோ, நேரத்தை கழிப்பதற்காகவோ இல்லை. என்னைப் பொறுத்தவரை மற்ற எல்லா விஷயங்களையும் விட இது அறிவு மற்றும் அனுபவத்தின் எல்லைகளை வரைவது. ஒருவேளை இது ஒரு குதர்க்கமான கற்பனையாக இருக்கலாம். அதாவது ஒருவன் மனித அழிவு, வலி, வன்முறை, பயம் இவற்றின் எல்லைகள், மனநோயின் முழு உலகம் இவை எல்லாவற்றையும் முடிந்த அளவு கற்றுக் கொண்டு அளவுக்கதிகமாக போய்விடாதபடி தன்னை தொடர்ந்து கட்டுப்படுத்திக் கொள்கிறானோ? ஒருவேளை ஒரு குதர்க்கமான ஆனால் மாறுபட்ட சுவையின் விளைவினால் தான் முதல் மனிதன் இரண்டு கற்களை மோதி பொறியை உண்டாக்கி முதலில் நெருப்பை உருவாக்கினானோ? ஒருவன் தனக்குள் பார்த்து தன்னுடைய வாழ்க்கையையும், ஈடுபாடுகளையும் மைக்ராஸ்கோப்பினால் ஆராய்ந்துதான் இதற்கு பதில் கண்டுபிடிக்க வேண்டும் என்று நான் நம்புகிறேன். அந்த பார்வை இன்மைதான் மனிதனுடைய மனப்பிறழ்வுக்கு, போர் வெறிக்கு, கண்மூடித்தனமான வெறுப்புக்கு, அக்கறையின்மைக்கு காரணமாகிறது என்று

எனக்குத் தோன்றுகிறது. வன்முறை என்பது தன்னளவில் ஒரு தீர்மானமான அல்லது எதிர்மறையான கொள்கை அல்ல. இயற்கையின் சகஜமான வெளிப்பாடுகளிலிருந்து அதை வேறுபடுத்துவது அதன் வேகம் தான், ஆனால் அது எதிர்பாராமல் வருகிறது. ஒரு கலாப்பூர்வமான கற்பனை வெவ்வேறு அளவுகளில் வன்முறையின் மீதே செழிக்கிறது. மனதளவிலான வன்முறை தெளிவுபடுத்தப்பட வேண்டிய தில்லை. உள்ளுக்குள் மாற்றமும், எழுச்சியும் இல்லாமல் ஒரு கலைஞன் தேங்கிப் போகிறான். இறக்கிறான். ஆனால் உடல் ரீதியான வன்முறை புதிய வெளிச்சங்களுக்கும், கருத்துக் களுக்குமான தூண்டுகோலாக இருக்கிறது. நாம் எல்லோரும் இந்தக் கருத்துக்கு உடன்பட முடியும். அதாவது வன்முறை என்பது அளவிடப்படக்கூடியது. அதை விரும்பினாலும், விரும்பாவிட்டாலும் எந்த வகையிலாவது கலையிலும், கலை உருவாக்கத்திலும் மிக முக்கியமான பங்கை அது எப்போதும் வகிக்கிறது. மேலும் மிகவும் அப்பட்டமானதும், கொடுமை யானதுமான விளைவுகள் செயலற்ற தன்மையாலும், சும்மா இருப்பதாலுமே ஏற்படுகின்றன. அது விழிப்புணர்வு சார்ந்த விஷயமாக இருக்கிறது. கலையில் வன்முறைப் போக்கின் முழுசாரமும் இதுதான் என்று நினைக்கிறேன். அதனுடைய ஆழ அகலம் ஒருவனுடைய விழிப்புணர்வைப் பொறுத்தது. அது எந்த அளவுக்கு கட்டுப்படுத்தப்படுகிறதோ அந்த அளவுக்கு கவலைக்குரியதாக இருக்கிறது. ஜார்ஜ் பெர்னாட் ஷாவின் வார்த்தைகளில் சொல்வதானால் "அதிகாரம் மனிதர்களைக் கெடுப்பதில்லை. ஆனால் முட்டாள்கள் எப்படியாவது அதிகாரத்துக்கு வந்தால், அதிகாரத்தை கெடுக்கிறார்கள் இந்த சந்தர்ப்பத்தில் இது ஒரு அருவருப்பான உதாரணம். இப்போதெல்லாம் கலை ஈடுபாடு கொண்ட ஒருவனை, நிலவெளியை ஓவிமாக்கத் தெரிந்த ஒருவனை, பாடலை இசைக்கத் தெரிந்த ஒருவனை அதிகாரம் படைத்தவ னாகக் கருதுவது பொருத்தமற்றது. எப்படிப் பார்த்தாலும் அறிவு அதிகாரத்தைவிட சக்தி வாய்ந்தது. அப்படியில்லை என்றால் பில்கேட்ஸ் அல்லது டெட்டர்னர் புவி ஈர்ப்பு விசையின் அளவைக் கண்டுபிடித்திருக்கவில்லை என்பதும், வறுமையையும், பசியையும் ஒழித்துக்கட்ட ஒரு சூத்திரத்தை

கண்டு பிடித்திருக்கவில்லை என்பதும் ஆச்சரியமாக இருந் திருக்கும். இந்த உதாரணமும் தவறுதான். உண்மையில் நிறுவனம்தான் அதிகாரத்துக்கான இடத்தில் இருக்கிறது. அதை நடத்தும் மனிதர்கள் அல்ல. ஒரு வலுவான நிறு வனத்தின் தலைவரை விரட்டிவிட்டால் அவருடைய இடத்தை நிரப்ப இன்னொருவர் வருவார். இதுதான் அதி காரம் என்பது. ஆனால் நடைமுறை ரீதியாக புத்திசாலித்தனம் என்று சொல்ல முடியாது. ஏனென்றால் சமகால சமூகத்தின் பல கட்டுமானங்களை நாம் ஆராயும்போது அவை எவ்வளவு அபத்தமும், நாசத்தன்மையும் கொண்டவை (அப்படிப்பட்ட உள்நோக்கமில்லாவிட்டாலும்) என்பது தெரியவரும்.

கலை உருவாக்கத்திலும், படைப்பிலும் மனச்சோர்வு என்கிற அம்சத்துடன் முரண்பாடுகளும் சில பங்கை ஆற்று கின்றன. சோகமான இசையை இசைக்கும் பல கலைஞர்கள் மனச்சோர்வின் இரட்டைத் தன்மையை வெளிப்படுத்து கிறார்கள். மனநோய் சார்ந்த ஒரு சோர்வு இருக்கிறது. அது எதிர்மறையானது. அத்துடன் ஒரு சோகமான அம்சமும் இருக்கிறது. அது எதிர்மறையானது அல்ல. ஆனால், ஆக்க பூர்வமானதும் அல்ல. சோகம் அல்லது ஆவல் நிரம்பிய எதிர்பார்ப்பு என்பது நடுநிலை வாய்ந்தது. மனச்சோர்விலிருந்து விலகியிருப்பது, கனவுகளுடன் மிக நெருங்கிய உறவு கொண்டது. ஆனால் உண்மையில் சோர்வான இசை, சோக நாடகங்கள், திகில் கதைகள் இதுபோன்றவைகளை ஒருவன் விரும்புகிறான் என்றால் அவன் ஓரத்தில் ஊசலாடிக் கொண்டிருப்பவன் என்பதோ, வாழ்க்கையில் வெறுப்புற்றவன் என்பதோ அல்ல. இயற்கையாகவே அவன் கனவு காண்பவ னாக இருக்கலாம். நாளாக ஆக அவனுக்கு அதிக உணர்ச்சி வாய்ந்த வலுவான உத்வேகம் தேவைப்படலாம். இசையில் துக்கம் அல்லது வேதனையின் தீவிரம் என்பது இழப்பு, குழப்பம் மற்றும் எதிர்ப்பார்ப்புடன் ஏதாவது வகையில் சம்பந்தப்பட்டது. இது ஒரு விடுபடல் ஆனால் தலைகீழான விடுபடல். ஏதாவது சந்தோஷம் மூலமாக அல்ல. ஆனால் வேதனை, விலகல், தேர்ந்தெடுத்த தனிமை, கைவிடுதல் இவை மூலமாக, ஆனால் மௌனமாக உள்வாங்கப்பட்டோ அல்லது நேரடியான உருவாக்கத்திலோ மனச்சோர்வின்

இந்த இரண்டு வடிவங்களும் கலையில் ஒரு வலுவான பங்கை ஆற்றுகின்றன. வரலாற்றின் மிகப் பெரிய கலைஞர்கள் எல்லாம் மனச்சோர்வு மற்றும் பலவகையான மன நோயால் பாதிப்பு கொண்டவர்கள்தாம். ஒரு நம்பகத்தன்மை கொண்ட கலைப்படைப்பை உருவாக்கவும், அதே சமயம் உக்கிரமான உணர்வுகளை வெளிக்கொண்டு வரவும் அந்த உணர்வுகளை அவன் அனுபவித்திருக்கவேண்டும். ஒருவன் கலையை உருவாக்குவது போல் நடிக்கலாம். ஆனால் அது கொஞ்ச காலத்துக்குத்தான். மௌனப் படைப்பாளிகளான பார்வை யாளர்கள் கலைஞன் தன்னுடைய கலையில் பார்க்காததை எல்லாம் பார்க்கிறார்கள். அவர்களுடைய உதவியில்லாமல் கலைஞனால் அந்தப் பார்வையைப் பெறமுடியாது. ஆனால் ஒரு கலைஞன் தன்னுடைய உணர்ச்சிகளை அதிகபட்ச துல்லியமாகவும், விரிவாகவும் ஒரு ஓவியத்திலோ அல்லது பிரதியிலோ வெளிப்படுத்த முயன்றாலும், அவ்வளவு சிரமம் எடுத்துக்கொண்டு ஒரு பார்வையாளன் பார்ப்பதற்கு எது தூண்டுதலாக இருக்கிறது? அப்படி சிரமம் எடுத்துக் கொள்ளவில்லை என்றால் என்ன ஆகும்? கலைஞனுக்கு புகலிடம் இல்லாமல் போய்விடுமோ? ஆமாம். நாம் வரைவது, ஓவியம் தீட்டுவது, எழுதுவது, பாடுவது, நடிப்பது எல்லாம் தேவை கருதித்தானே. பிளாட்டோ சொல்வது போல் தேவைதானே கண்டுபிடிப்புகளுக்கெல்லாம் தாய். கலையை சார்ந்து வாழும் இவர்களது வாழ்க்கை கலை தரும் வெளியால் தூண்டப்பட்டு வண்ணம் கொள்கிறது. இந்த கௌரவம் அவர்களிடமிருந்து பறிக்கப்பட்டால் என்னவாகும்? Morphens-ன் விளையாட்டு மைதானத்துக்கான வழி காலவரையின்றி துண்டிக்கப்பட்டு பயன்பாட்டு விதிமுறைகள் மட்டும் இந்த உலகில் பின்பற்றப்பட்டால் என்னவாகும்? ஒரு மனநோய் உள்ள படைப்பாளி தன்னுடைய தவிப்புகளிலிருந்து விடுபடுவானா அல்லது முன்பை விட இன்னும் மோசமடைவானா? 17,18 ஆவது நூற்றாண்டு மன நிலை காப்பகங்கள் இதற்கு முன்பே பதிலளிக்கவில்லையா?

தனிமை, மனப்பிறழ்வு - இந்த உலகுடன் போராடியதற்கு கொடுக்கப்பட்ட விலை…. மற்றொரு கவனத்துக்குரிய விஷயம் கலையில் காணப்படும் நரம்பு நோய் சின்னங்கள்.

இந்த அசாதாரணமான கற்பனை உலகில் மூழ்கி ஏதோ ஒருவகையான ஒழுங்கீனத்தால் பாதிக்கப்படும் ஒருவனை நீங்கள் அடிக்கடி சந்தித்ததுண்டா? விலக்கப்பட்ட விஷயங்களுடன் தொடர்பு கொண்டு அதே சமயம் சமூகத்தில் எந்த பிரச்னையும் இல்லாமல் இயல்பாக கேள்விக்குட்படுத்தப்படாது வாழும் ஒருவனை நான் ஒருபோதும் சந்தித்ததில்லை. உண்மையில் பல நாகரீக சமுதாயங்கள் அழகியல் உச்சங்களால் மட்டும் இன்றிருக்கும் நிலைக்கு வரவில்லை. படைப்பு ரீதியான விஷயத்துக்கும், யந்திர ரீதியான ஆசைகள், ஒழுங்கு மற்றும் சீரான அமைப்பின் தேவைகள் கொண்ட வெளி உலகத்துக்கும் ஒரு பொருந்தாத்தன்மையும், உராய்வும் இருந்து கொண்டிருப்பது தெளிவாக தெரிகிறது. கலைப் பூர்வமான கற்பனை என்பது தன்னுடைய இயல்பிலேயே நாடோடித்தனமானது. அது வெறுமனே உட்கார்ந்து கொண்டு திருப்தியில் திளைக்க: விரும்புவதில்லை. பள்ளங்களிடையே பயணம் செய்துகொண்டு வரிகளுக்கிடையே இளைப்பாறுகிறது. கண்மூடித்தனமான இயங்குதலுக்கு அடிபணியவும், பயன்பாட்டு இலக்குகளுக்கு பணிபுரியவும் அது மறுக்கிறது. ஆனால் பலவந்தத்தால் கட்டுப்படுத்தப்படும் போது, விலங்குகள் இறுக்கப்படும்போது, அளவுக்கதிகமான சமரசத்துக்கு உட்படும்போது அபாய அறிவிப்பு நின்று விடுகிறது. உடல் தன்னுடைய ஆன்மாவை தாக்க ஆரம்பிக்கிறது. தன்னுடைய பழைய சக்தியை திரும்பப் பெறுவதற்காக தன்னடைய நிலைமையை மிகைப்படுத்திக் கொள்வதைத் தவிர சில சமயங்களில் அதற்கு வேறு வழி இல்லை. மனதை சாந்தப்படுத்துவதற்காக அது தன்னை வருத்திக் கொள்கிறது. உண்மையில் நரம்புத் தளர்ச்சி அல்லது சோர்வு என்பது போவதற்கு நேரம் வந்துவிட்டது என்று உடல் மனதிற்கு சொல்லும் பரிபாஷை அன்றி வேறென்ன? நரம்பு நோய்கள் ஒருபோதும் எளிமையானவையாக, கட்டுப்படுத்தக்கூடியவையாக இல்லை. பலகீனமான அடித்தளம் கொண்டவை அல்ல அவை. கொஞ்சம் நான் விலகிச் செல்கிறேன்.

கலை நம்முடைய நல்லதும், கெட்டதுமான குணங்களை மிகையாக அல்லது தூய்மையாக பிரதிபலித்தாலும் நாம்

ஏன் பிரக்ஞை பூர்வமாக அவற்றை எதிர்பார்க்க வேண்டும் என்பது புதிராக இருக்கிறது. நம்மிடம் ஏற்கனவே உள்ள விஷயங்கள் குறித்து நாம் ஏன் பாதிப்பு கொள்ளவேண்டும்? அடிப்படையாகவே நாம் மிகவும் பிற்போக்குத் தனமான வர்களா? நம்முடைய முயற்சிகளிலெல்லாம் நாம் ஒரு இறுதியான சமன்பாட்டை, நாம் கவனம் கொள்கிற பொருளிலெல்லாம் இசைவான சுவைகளை தேடுகிறோமா? வளரக்கூடிய அல்லது குறுக்கக்கூடிய விஷயங்கள் குறித்து ஏன் இவ்வளவு அக்கறை கொள்ளவேண்டும்? எப்படியிருந் தாலும் நம்முடைய சுயத்தையும், இருப்பையும்விட இவை ஏன் இவ்வளவு முன்னுரிமை பெறுகின்றன? இசையின் மூலம் தன்னையும், தன்னுடைய ஞாபகங்களையும் அழித்துக்கொள்ள ஏதாவது தேவை இருக்கிறதா? ஒவ்வொரு கலைஞனும் உள்ளுக்குள் பலகீனமும், கோழைத்தனமுமான ஒருவன் தானா? உண்மையில் கலை என்பது ஒரு சிக்கலான விஷயம்தான்...

இதுவரை நான் ஒரு நிலையான கோணத்திலிருந்து அதாவது நம்முடைய ஆளுமைகள் ஒரு காலக்கெடுவில் உறைந்து விடுவது போலவும், வெளி உலக பாதிப்பால் மாற்ற முடியாது போலவும். நாம் பிறந்தவுடன் ஒரு போட்டோ எடுப்பதைப் போல பிறகு மீதி வாழ்க்கையில் உள்ளுக்குள் மறைந்திருக்கும் விஷயங்களை சேர்க்கவும், ஆராய்ச்சி செய்வது போலவும் இந்தப் பிரச்சினையை அணுகினேன். மனிதர்கள் மனரீதியாகவும், உடல்ரீதியாகவும் வளர்கிறார்கள். பழக்கவழக்கங்கள் சிறிது சிறிதாக சேர்க்கப்பட்டு காலப் போக்கில் குவிக்கப்படும் போது நமது பிரக்ஞையில்லாமலேயே இயந்திர ரீதியாக ஒரு பண்பாட்டு முறை நமக்குள் நிகழ்கிறது. இந்த உலகில் தனக்கான ஒரு இடத்தைக் காண்பது அவ்வளவு மதிநுட்பம் வாய்ந்த விஷயமல்ல. இதுதான் கலை என்னும் கோட்பாட்டை ஒரு தேவையாக முன்வைக்கிறது. நடத்தை குறித்த விவாதத்துக்கு போவதற்கு முன்னால் நான் இந்தக் கேள்வியை முன்வைக்கிறேன். நீங்கள் உங்களுடைய உணர்வு களுக்கும், உங்களை பாதிக்கிற, உங்களை சுற்றியுள்ள மற்ற வர்களின் உணர்வுகளுக்கும் எவ்வளவு தூரம் இடமளிப்பவர் களாக இருக்கிறீர்கள்? நீங்கள் உங்களைப் பற்றி, வெளி

உலகத்தைப் பற்றி, உங்களைச் சுற்றியுள்ள எல்லாவற்றிலிருந்தும் உங்களை பாதுகாத்துக் கொள்வது பற்றியெல்லாம் அதிகம் அறிந்திருப்பதாக நடித்துக்கொண்டே இருக்கும்போது உங்களுடையதுதான் ஒரே பார்வை, கணக்கு, மற்றவர்களுடையதைவிட அது சரி அல்லது தவறு என்பதை நிச்சயமாக நீங்கள் எப்படி கூற முடியும்? இது நீட்சேயின் ஆரம்பகால சிந்தனையை ஒட்டியதாக இருக்கிறது. பொறுப்பு என்கிற பிரச்னையுடன் சம்பந்தப்பட்டதாக இருக்கிறது. மேலும் ஒருவன் தன்னுடைய வாழ்க்கையின் இறுதியான வேதனையைப் பார்க்க விரும்பினால், உண்மையில் அது ஒரு வியாபாரி தன்னுடைய இறுதியான லாபத்தை பார்க்க விரும்புவதிலிருந்து எப்படி வேறுபட்டதாக இருக்கும்? ஒருவன் தனக்கு மட்டும் அதிக நேர்மையாக இருப்பதில்லையா? இரண்டு செயல்களும் ஒரே கோணத்தில் பார்க்கும் போது விவேகமற்றவை, அபத்தமானவை. துன்பத்தில் சந்தோஷம் காண்பவன் சந்தேகமில்லாமல் பசி மற்றும் வறுமையில்தான் உழல்வான். ஆனால் வியாபாரி உயிரற்று, சூன்யமாக, எந்த உண்மையான மகிழ்ச்சியும் இல்லாமல் இருப்பான். (பசியுடன் இருக்கும் கலைஞர்களாகிய நாங்கள் அப்படித்தான் நம்புகிறோம். உண்மைதானே?) அவன் பெரும்பாலும் செத்தவன்தான். இதுவும் மனப் பிறழ்வுக்கு சமமான ஒரு நிலை தான், இருவரும் சமமான குற்றவாளிகள் தான். ஒரே ஒரு விதிவிலக்கு. ஒன்றில் அழிவு ஒருவனுடன் முடிகிறது. மற்றதில் அதன் பாதிப்பு எண்ணற்ற பலரைத் தாக்க முடியும். எண்ணிக்கையில்தான் வித்தியாசம். ஸ்டாலின் சொல்வது போல "ஒரு மரணம் என்றால் சோகம். லட்சம் மரணம் என்றால் அது புள்ளிவிவரக் கணக்கு".

மூளை அறுவைச் சிகிச்சையில் ஒரு படிப்பு...

குற்றவாளிகளை சீர்திருத்தும் முறையின் விவேகத் தன்மை சிந்திக்கப்பட வேண்டியது. கொடுமையான மற்றும் வழக்கத்துக்கு மாறான தண்டனைகள் பெரும்பாலும் சட்டவிரோதமாக்கப்பட்டுள்ளன, (ஒருவனை மனரீதியாக கொடுமைப்படுத்துவதும், தொலைக்காட்சி மற்றும் பிற

தகவல் சாதனங்களின் மூலம் அவனுடைய அடையாளத்தை நசுக்குவதும் இந்த அமைப்பினால், மறுக்கப்படாமல் ஆதரிக்கப்படுகின்றன என்றாலும்) அவனுக்கு கொல்லக்கூடிய ஊசியை போடுவது, விஷவாயுவை செலுத்துவது, அவனை எந்த நம்பிக்கையும் இல்லாமல் வாழ்நாள் முழுவதும் அதிக பாதுகாப்புள்ள சிறையில் அடைப்பது, முடிவில்லாத மனக்கொடுமைகளை அவன் மீது செலுத்துவது இவை யெல்லாம் அவன் தன்னைக் காப்பாற்றிக்கொள்ள பைத்திய மாவதைத் தவிர வேறு வழியில்லாமல் போகும் வரை. இது பரவாயில்லை. ஏற்றுக்கொள்ளப் படக்கூடியது. அவசிய மானதும் கூட. மேலும் இதுதான் தற்போதைய நடைமுறை. பொதுவாக ஏற்றுக்கொள்ளப்பட்ட எந்த நடைமுறையும் அதன் இயல்புப்படி சரியானதுதான். ஆனால் இயல்புக்கு மாறான உடல் ரீதியான தண்டனைகள் பற்றி என்ன சொல்வது? கொடுமையானதும், வழக்கத்துக்கு மாறானதுமான தண்டனைகளை நினைத்துப்பாருங்கள். அது சமூக ரீதியாக ஏற்றுக்கொள்ள முடியாதது.

வழக்கத்துக்கு மாறான தண்டனையை ஒருவனுக்கு கொடுப்பது என்பது அவன் கிரிமினல் குற்றவாளியாக இருந்தாலும், பக்கத்து வீட்டுக்காரனாக இருந்தாலும் பைத்தியக் காரத்தனமானது. கொடுமை, வன்முறை, சரி, தவறு ஆகிய கோட்பாடுகளின் சார்புத் தன்மைகள் எல்லோருக்கும் தெரியும். ஒவ்வொரு வார்த்தைக்கும் ஒரே மாதிரியான வரையறையை நாம் ஒப்புக்கொள்வதில்லை என்பதால் மட்டும் அவை சார்புடையவை அல்ல. ஆனால் உண்மையில் ஒவ்வொருவருக்கும் வித்தியாசமான. எதிர்வினை, பொறுத்துக்கொள்ளும் தன்மை, தேவைகள், விருப்பங்கள். வெறுப்புகள் உண்டு. அவை எந்த அளவுக்கு உருவாக்கப் படுகின்றன என்பதில்தான் பிரச்னை. இங்குதான் மனப்பிறழ்வு என்பது திரும்ப முடியாத இறுதிப் புள்ளியாக மீண்டும் வருகிறது. இந்தக் கோட்பாடு வாகன ஓட்டுனர்கள் தங்கள் எந்திரங்களுக்கு உணவாக புல்லையும், வைக்கோலையும் போடுகிற காலத்தின் எச்சமாகத்தான் இருக்கிறது. மனப்பிறழ்வு என்பதாக ஒரு விஷயம் இல்லை என்று நான் சொல்ல வரவில்லை. நான் சொல்வதெல்லாம் நம்முடைய கண்கள்

விளக்கு வெளிச்சத்துக்கு கூசும்போது அளவை இயந்திரங்கள் பெருகிவருகின்றன. ஆனால் ஆராய்ச்சிக்கான தளம் முன் பிருந்ததைவிட குறைந்து கொண்டே போகிறது. அதனுடைய பகுதிகளை மூடுபனியில் சுட்டிக்காட்ட முடியாத அளவுக்கு அது மிகவும் பூடகமாகிவிட்டது. என்னுடைய சுக வாழ்க்கையின் குழப்பங்களைப் பற்றி யோசித்துக் கொண்டிருக்கும் போது என்னுடைய சிந்தனைகளையும், உணர்ச்சி பூர்வமான அனுபவங்களையும் நான் வாழும் சமூகத்தின் பிறழ்வுகளையும், அபத்தங்களையும் ஒழுங்குபடுத்தவும், விளங்கிக்கொள்ளவும் நான் மேற்கொண்ட முயற்சிகளிடையே உண்மை இப்போது எனக்கு தெளிவாகத் தெரிகிறது. அதன் பூடகத் தன்மையை நான் இப்போது தெளிவாகப் பார்க்கிறேன். துல்லியமான தகவல் வரை அதன் ஒவ்வொரு மங்கிய, இருண்ட பகுதியையும் நான் உனக்கு விளக்க முடியும். இந்த இரட்டைப் பொருள் கொண்ட கதையின் ஒவ்வொரு பகுதியையும் நான் விவரிக்க முடியும். ஆனால் அது இன்னும் விளக்க முடியாததாக, உள்ளே நுழைய முடியாததாக, பொய்யானதாக, கற்பனையானதாகத்தான் இருக்கிறது.

அக்கறையற்ற, பிடிவாதமான இந்த உலகத்தின் குளிரால் குருடாக்கப்பட்டு ஒரு கற்பனை உலக கலைச் சித்தரிப்பின் மூலம் ஒரு கைதியைப் போல என்னை தனிமைப்படுத்திக் கொள்கிறேன். நான் ஒரு படைப்பாளியாகிறேன். வாழ்க்கையே கலையாக உள்ள உலகில் நான் தனியே சுற்றுபவனாகிறேன். ஒவ்வொரு பக்கம் தலையைத் திருப்பும் போதும் ஒரு பெரிய ஓவியத்திற்கு அதிக வடிவங்களைச் சேர்க்கிறேன். நான் எடுக்கும் ஒவ்வொரு தீர்மானமும் அழகியல் தொடர்ச்சியின் நீண்ட வரிசையில் முடிவடைந்து அடுத்த பகுதிக்கு போய் இறுதிக்கட்டம் வரை நீள்கிறது. அதை நானே பார்க்க முடியாமல் போகும். முழுமைக்கு வந்தவுடன் எல்லாம் மற்றொரு புள்ளியான படிமமாகிறது. ஆனால் இதன் முக்கியத்துவம் குறைவதில்லை. முடிவற்ற கதிரியல் வட்டத்தில் இது திரள்கிறது. இதுதான் விதி பற்றிய கலாப்பூர்வமான விளக்கமா? அது நான் தீர்மானிக்கப் படக்கூடியதல்ல. அதை மற்றவர்கள் முடிவுக்கு விட்டுவிடுகிறேன். அதுவும் என்னுடை

யதைப் போலவே வண்ணமயமாகவும், பிரிந்து பிரிந்து செல்லக்கூடியதாகவும் இருக்கும் என்று நம்புகிறேன்.

ஆனால் மனப் பிறழ்வின் முழுப்பரிமாணத்தையும், நம்முடைய படைப்பு நிலைகளுடன் அதன் தொடர்பையும் சரியாக கணிப்பதற்கு இந்த சார்புத்தன்மை என்கிற பிரச்னை யிலிருந்து முதலில் விடுபட வேண்டும். அந்தப் படைப்பு நிலைகள் இயல்பாகவே கட்டுப்பாடுகளுக்கும், கற்பனைத் தடைகளுக்கும் எதிரானவை.

நேரடியாக சொல்வதானால் படைப்புணர்வின் வெளிப் பாடான கலைக்கு என்று சில கட்டுமானங்கள் இருக்கின்றன. ஆனால் அவை தாறுமாறாகக் கிடக்கின்றன. எப்போது ஒரு விஷயம் உருவாக்க நிலையிலிருந்து, உற்பத்தி நிலைக்கு மாறுகிறதோ அப்போதே என்னுடைய பார்வையில் அது கலைக்கான இருப்பை இழக்கிறது.

இனி அது ஒரு பொதுச் சொத்தாகிறது. அதனுடைய எல்லைகளும், பரிமாணங்களும் கட்டமைக்கப்பட்டு விடுகின்றன. ஒரு அசலான சுய வெளிப்பாடு என்பதிலிருந்து விலகி அது உடனடியான இலக்குகளைப் பெற்று விடுகிறது. உதாரணமாக உயர் மத்திய வர்க்கத்தின் விருப்பங்களுக்காக தனியார் நிறுவனத்தால் விஞ்ஞான பூர்வமாக உருவாக்கப்பட்ட ஒரு கார் கலை வெளிப்பாட்டுடன் என்ன தொடர்பு கொண்டுள்ளது? சில ஆதாயங்களுக்காக உருவாக்கப்படும் ஒரு விஷயத்துக்கு கலையுடன் என்ன சம்பந்தம்? இதுவரை வேறொன்றாக வேஷமிட்டுக்கொண்டிருந்துவிட்டு ஒரு விஷயம் வியாபாரம் என்கிற எல்லைக்குள் நுழையும்போதே அது ஒரு பரிகாரம், ஒரு மலிவான கிளர்ச்சி, ஒரு சமாதானம், மறதி, சுய அழிப்பு என்பதாகவே இருக்கிறது. சில விஷயங்கள் கலை என்று அழைக்கப்பட உரிமை கொண்டவை அல்ல. ஆனால் அப்படி அழைக்கப்படுவதுதான் மனப்பிறழ்வு கோட்பாட்டுடன் இணைந்த பூடகத் தன்மைக்கு சரியான உதாரணம். அது பொய்யானது, அர்த்தமற்றது. அறிவு பூர்வமான தோற்றம் கொண்டது. ஆனால் உண்மையில் அப்படி இல்லை.

ஆனால் கலை மனத்தின் அசலான வெளிப்பாடாக வரும்போது மேலே வரையறுக்கப்பட்ட உற்பத்திப் பொருள் என்பதற்கு எதிரான அர்த்தத்திலேயே வருகிறது. முழுவதும் சுயம் சார்ந்ததாக, அது மனப்பிறழ்வு கொண்டவர்களின் மொழியுடன் எவ்வளவு தொடர்பு கொண்டுள்ளது. அவர்களும் ஒரு பரந்த பொருளில் கலைஞர்களாக கருதப்பட வேண்டியவர்கள். கற்பனையின் விரிந்த பரப்பில் சுதந்திரமாக உலவக் கூடியவர்கள். சம்பிரதாயமான சட்டதிட்டங்களுக்கு கட்டுப்பட்டவர்கள் தான். மனப்பிறழ்வு கொண்டவர்களுக்கும், கலைஞர்களுக்கும் ஒரு முக்கியமான வித்தியாசம் இருப்பதாக நினைக்கிறேன். கலைஞனிடம் கட்டுப்பாட்டின் எல்லைகள் பத்திரமாக இருக்கின்றன. ஆனால் ஒரு மனப்பிறழ்வு கொண்டவனுக்கு சுதந்திரம் இருப்பதாகத் தோன்றினாலும், உண்மையில் அவனிடம் எதுவும் இல்லை.

அவன் உடல் ரீதியாகவும், மன ரீதியாகவும், அடிமையாகி, தொடர்புக்கான எந்த நம்பிக்கையும் அற்று பிதற்றல் உலகத்துக்குள் அடைபடுகிறான். இதுதான் பித்தர்களைப் பற்றிய மாதிரி வரையறை. மிகவும் பொதுவான கடுமையான வரையறை, ஆனால் இந்த வரையறைதான் அந்த கோட்பாட்டுக்கும், படைப்புருவாக்க மனநிலைகளுக்கும் உள்ள தொடர்புகளை ஆய்வதற்கு அவசியமாகிறது. படைப்பு மனப்பான்மை என்பது சாதாரண வேலையிலிருந்தும், நகல் செய்வதிலிருந்தும் தன் அசல் தன்மையின் தரத்தால் வேறுபடுகிறது. அசல் தன்மையில் தூய்மை என்கிற அம்சம் மையமாக இருக்கிறது. கலையின் இந்தத் தூய்மையும், வெகுளித்தனமும் விரிவடையும் போது வெளி உலகத்திலிருந்து அது மேலும் விலகிப் போகிறது. இந்த சிந்தனையை அதன் தர்க்கரீதியான முடிவை நோக்கி நகர்த்தும்போது அதிகபட்ச தூய்மையான கலை என்பது முற்றிலும் தொடர்புகொள்ள முடியாததாகிறது. அதனுடைய மொழி நடைமுறையிலிருந்தும், தர்க்கத்திலிருந்தும் விலகியதாக இருக்கிறது. அதன் அமைப்பு படைப்பு மற்றும் உள்மன உணர்வுகளை தூண்டுவதைவிட தடை செய்வதாகவே இருக்கிறது. சுதந்திரமாக தன்னை வெளிப்படுத்திக்கொள்ள இயலாமலும் தன்னுடைய அர்த்தத்தை காப்பாற்றிக்கொள்ள இயலாமலும் இருக்கிறது.

இங்கிருந்துதான் நாம் எல்லா மனப் பிறழ்வு கொண்ட கவிஞர்களையும் கலைஞர்களையும் எதிர்கொள்ள வேண்டி யிருக்கிறது. அவர்களுடைய படைப்பு மனதை பரவசப்படுத்த தவறுவதில்லை. விமர்சகரையும், அறிஞரையும் அதனுடைய அர்த்தத்தையும், மதிப்பையும் தேடுவதற்கு அடிக்கடி தூண்டிக்கொண்டே இருக்கிறது. அவர்களுடைய படைப்பு அளவில் பெரிதென தவறாகப் புரிந்துகொள்ளப் படுகிறது. ஆனால் கட்டுப்பாடற்ற ஒரு மொழியுடன் புரிதலை தொடர்வது பயனற்றதாகவே ஆகிறது.

ஒரு சித்தப் பிரமை பிடித்த உலகில் எதையும் முழுதும் பைத்தியக்காரத்தனமென்று குறிப்பிட்டுக் காட்ட முடியாது. இதே கோட்பாடு தூய்மை, தெளிவு ஆகிய லட்சியவாத நிலைப்பாடுகளுக்கும் பொருந்தும். நாம் நம்முடைய வரையறைகளையும், கோட்பாடுகளையும் ஒப்புமை மற்றும் வேற்றுமைகளிலிருந்தே பெறுகிறோம். இந்த ஒற்றுமைகளும், வேற்றுமைகளும் தான் உலகைப் பற்றிய நம்முடைய கண்ணோட்டமாக மாறுகின்றன.

நம்முடைய கண்ணோட்டங்கள் நம்முடைய இயல்பான நிலைமைகளையும், உணர்வுகளையும் விருப்பு வெறுப்பு களையும், எதிர்கொள்கிற அளவைப் பொறுத்தே நாம் தனிமனிதர்களாகவும், வளர்ச்சி அடைந்த மனிதர்களாகவும் வரையறுக்கப்படுகிறோம். புதுமொழி, தொடர்புக்கான புதிய வழிகள், புதிய வண்ணங்கள், ஓசைகள் இவற்றை கண்டுபிடிப்பவர்கள் தெளிவற்றதும் நுழைய முடியாததுமான மங்கலான பகுதிகளில் நிறைந்திருப்பவர்கள். நாம் இதை மனப்பிறழ்வு என அழைக்கலாம். ஆனால் நமக்குத் தெரியாதது அவர்களுக்குத் தெரிந்திருக்கிறது என்பதை நான் உணர்கிறேன். அது என்ன என்பதை நான் கண்டுபிடிக்க விரும்பினால், அது என்னுடைய தவறா?' என்னுடைய புரிதல் அளவை நான் விரிவுபடுத்த விரும்புகிறேன், ஒரு கலைஞனாக, ஒரு மனிதனாக என்னுடைய திறமைகளையும், எல்லைகளையும் கூட. என்னுடைய பார்வைக்குட்பட்ட ஒவ்வொரு பகுதியையும் தான், ஆராய்ச்சிக்கான பகுதிகள் இருந்து கொண்டே இருக்கின்றன. ஆராயப்படாதவைகளும்,

மனத்தடை, தீட்டு, புரிந்து கொள்ளாமை, அறியாமை இவற்றால் புறக்கணிக்கப்பட்டவைகளும், நிராகரிக்கப் பட்டவைகளும் கூட. மற்ற பகுதிகள் தங்கள் வளத்தையும், சத்தையும் இழந்து கொண்டிருக்கின்றன. நாம் உயிர் வாழ முடிந்த எல்லாவற்றையும் சாப்பிட வேண்டியிருக்கிறது. இதுதான் நாம் வாழ, சாப்பிட, அழிக்க, உருவாக்க தொடர்பு கொள்ள ஒரே காரணம் இல்லையா? இல்லை. கற்பனையை விடவும் சில விஷயங்கள் வாழ்க்கையில் அதிக முக்கியத்துவம் வாய்ந்தவை... ●

8
எங்கிருந்தோ பார்க்கக்கூடியது

மணி கௌல்

(மணி கௌல் புகழ்பெற்ற இந்தி திரைப்பட இயக்குனர். ரித்விக் கடக்கின் மாணவரான இவர் தன்னுடைய கலைசினிமா பாணிக்காக அறியப்படுபவர். உஸ்சி ரோட்டி, துவிதா, ஆஷாத் கா ஏக் தின் போன்ற முக்கிய திரைப்படங்களை இயக்கியவர்)

கணிதரீதியிலான பார்வை வெளி என்பதை பொருள் மற்றும் அடிவான எல்லையின் பகுப்பாக பிரித்துப் பார்க்கக் கூடியது. பொருள் தன்னுடைய இடத்தைத் தீர்மானித்துக் கொள்கிறது. முன்புறக்காட்சி பெரிதாகி அடிவானம் மெல்லக் குறைந்து மறைகிறது,

ஏனென்றால் பார்வை என்பது பார்ப்பவனின் விழிப்புணர்வில் பதிவாகும் பொருளின் பரிமாணம் அல்ல, அதனால் தூண்டப்படும் உணர்வின் பதிவே இயல்பான தாகவும், உடனடியானதாகவும் ஏற்கப்படுகிறது. அதிகம் சிருஷ்டி செய்யப்பட்ட சமகால வடிவங்கள் எல்லாம் இத்தகைய பார்வையினால் உருவாக்கப்பட்டவையாக இருந்தாலும் அது பொருளையும் அதன் இருப்பையும் கட்டுப்படுத்துவதாகக் கொள்ள முடியாது, பார்வை என்பது ஒரு ஒருங்கிணைந்த மனித எல்லைக்கு தள்ளப்படுவதை ஏன் எதிர்க்க வேண்டும்?

இந்தப் பொருள் - அடிவானம் பிரிவுக்கு இணையாக புள்ளி - இடைவெளி என்கிற பிரிவு உள்ளது. வெளி குறித்த கற்பிதங்களை உருவாக்குவதில் இரண்டுக்கும் பங்கு உண்டு என்கிற அளவிலேயே அவை இணையானவை. உண்மையில் இந்த இரண்டு மாதிரிகளும்; எதிர் இணைவு கொண்டவை. பொருள் அடிவானம் என்கிற பிரிவு வெளியை ஓர் இருப்பாக, இன்மைக்கு வெளியிலுள்ள ஓர் இருப்பாக காட்டும் போது புள்ளி - இடைவெளி என்கிற பிரிவு வெளியை ஓர் இன்மையாக, இருப்புக்கு அகப்படாத ஓர் இன்மையாக காட்டுகிறது. பொருள் அடிவானம் பிரிவும் புள்ளி - இடைவெளி பிரிவும் வேறுபட்ட இணைவுகள் கொண்டவை. புள்ளி என்பது ஒரு விழிப்பு மனத்துக்குள் மிதந்து கொண்டிருக்கும் ஒரு தளமாக இடைவெளியுடன் உறுதியான தொடர்புகள் கொண்டதாக உள்ளது.

ஆனால் இடம்மாறிய இருப்பினால் சுட்டப்படும் பொருள் என்பது ஓர் எல்லையற்ற அடிவானத்தில் குவிக்கப் படுவதை விழைகிறது. இந்த இடமாற்றம் என்பது சுயத்திலிருந்து ஒரு குறிப்பிட்ட விலகலை, ஒரு குறைந்தபட்ச விலகலை சாத்தியப்படுத்தி பொருள் அல்லது வெளி மீது இருப்பை தீர்க்கமாக ஒருமுகப்படுத்துகிறது. பொருள் அடிவானம் மாதிரியில் இந்த விலகல் அதிகபட்சமாக செயல்பட்டு பொருள் மீது இருப்பின் சாய்தல் சாத்தியப்படுகிறது. இத்தகைய செயல்பாட்டினால் பொருள் மீது சுதந்திரமான விழிப்புணர்வை உருவாக்குவதே இதன் முடிவாகிறது. இதற்கு மாறாக புள்ளி - இடைவெளி பிரிவில் ஓர் எதிர்மறையான முறையில் இடையிலுள்ள வெளியை அழித்து இடைவெளியுடன் இணைய விழைவது சாத்தியப்படுகிறது. பொருள் - அடிவானம் பிரிவில் தவிர்க்க இயலாது இருப்பாக உணரப் படும் பொருளற்ற உலகம் பற்றிய ஒரு தவறான கற்பிதத்துக்கு. அது பொருளற்ற இருப்பைவிட ஆபத்தானதாக இல்லா விட்டாலும், புள்ளி இடைவெளி பிரிவின் இன்மை பற்றிய பார்வையால் தூண்டப்பட்டு அழைத்துச் செல்லப்படுகிறது. பொருள் அடிவானம் மாதிரியில் உண்மைக்கு மாறானது உயர்த்திப் பிடிக்கப்படுகிறது எனில் புள்ளி - இடைவெளி பிரிவில் உண்மை திரையிடப்படுகிறது.

கிறிஸ்துவ வண்ணக்கண்ணாடி வடிவங்கள் நிகழ் உலகின் கண்ணாடித் தன்மைகள் குறித்த கிரேக்க ரோமானிய ஆய்வுப் பார்வைகளை, அவை தங்கள் வளர்ந்துவரும் கோட்பாடுகளுக்கு ஆபத்து என எதிர்த்தன. ஆனால் வாடிகனைப் பொறுத்தவரை மறுமலர்ச்சிப் பார்வை என்பது நம்பிக்கைவாதத்துடன் இணைந்தது. எளிமை மற்றும் பிரம்மாண்டம் இணைந்த இயல்புப் பின்புலம், முப்பரிமாண எல்லையின்மையில் ஒன்று சேர்வது. இதற்கு முன்பாக ஆப்ரஹாமும் ஏஞ்சல்சும் ஒரு பொது வெளியிலான பின்புலத்தை முன்னெடுத்திருந்தாலும் இந்தக் கண்ணாடி வடிவங்கள் வெளிப்படாத மூன்றாம் பரிமாணத்துக்கு எதிராக அதே வெளியில் தங்கள் வரைவுகளை முன்வைத்தன. இயற்கையின் வடிவகணித அளவீட்டின் படி உருவான பார்வை இடைக்கால மற்றும் மறுமலர்ச்சி ஐரோப்பியக் கலைஞர்கள் வடிவமைத்து உருவாக்கிய ஓவியக் கூடங்களுக்கும், பாலங்களுக்கும், தேவாலயங்களுக்கும், கோட்டைகளுக்கும், சுரங்கப்பாதைகளுக்கும், மருத்துவமனைகளுக்கும், அணைகளுக்கும் செயல்பட்டது. சிறந்த கலைஞர்களான கட்டோ, உசேலோ, லியோனார்டோ, மைக்கேலாஞ்சலோ மற்றும் ரஃபேல் ஆகியோர் தங்கள் கருத்துகளையும், முடிவுகளையும், விருப்பங்களையும், தங்கள் படைப்புகளின் குறியீடுகளையும் எதிர்வரும் உலகத்துக்கு வெளிப்படையாகத் தெரிவித்தனர்.

வெளியை தோக்கிய ஒரு சிந்தனையின் பெரும் பிரசன்னத்தை ஒரு தனித்த பொருளின் இருப்பு கூட மறைக்கலாம். வெளி என்பது பல்வேறு தூரங்களாகவும், அளவுகளாகவும் சிதறுண்டது கோட்பாட்டிலிருந்து பார்வையியல் உருவானதை மறைத்திருக்கக் கூடும். க்யூபிஸ்டுகளும், பிக்காசோவும் வெவ்வேறு வழிகளில் பொருள் குறித்த தடையற்ற பார்வையை முதன்முதலாக வெளிப்படுத்தினர், ஆனால் பார்வையிலிருந்து பொருளை விடுவிக்கும் நிலையில் அவர்கள் பொருள்வெளி என்பதிலேயே நிலை பெற்றிருப்பதாகவும், அதைப் பழைய கருது கோள்களிலிருந்து மறு நிர்மாணம் செய்ய வேண்டும் என்றும் கருதினர். பொருளிலிருந்து வெளி முழுவதற்கான மேற்கத்திய ஓவிய பாணியின்

கவனத்தால் செசானின் வாட்டர்கலர் வண்ணப்பூச்சுகள் உருவாகி பால் க்ளீயின் கோட்பாடுகளுக்கு வழிவகுத்தன.

பொருளையே அழித்து விடுவது என்ற க்யூபிஸ்டுகளின் கோட்பாடுகளிலிருந்து முற்றிலும் வேறுபட்டு மொகலாய மினியேச்சர்கள் வெளி பற்றிய ஒரு கோட்பாடற்ற பார்வை யில் சமதள சிதைவுகளுக்குள் ஓர் ஓர்மையை கண்டுபிடித்தன. நீண்ட காலமாக ஓவியங்களில் உள்ள அளவுகளின் சீரற்ற தன்மைகளை பரந்த உண்மை நிலைகளை வெளிப்படுத்துவதில் உள்ள குறைபாடு என்றே கருதிவந்தோம். இன்று தனிப்பட்ட வெளிகளுக்கான அனுபவத்தை வெளிப்படுத்தும் முறைகளை நாம் அறிவோம். ஒரு குறிப்பிட்ட கோட்பாட்டு நிலையில் சமதளங்களும், அளவுகளும் இடம்மாறுவதில் உள்ள முரண்பாடு சில தத்துவார்த்த மற்றும் இசை வெளிப்பாடு களிலும் காணக்கூடியது. சமகாலத்தில் கபீரின் உதாரணம் உள்ளது. கோட்பாட்டுரீதியாக அவர் பெற்ற தரிசனங்கள் அவர் தினமும் துணி நெய்வதை கைவிடச் செய்யவில்லை. அலை அலையாக கடல் பொங்கி விழும் இயக்கம் போல அவர் இன்பங்களுக்கும், துன்பங்களுக்கும் ஒருபோதும் கண்ணையோ, காதையோ மூடிக்கொள்ளவில்லை. உடனடியானதும் இறுதியானதும் குறித்த இந்தப் புரிதல்தான் ஒற்றைப்பரிமாண இலக்கை ஒரு மினியேச்சர் வெளிப்பாட்டின் பன்முக காட்சிச் சிதறல்களாக, செவ்வியல் இந்திய இசையின் பாரம்பரிய விரிவாக்கம் போல, ஒற்றைக் கருத்தை மிதக்கும் ஒலிப்பரிமாணங்களாக மாற்றுகிறது.

இவ்வாறு மிஸ்கினா லால், பசவான் கேஷ கலான் போன்றவர்களுக்கு அபுல் ஃபாசலின் பிரதியை அக்பர்நாமா மினியேச்சர்களாக மாற்றுவதற்கு எல்லா வரலாற்று சித்திரிப்புகளையும் போல, சம்பவங்களை பட்டும் குறிப்பிட்டு சொல்லவேண்டிய அவசியம் ஏற்படவில்லை. இங்கு ஓர் அத்தியாயம் ஒரு நிகழ்வாக மாற்றப்பட்டு காலம் என்பது வழக்கமான தொடர்போல ஒரு நிகழ்விலிருந்து இன்னொரு நிகழ்வுக்கு மாறாமல் அந்த நிகழ்வுக்குள்ளேயே சைக்கிள் போன்ற குறியீடுகள் மூலம் பொருள்களின் இறுக்கமான செயல் மாற்றத்தில் சம்பவிக்கிறது, ஒரு சரித்திர நிகழ்வு

போல அந்த சம்பவம் அதற்குள்ளிருக்கும் மாறாத கருப் பொருளிலிருந்து, பிரித்துக் காட்டப்படுகிறது. அதாவது ஒரு சம்பவத்தை மறுநிர்மாணம் செய்வதற்கு, அதனுள்ளிருக்கும் நிலையான கருப்பொருளை புதிய சித்தரிப்புக்கு உள்ளாக்க வேண்டியுள்ளது. அந்த சம்பவம் ஒரு வரலாற்று உண்மையை குறிப்பிட்டால், அதன் சித்தரிப்பு வரலாற்றுத்தன்மை அல்லது அதோடு தொடர்புடைய ஒரு உண்மையைக் குறிப்பிடும்போது, மனிதர்கள், பொருள்கள், கட்டிடங்கள், மரங்கள், மிருகங்கள் மற்றும் ஆகாயம் ஆகியவைகளை சாராத ஒரு வெளி பற்றிய அனுபவம் சாத்தியப்படுகிறது.

சித்தரிப்பு என்பது ஒரு சம்பவத்தின் வரலாற்றுத்தன்மை, புகைப்படத்தரவுகள் பற்றும் கலைஞனின் நிலைப்பாடு சம்பந்தப்பட்டது. ஒரு மினியேச்சர் ஓவியத்தை தட்டும் செயல்கூட ஒருவகையிலான சித்தரிப்புதான். அதனால் எதிர்கொள்பவனின் பார்வைக்கு அப்பாற்பட்டு ஒரு வெளியை சிந்திக்கவோ நிர்மாணிக்கவோ முடியாது, உதாரணத்துக்கு, ஒரு இசைக்கோர்வையை எழுதி உருவாக்கும் போது, அது ஒரு சுயாதீன இசை வெளியில் அதை பாடு வதிலிருந்தும் வேறுபட்டது. இரண்டு முறைமைகளுக்கும் தேவைப்படும் கவனம் என்பது வேறானது. குறிப்பாக, நான் முதலில் இந்திய இசையில் இந்த மாறாத்தன்மையின் மாதிரிகளையும், அதே கோட்பாட்டை ஒரு மினியேச்சர் ஓவிய வரைதலிலும் குறிப்பிட்டு காட்டுகிறேன். இந்த மாறாத்தன்மை கோட்பாட்டை அக்பர்நாமாவில் உள்ள மொகலாய மினியேச்சர் ஓவியங்களுக்கு மட்டும் பொருத்திப் பார்ப்பது இந்திய ஓவியக்கலையை பொதுமைப்படுத்துவதாக அமைந்துவிடும். என்னுடைய முடிவுகள் ஓர் உலகளாவிய கோட்பாட்டிற்கான முன்னெடுப்பாக இல்லாமல் இருக்கலாம். ஆனால் சில குறிப்பிட்ட கலாச்சார மனநிலைகளிலிருந்து பெறப்பட்ட ஒரு ராகத்தை பாடுவதற்கும், ஒரு மினியேச்சர் ஓவியத்தை தீட்டுவதற்குமான பொதுவான அடித்தளங்கள் இவை. அக்பருடைய அரண்மனையில் உள்ள ஓவியர்கள் ஐரோப்பிய கலைப்பார்வை குறித்த வளர்ச்சிப் போக்குகளை அறிந்தவர்களாக இருக்கலாம். அப்படி இருந்தால் அவர்கள் தங்கள் பாரம்பரிய முறைகளை வளப்படுத்தும் முயற்சிகளிலும்,

புதிய காட்சிக் குறியீடுகளை வளர்த்தெடுப்பதிலும் கூட ஈடுபட்டிருப்பார்கள்.

க்ரிகோரியன் இசை உச்சாடணமும், ஐரோப்பிய பாலிஃபோனிக் இசைக்கூறுகளும் சிம்ஃபனி முறைமைக்கு மாறியது ஒரு பரந்த வெளியை ஆக்ரமிக்க இசையின் அளவீடுகளைப் பெருக்கும் ஒரு பேராவலே. வெளியை பகிர்தல் என்னும் எழுச்சியான உணர்வுடன் அது பொருளின் இருப்பைவிட அதன் ஆக்கலை மனதில் கொண்டு தன்வயப் படுத்தியது - க்வாலியரில் உள்ள ரா மன்சிங்கின் அரண்மனை யில் அப்போது நடந்த திரௌபதி ஆலாபனையில் நிகழ்ந்தது போல தனிமனித அனுபவம் என்கிற இந்திய மனோபாவத்தைப் புரிந்து கொள்ள பொருளின் தனித்தன்மை என்கிற விஷயம் முக்கியம் வாய்ந்ததாகிறது. ஸ்டீபன் ப்ரெக்ட் பார்ட் வில்சனின் நாடகம் சம்பந்தமாக, பொருள்களின் காட்சி மற்றும் கேள்வி குணாம்சங்கள் பற்றிய சோதனை முயற்சிகளில் ஈடுபட்டபோது, அவைகளின் ஒட்டுமொத்த பழமைக்கும், தனித்தன்மைகளுக்கும் இடையிலுள்ள தொடர்புகளை ஆராய்ந்தார். ஆச்சரியப்படும்படியாக அவருடைய கண்டு பிடிப்புகள் கேட்கப்படும் படைப்புகளைவிட தனித்தனி ராகங்களை உருவாக்குவதில் இந்திய இசையின் சாதனைகளை விளக்கும் விதமாக அமைந்திருந்தன, அதிகமாக கவனிக்கா விட்டாலும் ஒருவன் ஒரு பொருளின் குறிப்பிட்ட தன்மை களையும், அவை மாறாதவை என்பதையும் நன்கு அறிந்தவனாக இருக்கிறான் என்கிறார் ப்ரெக்ட். ஆனால் குறிப்பாக இல்லாத ஏதாவது ஒரு அடையாளம் பின்புலத்தில் மறைந்து போயிருக்கலாம். அதை அவன் குறிப்பாக இல்லாவிட்டாலும் ஏதோவிதத்தில் தொடர்பு கொண்டிருப் பதை உணர்கிறான். மாயத்தன்மை கொண்டதாக இல்லா விட்டாலும் ஒரு பொருள் அவன் கண்முன்னால் தன்னை மறுகட்டமைத்துக் கொள்கிறது. அவன் ஏதோ ஒரு குறிப்பிட்ட சமிக்ஞை மூலம் அதை உணர்ந்துகொள்வது போல் அதன் குறிப்பிட்ட தன்மைகள் சில முடிவுகளுக்கான வழிகளாகின்றன. எந்தக் குறிப்பிட்ட வகையிலும் இல்லாமலேயே அது மாற்ற மடைகிறது. மனிதனின் தனித்தன்மை குறித்த அனுபவம்போல் இல்லாமல் பார்க்கிற அல்லது கேட்கிற ஒரு பொருளுடன்

சோதனை செய்வது என்பது ஒரு பிரத்யேகமான முயற்சி அல்லது உந்துதலில்தான் சாத்தியப்படும் என்பதை ஏற்கிறார். அதில் ஒருவன் வெற்றிபெற்றால் அந்தப் பொருளின் இருப்பில் அவன் பங்குகொள்வதாக நினைக்கிறான், ப்ரெக்ட் குறிப்பிடும் பொருள் என்பது இங்கு முற்றிலுமுள்ள வெளி தான். ஆனால் அது நிதர்சனமாக இல்லாமல் காட்சியாக, இசையாக பரந்து விரவி இருக்கிறது.

இந்திய இசையில் ராக விரிவாக்க கோட்பாட்டை குறிக்கும் ஒரே சொல்லாக இருப்பது சுருதி, கிரேக்கத்திலும் *Latin* பொழியிலும் ராகம் என்பதற்கு அழுத்தம் என்றும் வேகம் என்றும் இரண்டு அர்த்தங்கள் உண்டு. சுருதி என்பது கேட்கும் பொருளாகவும், அதன் நீட்சியில் பெறும் அனுபவமாகவும் இருக்கிறது. *Sangeet Sarnavasal* என்ற ஒரு *13* ஆம் நாற்றாண்டு புத்தகத்தில் ஒரு *Parshvadeva* ஒரு பரி சோதனை மூலம் சுருதியின் மேன்மையை விளக்குகிறார். இரண்டு சங்கீத வாத்தியங்களின் நரம்புகளை அவற்றிலிருந்து ஒரேவிதமான ஒலி வரும் வரை ஒரு குறிப்பிட்ட கதியில் சுண்டி விடுவது. பிறகு ஒரு வாத்தியத்தின் நரம்பை அடுத்த கதிக்கு குறைத்து இரண்டு கதிகளிலிருந்தும் ஒரேமாதிரியான ஒலியை உருவாக்குவது, இரண்டு வாத்தியங்களையும் திரும்ப இசைக்கும்போது அந்தச் சிறிய ஒலிமாற்றம்தான் சுருதி அல்லது கேட்கப்படும் பொருளாகிறது. ஒரு சீரான இசைக்கு பழக்கப்பட்ட காதுகளுக்கு இந்த மாற்றம் ஏற்றுக்கொள்ள முடியாததாக இருக்கும். ஆனால் ஓர் ஈடுபாடுள்ள ரசிகனுக்கு சீரான தன்மை கொண்ட குறிப்பில் இறுக்கத்தை ஏற்றுவதும், இறக்குவதும் இந்திய இசையின் ஒரு முக்கிய உணர்ச்சிகரமான அனுபவமாகிறது. ஒரு பாரம்பரிய உத்தியாக சுருதி மட்டும் தான் ஸ்வரத்தின் ஏற்ற இறக்கங்களை ராகத்தின் குறிப்பிட்ட உணர்வுத்தளத்திற்கேற்ப ஒழுங்கு செய்கிறது. சுருதி என்பது குறிப்பிட்ட கதியில் உள்ளதை வேறுபட்ட எல்லைகளுக்கு இழுப்பதும், தொடர்ந்த இறுக்கத்தை உறுதி செய்வதும்தான், ஒரு சங்கதியின் இரண்டு குறிப்புகளுக்கிடையே தொடர்ந்த இயக்கம் வெவ்வேறுவிதமாக ஏற்படும்போது வேறுபட்ட அழுத்தங்களால் குறிப்பிட்ட தன்மைகள் மேலும் விரி வடையும். ஒரு குறிப்பிட்ட சுருதியை உள்ளடக்கிய சங்கதியை

கையாள்வதுதான் முக்கியமானதென்றாலும், ஒரு குறிப்பிட்ட ராகத்தில் உள்ள சுருதியானது எத்தகைய குறிப்புகளுக்கும் இசைவுகொண்டது.

ஒவ்வொரு ராகத்திலும் திரும்பத்திரும்பச் சொல்லப்படும் ஒரேமாதிரியான கட்டமைப்புகளில் சில குறைந்தபட்ச மாற்றங்களை உருவாக்கியபடி விரவிச் செல்லும் ஒரு முக்கிய வட்டப்பாதை அது. ஒரு குழந்தையின் அழுகையை சுலபமாக இசைச்சொற்களில் குறிப்பிட்டுவிட முடியாது. ஆனால் நான் குறிப்பிடும் சுருதியில் சுலபமாக அதை அடையாளம் காணமுடியும். சில அளவீடுகள் மூலம் சுருதி வட்டத்தின் குணாம்சத்தை விளக்குவது என்பது அதன் வளமையையும், தனித்துவத்தையும் குறைத்து மதிப்பிடுவதாகும். ஆனால் அது நிச்சயமாக ஒரே சமயத்தில் முழுமையின் - ஒரு பகுதியாகவும், முழுமையாகவும் தான் அதற்கான கட்டமைப்பில் உள்ளது. பிரபலமானதும் அறிவுப்புலம் சார்ந்ததுமான நம்பிக்கைகளைப் போல சுருதி என்பது ஒரு ராகத்தில் உள்ள குறிப்பு அல்லது குறிப்புகளின் தன்மை சார்ந்த ஒரு மூலாதாரம். பால் உறைவது போல சுருதியானது அந்தக் கட்டமைப்பை ஒரு தனிப்பட்ட அனுபவநிலைக்கு மாற்றுகிறது என்கிறார் பர்ஷ்வதேவா. ஒரு குறிப்பிட்ட ஐந்து, ஆறு அல்லது ஏழு குறிப்புகளுடன் பலவிதமான ஏற்ற இறக்கங்கள் கொண்ட - ஓர் இணைவு ஒரு சுருதிக்கு உட்படும்வரை, உணர்வுக்கு எட்டாது. அந்த குறிப்பிட்ட அளவீடு அந்தப் பொருளின் தன்மையை ஒரு தனிப்பட்டதான இருப்பாக மாற்றுகிறது.

ஒரு முழுமையான இசைவெளி பற்றிய கோட்பாட்டை விளக்க நான் அக்பர் பதம்சியின் அகம்புறம் சார்ந்த ஓவியவெளிக் கோட்பாட்டை எடுத்துக்கொண்டு மெல்லிசை அமைப்புக்குள் இணைந்துள்ள குறிப்புகளை உள்வெளியாகவும் மற்றவை மறைந்திருக்கும் வெளிப்பகுதியாகவும் பார்க்கிறேன். மெல்லிசை அதன் ஓர் இனிய குணாம்சத்துக்கு கட்டுப்படுத்தப் படும்போது - அதன் விலக்கப்பட்ட பகுதியை விலக்குவதால் அது தன் விரிவாக்கத்தில் இலக்கற்ற முழுமை என்கிற தகுதியை - எட்டுவதில்லை. அதில் மறைந்திருக்கும் குறிப்புகள் வெளிப்படையானவற்றின் மேல் படிந்து அந்த

மெல்லிசை கட்டமைப்பை சிறடிக்கின்றன. ஒரு ராகத்தில் இணைக்கப்பட்டுள்ள இரண்டு குறிப்புகளுக்கு நடுவே விலக்கப்பட்ட பகுதி மறைந்துள்ளது. ஆனால் எல்லா அறிவுப்பூர்வமான விவாதங்களும் தங்களை சாமானியர்களுக்கும் வெளிப்படுத்திக்கொள்வது போலவே கட்டமைக்கப்பட்ட ஓர் இசைக்கூறும் ஒரு முரண்பட்ட நிலைப்பாட்டுக்கு தன்னை வெளிப்படுத்திக் கொள்கிறது. அந்தக் குறிப்பிட்ட ராகத்தின் முரண்பட்ட பகுதியானது சுருதி தன்னுடைய குறிப்பிட்ட பயணத்தை செய்ய அனுமதிக்கிறது. இவ்வாறு உட்புற மற்றும் வெளிப்புற பகுதிகள் ஒரு விரிவாக்கத்துக்கு இணைக்கப்படும்போது ராகத்திலிருந்து ஓர் ஒட்டுமொத்த வெளி மற்ற தனிப்பட்ட பகுதிகளை சிதைக்காமல் வெளிப்படுகிறது. இது முரண்பாட்டுக்குரியதாக இருந்தாலும் விவாதத்திற்குரிய வெளிப்புற பகுதிகள் விலக்கப்பட்ட பகுதிகளைவிட அதிகம் பொருத்தமானவை என்று நான் நினைக்கிறேன். முன்பே சொன்னது போல் விவாதத்துக்குரிய தானது தன்னை மறைத்துக்கொண்டு மாறாத இருப்புடன் விவாதத்தை முன்னெடுக்கிறது. ஆனால் அந்த விவாதம் அந்த இசைப்பொருளில் ஒரு முரண்பாடு தோன்றும்படி வெளிப்படையாக மேற்கொள்ளப்படுவதில்லை ஏனென்றால் எந்த இசைநிகழ்வும் குறிப்பாக இந்திய இசை நிகழ்வும் ஒரு முடிவான இசை அனுபவத்தை வழங்குவதை இலக்காகக் கொள்வதில்லை. புலப்பாட்டு ஒருமை மற்றும் புலப்பாட்டு முரண்பாடு குறித்த விவாதங்கள் பழக்கப்படாத காதுகள் ஏற்றுக்கொள்ள முடியாதபடி மிகவும் கடுமையானவை.

ஓர் இலக்கற்ற சித்தரிப்புக்கு ஒரு குறிப்பிட்ட கால அளவிலான வடிவ அளவீடுகள் உறுதியாக பின்பற்றப்படுவதில்லை. குறிப்பிட்ட கால அளவு இல்லாமல் அந்த இசை எல்லையற்று நீண்டு செல்வதும் இல்லை. மாறாக இன்மை என்பது வெளி குறித்த ஓர் உண்மையான அனுபவமாகவும் இது போன்ற சோதனைகள் கவனம் சார்ந்த ஓர் உறுதியான தரநிர்ணயத்தை உருவாக்கவும் மேற்கொள்ளப்படுகின்றன. பல்வேறு இந்திய தத்துவ நிறுவனங்கள் வளர்த்தெடுத்தபடி ஒரு வெளியில் பொருள்களை கணிப்பதற்கான ஆறு வழிகளில் முதல் ஐந்து வழிகள் பிரத்யட்ச பிரமாணம்

கலையும் மனப்பிறழ்வும்

தொடங்கி பொருளை அதன் உடல் இருப்பாகவே பார்ப்பது. ஆனால் அனுபலாப்தி என்கிற ஆறாவது வழி இன்மைத்தன்மை என்ற பொருளில் மறைந்திருக்கும் இல்லாத பொருளை பார்ப்பது. அனுபலாப்தி என்ற கோட்பாட்டில் இருப்பது ஒரு வகையான நுண்பார்வை. ஏனென்றால் அது இன்மையை ஒரு அத்தியாவசியமான கூறாகவும், சாத்தியங்கள் நிறைந்த தாகவும் பார்க்கிறது. 12 குறிப்புகளாக விரிவு கொள்ளும் அந்த ஒருங்கிணைந்த இசைவெளிக்குள் ஒரு குறிப்பிட்ட மெல்லிசைக்கூறு பிரசன்னமாக இருக்கிறது என்றால் அது அந்த இசைவெளியின் மற்ற இடங்களில் மறைந்து இருக்கிறது. ஒளியும் நிழலும் போல அவை நெருங்கியும் விலகியும் இருக்கின்றன. ஒரு குறிப்பிட்ட மெல்லிசையை முழு நிகழ்வுக் கும் பயன்படுத்தாமல் கருப்பொருளுக்கு ஏற்றபடி இசையின் பரிமாணங்களை அதிகரித்துக்கொண்டிருக்கும் எந்த இசைக்கட்டமைப்பையும் விட இத்தகைய இந்திய இசையில் அந்த மறைந்திருக்கும் தன்மை அதிகமானதாக இருக்கிறது. இப்படியான ஓர் இன்மை என்பது நிரந்தரமான நிலையில் அது இந்திய இசையின் கருப்பொருளை வடிவமைப்பதில் முக்கிய பங்காற்றுகிறது. இந்த இன்மை என்பது ஒரு இசைக் கூறின் ஒவ்வொரு திருப்பத்திலும் எதிர்கொள்ளப்படும் பெருமித உணர்வுகளுடன் நெருங்கிய தொடர்புகள் கொண்டதாக தன்னுடைய அசைவின் மூலம் அந்த மறைந் திருக்கும் பொருளுடன் ஒரு இணைப்பை வேண்டுகிறது. அந்த இறுதியான இன்மைப்பொருள் என்பது சுயம்தான்.

தன்னுடைய *Attention and Interpretation* என்ற புத்தகத்தில் *Dr. W.R. Bion* இவ்வாறு சொல்கிறார் - நான் இப்போது கோடுகள் புள்ளிகள் மற்றும் வெளி பற்றிய வடிவியல் கோட் பாட்டை பயன்படுத்தி (முன்பு அவை முப்பரிமாண வெளியில் அல்லாமல் உணர்ச்சிகள் சார்ந்த அக வாழ்வி லிருந்து பெறப்பட்டன) அவை எங்கிருந்து புறப்பட்டனவோ அங்கே திரும்பக் கூடியவை என்கிறேன். அதாவது வெளி பற்றிய வடிவவியல் கோட்பாடு அந்தப் பகுதியை பிரகாச மாக்கும் ஓர் அனுபவம் பற்றிக் குறிப்பிடுகிறது என்றால் என்னுடைய பார்வையில் ஒரு சோக உணர்வு என்பது இழந்த பொருளின் இடம்மாறும் வெளிதான், ப்ரகாபாவ,

பரத்வனசாபாவ மற்றும் அத்யந்தபாவ ஆகியவை வெளி சார்ந்து ஒரு பொருளின் இன்மையின் மூன்று நிலைகளை வெளிப்படுத்துபவை. நான்காவதான அனோன்ய பாவ நிலையில் ஒரு பொருள் மற்றவையிலிருந்து அதன் வேறுபாடு மற்றும் பிரிவினால், அதன் தனித்துவத்தால், மற்ற எல்லா வெளிகளிலும் ஓர் இன்மையாகவே உணரப்படுகிறது. ஒரு தனிப்பட்ட அல்லது குறிப்பிட்ட வெளியை உணர்வதற்கு அல்லது அந்த வெளியை ஓர் இருப்பாக கருதுவதற்கு, தனித்தனி பக்கங்களுடன் ஓர் எல்லைக்கோட்டை உருவாக்கி அந்த எல்லைக்கோட்டை கடக்காமல் ஒரு புள்ளி மற்றொரு பக்கத்தை அடைய முடியாது. ஓர் உட்புற வெளியிலிருந்து வெளிப்புறத்தை பிரித்து மறைந்திருக்கும் பொருள் வெளிப் படுவது இந்த பிரிக்கப்பட்ட வெளியில்தான் நிரந்தரமாக உள்ள வெளிக்கு அப்புறமாக இருக்கும் வெளி என்பது இன்மை வெளியின் ஒரு குறிப்பிட்ட கோணம்தான். வெளியின் இருப்புக்கும் இன்மைக்கும், இணைக்கப்பட்டதற்கும் விலக்கப்பட்டதற்கும், உடன்படுவதற்கும் ஒவ்வாததற்கும், உள்ளுக்கும் வெளிப் புறத்துக்கும் இடையே உருவாகும் தொடர்புகள்தான் முக்கியமானவை. நான் முதலில் ஒரு பொருள் வெளிப்படுவதற்கு முன்னால் அதன் இன்மையையும், இரண்டாவது இன்மையை அது சிதறலாக இருக்கும் போதும், இறுதியாக அதன் மூன்றாவது இன்மையை அது அழிக்கப்பட்டு முழுவதுமாக இல்லாதிருக்கும் போதும் பார்க்கிறேன்.

ப்ரகபாவ என்பது நிசப்தத்தில் ஒரு மெல்லிசையின் இன்மை அல்லது காலியாக உள்ள வரையும் காகிதத்தில் வடிவத்தின் இன்மை போல ஒரு முன்னதான இன்மை. கர்ப்பத்தில் உள்ள குழந்தையின் வாய் அனுபவிக்கும். தாய் முலையற்ற உணர்வு போன்றது. அதாவது தாய்முலையின் சுவை அறியாத ஓர் அனுபவம். அதன் வாயில் உள்ள இடைவெளிதான் தாய் முலையின் அளவு. அந்த குறிப்பிட்ட இன்மையால் அப்பொருள் அறியப்படுகிறது. அந்தப் பொருள் அந்த வெளிக்குள் அல்லாமல் அந்த வெளியால் நிரப்பப்படுகிறது. பிறகு அந்தப் பொருள் தானாகவே அந்த வெளியில் இருக்கும் அனுபவத்தைப் பெறுகிறது. எந்தப்

பொருளின் பகுதியாக இருந்ததோ அந்தப் பகுதியாலேயே அது இயக்கப்பட்டு உள்ளும் வெளியுமாக இன்மைக்கும் நிறைவுக்கும் இடையே அலைக்கழிக்கப்படுகிறது. ஆனால் ஒரு ஜாடி உடைந்து தூள்களாவது போல், ஒரு பொருள் துண்டுகளாக சிதறும்போது (இடைவெளிகளில் தாய் முலை உறிஞ்சும் குழந்தை போல்) இரண்டாவது இன்மை அதாவது சிதறிய இன்மை; ஜாடி களிமண்ணால் உருவாவதற்கு முன்பிருந்த இன்மைக்கு தலைகீழானது. ஜாடி சிதறலாவது என்பது விரிவுக்கான ஒரு விழைவு மற்றும் இடைவெளியை நிரப்பும் ஒரு முயற்சி. இது பிரத்வம்சபாவ என்று அழைக்கப் படும் இன்மை உணரப்பட்ட அந்த வெளிக்குள்ளாகவே அந்தப் பொருள் வடிவம் கொள்வது போல துண்டுகளாக சிதறுவதும் அந்த பொருளுக்குள்ளாகவே நடக்கிறது. சிதறிய துண்டுகளுக்கு இடையிலுள்ள இடைவெளிக்குள்தான் மூன்றாவது இன்மை அதாவது முழுமையான இன்மை நிகழ்கிறது. சிதறிய துண்டுகளாலான அப்பெரிய வெளியை அதன் இருப்பு நிரப்புகிறது.

ஒரு விழிப்புமனம் பொருள் உருவாதற்கு முன்பிருந்த இன்மைக்கும், சிதறிய இரண்டாவது இன்மைக்கும் இடையே பொருள் ஊசலாடுவதை அறிந்து கொள்கிறது. பொருள் வெளிப்படும் முன்பான இன்மை என்பது இதன் கடந்த காலமாகவும், அது நகர்ந்து செல்லும் சிதறிய இரண்டாவது இன்மை என்பது அதன் எதிர்காலமாகவும் உள்ளது. கனவு இருப்பு என்னும் இரட்டைத்தன்மை, உடல்தன்மை கொண்ட அப்பொருளின் சிதறிய இன்மையையும், அதன் முழுமையான இன்மையையும் ஒன்று சேர்க்கிறது. முன்பே கூறியபடி கனவற்ற உறக்கத்தில் உள்ள இருப்பு அப்பொருளின் சிதறிய இன்மைக்கும், இன்மைக்கு முன்பான எதிர்பார்ப்பிற்கும் இடையே ஒரு முழுமையான இன்மைவெளியில் மூழ்கிவிடுகிது. ஏனென்றால் இந்த மூன்று நிலைகளுக்கும் இடையிலுள்ள அறிய முடியாத தொடர்நிகழ்வுகளின் அனுபவத்தில் வெளி சிக்கிக்கொள்கிறது. ஜாக்கிரதையான விழிப்பு மனம் மயக்க நிலையில் உள்ள வெளிகளின் அனுபவங்களை தூண்டப்படும் யதார்த்த நிலைகளுடன் தொடர்புள்ளதாக மாற்றுகிறது. உண்மையில் சுயம் என்பதும் விழிப்பு என்பதும் ஒட்டுமொத்த

வெளி சார்ந்தது. ஏனென்றால் சுயம் கனவு காண்பதில்லை, கனவு காண்பதோ உறக்கத்தில் இல்லாதிருப்பது.

ஒரு வட்டம் உள்ளுக்கும் வெளிப் புறத்துக்குமான பிரிவைக் குறிக்கிறது. நான் சிறிய உள்வட்டங்களை உருவாக்கி உள்ளே ஊடுருவ முடியும். அதேபோல் பெரிய வெளி வட்டங்களை உருவாக்கி வெளிப்புறத்தை ஊடுருவ முடியும். உட்புறம், வெளிப்புறம் என்கிற பிரிவுகளாகத் துவங்கியவை இத்தகைய ஊடுருவல்களால் மேலும் ஊடுருவ முடியாதபடி பிரிவுகளற்றுப் போகின்றன. குறுக்கல் என்பது மேலும் பகுக்கமுடியாத புள்ளியாகவும், பெருக்கல் என்பது கற்பனைக் கெட்டாத இடைவெளியாகவும் மாறுகிறது. சுயமும், வெளியும், புள்ளிக்கும் இடைவெளிக்கும் இடைப்பட்டவையாக அடையாளப்படுகின்றன. முன்னேற்றம் என்பது இருவழிப் பட்டதாக இல்லை. ஊடுருவ முடியாத அடர்ந்த பொருளாக புள்ளி சுயத்தின் மையமாகி ராதையாக உருவகம் பெறுகிறது. இடைவெளி கையகப்படுத்த முடியாத வடிவமற்ற சிந்தனை யாக, நிரந்தர வசீகரம் கொண்டுள்ள கிருஷ்ணனின் உருவக மாகிறது.

வெளியும் சுயமும் இவைகளுக்கிடையே இயங்குவதால் புள்ளியும் இடைவெளியும் ஒரு பிரிக்க முடியாத தம்பதி களாகின்றனர். ஆனால் வெளியும் சுயமும் தங்களுக்குள் ஒரே சமயத்தில் குறுக்கிட்டுக் கொள்வதால் அவை நிரந்தர பிரிவிலேயே இருக்கின்றன. அடர்ந்த புள்ளி என்பது வெற்றிடமான இடைவெளிக்கு நேர் எதிரானது என்றாலும் அவை வாய் தாய்முலை மாதிரி போன்ற பண்டைய மற்றும் சமகால மாதிரிகளாகின்றன. தாய்முலையிலிருந்து மெதுவாக விடுபடுவது வெளிகுறித்த முதல் அனுபவமாகி அதன் இன்மை என்பது ஆதாரமான மகிழ்ச்சி, வளம் மற்றும் அறிவின் இன்மையாகிறது. கிருஷ்ணன் வாயில் முலை வைத்த முதல் கணம் பூதனையின் விஷமூட்டப்பட்ட முலையில்தான், குழந்தை அதைக் கடைசிவரை உறிஞ்சியது. அதன் விளைவு திடுக்கிடும்படியாக இருந்தது. அவளுடைய உடல் பெரிதாகி பூதாகர வடிவம் எடுத்தது. மற்றொரு சமயத்தில் கிருஷ்ணனின் அம்மா அந்தச் சுட்டிக் குழந்தையைக்

கலையும் மனப்பிறழ்வும்

கயிற்றால் கட்டிய போது குழந்தையின் உடல் பெரிதாகி கயிறுகள் இற்றுவிழுந்து கிருஷ்ணனின் அம்மா அந்த முயற்சியை கைவிட்டாள். அவன் கடைசியில் தன்னுடைய வாயைத் திறந்தபோது அதில் முழுஉலகமும் தென்பட்டது. ஒரே கணத்தில் அவன் வசீகரமான குழந்தையின் உடலிலிருந்து பிரம்மாண்டமான ஓர் உலகின் காட்சியை அவன் அம்மா காணும்படி செய்தான். நான் வெளியை சமன் செய்யும் வரை புள்ளியும், இடைவெளியும் ஒருபோதும் இணையாது. இணைகோடுகள் முடிவற்ற ஒரு கற்பனைப் புள்ளியில் சந்திக்க வாய்ப்புள்ள பொருள் - அடிவானம் பிரிவுபோல் இல்லாமல் புள்ளி - இடைவெளி பிரிவு நிரந்தர தம்பதிகளிடையே ஒரு நிரந்தர பிரிவையே வழங்குவதாக உள்ளது. இணைப்பில் பிரிவும் (அல்லது பிரிவில் இணைப்பும்) கொண்டுள்ள தன்மையால்தான் நான் வெளி பற்றியும் அதன் முரண்பாடுகள் மற்றும் எதிர்ப்புகள் பற்றியும் அறிகிறேன்.

ஓர் ஆரம்பமோ முடிவோ இல்லாமல் ஒன்றாக
விளையாடிக்கொண்டிருந்தாலும்
கிருஷ்ணனும் ராதையும்
இன்னும் ஒரு பந்தத்தை எட்டவில்லை

இடைவெளி ஒரு குறிப்பிட்ட இருப்பிடத்தையோ புள்ளி ஒரு நுழைவையோ அனுமதிப்பதில்லை. ஆனால் சுயமும் வெளியும் உருவாக்கிய தர்க்கங்கள் இடம்மாறி உடைபடும் போது புள்ளிக்கும், இடைவெளிக்குமிடையே ஒரு சுருள்பாதை உருவாகிறது. புள்ளிக்கும் இடைவெளிக்கும் இடையே தொடர்பு இடையிலுள்ள வெளி மற்றும் சுயத்தின் மூலமாகவே ஏற்படுகிறது. அதாவது அந்தச் சுழல், உலகம் இயற்கை மற்றும் சுயத்தில் உள்ள வெளிகளுக்கு தீங்கற்றதாக, ஒட்டுமொத்த இருப்புடன் தொடர்புடையதாக உள்ளது. சுருங்கி விரியும் அந்தச் சுழலுடன் முதல் தொடர்பு, முன்னால் கூறிய இரண்டு வாத்தியக்கருவிகளை குறைந்த அளவில் இடம் மாற்றும் சோதனையால் சாத்தியமானது. இரண்டு வாத்தியங்களிலிருந்து உருவாகும் ஒலிகளின் குறுகியகால இடைவெளிதான் அந்தச் சுருள்வெளியின் துவக்கம். அந்த இரண்டு வாத்தியங்களில் மாறாமல்

இருப்பதுதான் நிலையான வெளியாகவும்; குறைக்கப்பட்டது ராகமாகவும் விரிவடைகிறது. ஆனால் மாறும் ராகத்தில் உள்ள ஒரு மாறாத நுண்மையைத்தான் நான் இங்குக் குறிப்பிட விரும்புகிறேன்.

ஸ்வரம் சுருதி சமன்பாட்டில் ஓர் இசை அளவீட்டில் உள்ள குறிப்புகள் வேறுபட்ட அளவிலான வட்டங்களாகவும், அதற்குள்ளான அந்தர்மார்க் என்கிற உட்புறவழி சுழல் வடிவிலான சுருதியாகவும் கடந்து செல்கிறது. வெளிக்கும் சுயத்திற்கும் இடையில் உள்வட்டங்களில் கடக்கப்பட்ட வெளி மாறாத்தன்மை கோட்பாட்டிற்கான முதல் எல்லைக்கோடாகிறது. இரண்டாவது, வட்டங்களிடையே நிகழும் உணர்வுப்பூர்வமான பரிமாற்றங்கள். வட்டங்களை ஓர் உறுதியான தனித்த முறையில் இணைக்கும் சுழல் சுருங்கி விரியும் சுருதியால் உருவாகிறது. சுருதியின் மாறாத்தன்மையை வடிவமைக்கும் மூன்றாவது எல்லைக்கோடு இசைவெளியின் துவக்கமாகவும், சுற்றிலும் அமைந்து வடிவமைக்கப்படாத வேறுபாடுகளையும் இணைத்து ஒரு குறிப்பிட்ட ராகத்துக்கான குறிப்புகளை அடையாளம் காண்கிறது. இணைக்கும் சுழல் வடிவமைக்கப்பட்ட சொல்லாடல்களில் வெளிப்பட்டாலும் அது சுதந்திரமாகவும் பரவலாகவும் ஆன ஒரு வடிவமாக உள்ளது. ஒரு ராகத்தில் உள்ள இந்தக் குறிப்பிட்ட சுழலும் அதன் வடிவங்களும்தான் சுயத்தை ஒரு மாறாத தவிர்க்க இயலாத எல்லைகள் கொண்ட வெளிக்கு அழைத்து வருகின்றன. பாடகர் தன்னுடைய வெளிப்பாட்டில் இருப்பு என்பது சுயமாக மாறுவதை கண்டு கொள்கிறார். இங்கு இசைப்பொருள் உருவாக்கம் ஒரு தனித்தன்மையான வெளிப்பாட்டுக்கு வழி வகுக்கிறது என்பதை விட ஒரு தனித்தன்மையான வெளிப்பாட்டு முறை ஓர் இசைப் பொருள் உருவாக்கத்துக்கு வழிவகுக்கிறது.

பாடகரின் வெளிப்பாட்டு முறை கட்டுப்படுத்தப்பட்ட இசைப்பகுதிகளில் தொடர்ந்த முயற்சிகளின் மூலம் ஒரே வீச்சில் தளங்களை மாற்ற வகைசெய்கிறது. அதனால் ஒரு தனிப்பட்ட பிரயோகத்தின் மீது வேறுபட்ட வகைமைகளை செலுத்துவதைவிட அந்தப் பிரயோகத்தின் உள்ளே ஆழ்ந்து

கலையும் மனப்பிறழ்வும்

செல்லும் போதே விரிவாக்கம் சாத்தியப்படுகிறது. பல்வேறு பரிமாணங்களில் கட்டமைக்கப்படாமல் ஓர் இலக்கற்ற முழுமையின் குரல் ஒரு தனித்த இருப்பில் எங்கிருந்தோ எதிரொலிக்கிறது. ஒரு மெல்லிசையின் சுழல்வட்டங்களை ஒரு மினியேச்சரில் உள்ளது போல இசையின் ஆதாரங்களென அடையாளம் காண்பது இங்குப் பின்னுக்குப் போய்விடுகிறது. பல்வேறுபட்ட பார்வைகள் அல்லது இலக்கற்ற தன்மை கொண்ட படைப்பின் நோக்கம் மறைந்துள்ள முழுமையை வெளிக்கொணர்வதுதான். ஒரு குறிப்பிட்ட கோணத்தில் பார்க்கப்படும்போது என்னுடைய வீட்டுக்கதவு உணர்ச்சிகள் நிறைந்ததாக உள்ளது. ஆனால் முழுக்கதவும் அதன் மீதுள்ள எல்லாக் கோணங்களாலும் பார்க்கப்படாமல் ஒரு குறைந்த இடமாற்றத்தின் மூலம் ஒரு குறிப்பிட்ட கோணத்தில் பார்க்கப்படும்போதுதான் இது நிகழ்கிறது. நகர்ந்து கொண் டிருக்கும் கதவு பல்வேறு கோணங்களைத் தரமுடியும். ஆனால் எல்லாக் கோணங்களையும் ஒரு கனவுக்கதவு ஒரே சமயத்தில் தரமுடியும். என்னுடைய வீட்டில் நகரும் கதவுகளும், கனவுக்கதவுகளும் இல்லையென்பதால் தூங்கும் கதவு என்பது ஓர் இன்மைவெளியில் மறைந்துவிடுகிறது. ஒரு நகரக்கூடிய வெளிக்குள்தான் கனவுவெளி சாத்தியம் என்பதும் கனவு வெளிக்குள்தான் தூக்கம் சாத்தியம் என்பதும்தான் இங்கு அறிந்து கொள்ளப்பட வேண்டியது. ஒரேயடியாகக் கனவில் நுழைவதன் மூலம் நகரும் வெளி மற்றும் கனவு வெளிகளுக்கு நடுவே நான் அந்திக்கருக்கல் வெளியில் கனவு காண்பவனா கிறேன். நடக்கும்போது மங்கலான காலைப் பதிவுகளிலிருந்தும், விழிப்புமனத்தில் இருந்தும் கனவின் உள்ளும் வெளியும் நான் வாசிப்பேன்.

அதனால் ஒரு யதார்த்தவாதிக்கு ஒரு மினியேச்சரில் தென்படும் நுட்பமான முரண்பாடாகவும், வீணைத்தந்தியை வேறு விதமாக இழுப்பதில் சம்பிரதாய காதுகளுக்கு கிடைக்கும் அபஸ்வர ஒலியாகவும் தோன்றுபவை நுட்பமான கண்களுக்கும், காதுகளுக்கும் காட்சி மற்றும் ஒலிகுறித்த செறிவான பாதைகளைக் காட்டுபவை. உதாரணமாக அக்பர்நாமா மினியேச்சரில் சித்தரிக்கப்படும் ஒரு சம்பவம் ஸ்தூலமாக இருப்பதை மறைமுகமாக்குவதின் மூலம்

பார்வையாளின் உணர்ச்சிகரமான ஈடுபாட்டையும், விலகலையும் சாத்தியப் படுத்தி அவனை ஓவியத்துக்குள் நுழைய வைக்கிறது. ஏற்கமுடியாத பரிமாணங்கள், உரு மாற்றங்கள் மற்றும் இடமாற்றங்கள் ஆகிய இவற்றிலிருந்து முழுமை அல்லது உணர்வுப்பகுதிகளுக்கான வழி என்பது ஒரு மினியேச்சரில் உருவாக்கும் தனித்த வெளி போன்றதொரு பிரமிப்பைத் தரும் சிருஷ்டியின் வளைந்த மற்றும் நேர்க்கோட்டு வெளிகளிலிருந்து பெறப்படுகிறது. நான் புள்ளிகள் கோடுகள் மற்றும் சமதளங்களில் பயணிக்கும்போது ஓவிய வெளியிலேயே தன்னுடைய இன்மையால் பிரசன்னமாக இருக்கும், ஓர் இலக்கற்ற பிரமிப்பையும் வெளிகளுக்கிடையிலான முன்முடிவுகளற்ற ஒன்றுசேர வாய்ப்பில்லாத தொடர்புகளை உருவாக்கும் சிருஷ்டியையும் பார்க்கிறேன். இந்தத் தொடர்பு கள் உருவாக்கும் அசைவுகள் ஆச்சரியத்தை தரக்கூடியவையாக இருக்கின்றன. சிருஷ்டி என்பது 'கலைஞன்', 'கலை' மற்றும் 'கலை அபிமானி' ஆகியோருடன் விழித்திருக்கும், உறங்கிக் கொண்டிருக்கும் அல்லது கனவு காணும் பொருள் ஆகிய எல்லாவற்றையும் உணர்வூட்டக்கூடியது. ஓவியத்திலுள்ள தளங்களுக்கும், கோணங்களுக்கும் இடையில் அது என்னை உற்றுநோக்கும் போது என்னிடமிருந்து ஓர் உறைந்த கவனத்துடன் காட்சிப்பொறிகள் பாய்ந்து வெளிப்படுகின்றன.

சிருஷ்டியானது வெளிகளை ஒழுங்குசெய்து இடைவெளி களை திரட்டி குறிப்பிட்ட பரிமாணங்களும், தனித்தன்மையும் கொண்ட உலகத்தை வரையறை செய்கிறது. நான் இங்கே ஓவியங்கள் கொண்ட ஒரு கதையின் மூலம் அதில் சிருஷ்டி என்பது எது என்பதை விளக்குகிறேன். லால் டெட் என்ற ஒரு பெண் காஷ்மீர் பள்ளத்தாக்கில் நிர்வாணமாகத் திரியும் போது பொறாமை கொண்ட ஒருவனைத் திருமணம் செய்து கொள்கிறாள். அவள் ஆற்றுக்குச் செல்லும் படிகளையும், பானைக்குள் நிரப்பப்படும் தண்ணீரையும், தண்ணீருக்குள் மூழ்கிய பானையையும் பின்பற்றிச் சென்றபடி இருக்கிறாள். அவள் நீண்டநேரம் வராததால் சந்தேகம் கொண்ட கணவன் ஆற்றுக்கு ஒரு தடியை எடுத்துச்செல்கிறான். தலையில் பானை நிறைய தண்ணீருடன் அவள் திரும்பிய போது கணவன் கோபத்தில் அவளை தடியால் அடிக்கிறான்.

பானை உடைந்து தூளாகிறது. ஆனால் அந்த கணவனின் பொறாமை பிடித்த கண்கள் ஓர் ஆச்சரியமான காட்சியை பார்க்கின்றன. அவள் உடைந்த பானையில் இன்னும் தண்ணீரைச் சுமந்தபடி இருக்கிறாள். மரபுப்படி ஒரு குறிப்பிட்ட நிலப்பகுதியின் மீது எழுப்பப்பட்டிருக்கும் ஒரு வீடு அதேபோன்று இன்னொரு வீட்டருகில் எழுப்பப் பட்டிருப்பதுபோல் அமைவதில்லை. அந்த வீட்டில் தங்கி யுள்ள ஆண்கள், பெண்கள் மற்றும் குழந்தைகள் மீது அதன் பார்வை படியும்போது அந்த வீட்டுக்கு ஒரு சிருஷ்டி அமைந்து விடுகிறது. ஒரு சுவரின் மீது பதிக்கப்பட்டுள்ள ஜன்னல், சுவர்களின் அளவுகள், அந்த அறை எல்லாமே அந்த வெற்றிடத்துக்கு ஒரு குறிப்பிட்ட தோற்றத்தை உருவாக்கினாலும் மனிதர்களுடைய இருப்பிடம் மற்றும் இயக்கத்துக்கேற்றபடி அவை வேறுபட்ட எதிர்வினை யாற்றுகின்றன.

ஐரோப்பிய ஓவியத்தில் காட்சித்தளப் பார்வை என்பது உச்சத்தில் இருந்தபோது ஹோகார்த் *'The False Perspectives'* என்ற ஒரு கேலிச்சித்திரம் வரைந்தார். அந்த உருமாறிய சித்திரம் ஒரு கேலிச்சித்திர அபிமானிக்கு கெட்ட கனவாக இருந்திருக்காது. சமதள விளக்கங்களால் தவறான பார்வைகள் உடனே ஒரு கனவுவெளியை எடுத்துக்கொள்ளும் பொருள். அடிவானம் மற்றும் பாத்திரம் - பொருள் ஆகிய தளங்கள் நீங்கி மாற்றங்கள் சாத்தியமாகும். ஆனால் இந்த *"The False Perspectives'* ஓவியத்தில் இலக்கற்ற தன்மை என்பது உணர்ச்சி மற்றும் விழிப்பின் இழப்பில் பெறப்படுகிறது. ஆனால் அக்பர்நாமா ஓவியத்தில் ஒரு வரலாற்று வெளியுடன் ஒரு கனவுப்பகுதியின் இணைப்பு முழுமையானதாகவும், தனித்த தாகவும் இருக்கிறது. குறிப்பாக அக்பர்நாமா மினியேச்சரில் கவனம் பெறும் அடிப்பகுதி, நடுப்பகுதி மற்றும் மேல் பகுதிகள் அவைகளின் ஒட்டுமொத்த பின்புலத்துக்கேற்றபடி குறைக்கப்படுவதோ பகுக்கப்படுவதோ இல்லை. அவற்றின் தள அளவீடுகள் மாறாத்தன்மைக்கு ஏற்றபடி வித்தியாசப் படுகின்றன. மாறாத்தன்மை கொண்ட கருப்பொருள் அதன் வரலாற்று அடையாளத்துக்குள் உருக்கொள்கிறது. போர் காட்சிகளை சித்திரிக்கும் சில மினியேச்சர்களில் அடிப்

பகுதிகள் மற்ற பகுதிகளைவிட அதிகம் விரிவுகொண்டவையாக இருக்கின்றன. மத்திய அல்லது மேல் வளைவுகளில் உள்ளதைவிட ஒரு ராகத்தின் கீழ் வளைவுகளில் அதிகமான விவரணைகள் உள்ளது போலவே இதிலும் நடக்கிறது. சில ஓவியங்களில் கீழ்ப்ப குதிகள் நிறைந்து மேற்புறம் அழுத்தும் போது நடுப்பகுதி குறைந்து மாறும் ஒரு பரப்பாகிறது. சில பாடகர்கள் கீழ்வளைவுகளிலும் மேல் வளைவுகளிலும் சஞ்சரித்துக்கொண்டே நடுப்பகுதிகளில் கவனம் செலுத்து கிறார்கள். மேல் மற்றும் கீழ்ப்பகுதிகளையும் இடது மற்றும் வலது பகுதிகளையும் கையாள்வதற்கேற்ப முன்பகுதியும் பின்பகுதியும் சித்தரிப்பு கொள்கின்றன. அதாவது எல்லா பரப்புகளும் அசைவுகளும் நீள்வடிவ காகிதத்தில் ஓர் இரட்டைப்பரிமாண தளத்தில் உருவாகும் மினியேச்சர்களுக்கு இணையாக ஒரு குறிப்பிட்ட திசை குறித்த பார்வையுடன் செயல்படுகின்றன.

மினியேச்சரின் கிடையான மற்றும் செங்குத்தான எல்லைகளின் மீது ஒரு கட்டம் உருவாக்கப்பட்டு அந்த ஓவியத்தின் மீது வைக்கப்பட்டால் குறைவான கோடுகள்தான் கட்டத்தில் உள்ள கோடுகளுக்கு இணையாக இருப்பதை பார்க்கமுடியும். கட்டத்துக்கு இணையாக உள்ள அந்தக் குறைவான கோடுகள்தான் மாறாத இசைப்பரப்பு போல இயங்குகின்றன, ச – ப என்கிற கிடை செங்குத்து வெளியாக விட்டம் திசைகளையும், சுழல் சுருங்கி விரியும்முன் இயக்கத்தையும் குறிக்கின்றன. அக்பர்நாமா மினியேச்சர்களை பாதித்த இரண்டு அடிப்படையான காட்சிக் குறியீடுகள் சுழலும், விட்டமும், மூடிய மற்றும் திறந்த வடிவங்களில் சுழல்கள் பாம்பு அல்லது குதிரைலாடம் போன்ற வளைவான உருவங்களையும், விட்டங்கள் முக்கோணம் மற்றும் இணைந்த முக்கோணங்களின் உருவங்களையும் உருவாக்கக் காரணமாக அமைகின்றன. எல்லா அக்பர்நாமா ஓவியங்களும் இரண்டு ஓவியர்களின் பெயர்களைத் தாங்கி இருக்கின்றன. முதல் கலைஞனுக்கு ஓவியத்தின் தராவும் இரண்டாவது கலை ஞனுக்கு அமலும் ஒதுக்கப்படுகின்றன. தரா என்பது வழியைக் குறிக்கிறது. அமல் என்பது வழிக்கான நடைமுறையை குறிக்கிறது. நாம் தராவை படைப்பு என்று மொழிபெயர்ப்பு

செய்தால் அந்த ஓவியப் படைப்புக்கு அப்பால் உள்ள ஒரு குணாம்சத்தை தவறவிட்டுவிடுவோம். உருது கவிதையில் தரா என்பது அந்தக் கவிதையின் முதல் அடி. அது எதிராளிக்கு கொடுக்கப்பட்டு அவன் அதன் இரண்டாவது அடியை முடிக்க வேண்டும். தரா என்பது ஒரு வழி. அது ஓர் அடிப்படையான அளவுகோல், மூன்று பகுதிகளையும் கடந்து அழைத்துச் செல்லும் வழியில் தன்னை வெளிப்படுத்திக் கொள்கிறது. வடிவங்களும் பொருள்களும் ஒரு வெளியில் ஒழுங்குப்படுத்தப் படுவதற்கு பதிலாக தராவின் திசைக்கு ஏற்ப சரி செய்யப்படுகின்றன. வடிவங்களும், பொருள்களும் இவ்விதமாக ஒழுங்கு செய்யப்பட்டிருக்கும்போது முழு வெளியும் கட்டமைப்பு கொண்டதாக மாறி பொருள் - வடிவம் - அடிவானம் ஆகிய பிரிவுகள் உருவாவதில்லை,

அக்பர்நாமாவின் கீதி சென் ஓவியங்களில் குறிப்பிடப்படும் ஓவியர்களில் ஃபரூக் பெக்கின் பெயர் உள்ளது. 'Akbar's triumphant entry into Surat மற்றும் An interview between the royal emissary and the rebel Bahadur khan' என்று தலைப் பிடப்பட்ட அவருடைய இரண்டு ஓவியங்களும் சிறப்பான விவரணைகள் கொண்டிருந்தாலும் தரா அல்லது வழி அற்றதாக உள்ளன. இந்த ஓவியங்களில் மறைக்கப்பட்டுள்ள கிடை - செங்குத்து கட்டத்துக்கு இணையாக அதிகமான இணை கோடுகளைப் பார்க்க முடியும். இந்த ஒற்றுமை அந்த இரண்டு ஓவியங்களும் ஓர் அ - வரலாற்று குணாம்சம் பெற உதவினாலும் அவை வரலாற்று நிகழ்வுகளுக்கு பதிலாக வெறும் உருவப் படங்களாகவே நின்றுவிடுகின்றன. இந்த ஓவியங்களிலும் வழக்கமாக பொறிக்கப்படும் தரா பெயர் இல்லை என்பதை இங்குக் குறிப்பிட வேண்டும். ஒரு மினியேச்சர் ஓவியத்தை வெறும் முறைமையாகப் பார்க்காமல் முழுவெளியையும் நெறிப்படுத்தும் ஒரு இயக்கமாகப் பார்ப்பதிலேயே தரா என்பது நினைவுகூரப்படுகிறது. இசை யிலும் ஒரு ராகத்தின் முதல் இரண்டு வரிகளைக் கேட்ட வுடனேயே அந்த விவரிப்பின் பின்னால் உள்ள அளவீடுகளைப் பற்றிக் கவலைப்படாமல் அதன் அடிப்படையான மெல்லிசை அள வீட்டை நாம் பிடித்துக் கொள்கிறோம். நாம் தொடர்ந்த கவனத்துடன் அந்த இசையைக் கேட்டு குறிப்புகளுக்கு

இடையிலுள்ள பாய்ச்சல்களை இணைத்துக் கொள்ளும்போது அதன் தொடர்ந்த காட்சி விவரணைகளையும், தாவல்களையும் ஆச்சரியத்துடன் பார்க்கமுடியும். என்னுடைய பார்வையில் நடைமுறை என்று அர்த்தப்படும் அமல் என்பது உண்மையில் தராவின் விரிவு.

பிரபல ஓவியர் பசவானின் ஓர் எளிமையான "Akbar slays a tiger which allacked the royal cavalcade ஓவியத்திலுள்ள சுழல் தராவானது Tara kalan ஆல் விரிவாக்கப்பட்டு வழங்கப் பட்டுள்ளது. அமல் என்கிற சொல்லாடலில் விதிமுறைகளை மீறுதல் என்கிற ஒரு நடைமுறையின் பிரசன்னத்தை நான் பார்க்கிறேன். ஆனால் சுழல் இயக்கத்தின் ஒரு திசைதிருப்பலாக அந்த ஓவியம் விலக்கப்பட்ட ஒரு பகுதியை இணைத்து தன் ஒட்டுமொத்த பகுதியாகக் காட்டியுள்ளது. மேலும் அது ஓவியத்தின் சுழல் குணாம்சத்தை தூக்கலாகக் காட்டியுள்ளது. அடிப்படைக் கட்டுமானத்தை உள்வாங்கி அதன் விரிவான அத்துமீறல்களைக் கவனித்த பிறகுதான் நான் ஓவியத்தின் அனுபவத்துக்குள் போகிறேன்.

இந்த அத்துமீறல்கள் அடிப்படையான குணாம்சங்களை சிதைக்காமல் அதன் உட்புற இன்மைகளை வெளிப்படுத்து கின்றன. அந்த விவரணைகளில் பல்வேறு வழிகளில் விதிமுறைகள் வலியுறுத்தப்படுவதை பார்க்க முடியும். அதனால் அந்த மினியேச்சரை, நேரிடையான பகுதி - முழுமைப் பிரிவாக, குறைத்துப் பார்க்க முடியாது. Yaman Kalyan ராகத்தின் ஒலிநாடாவிலிருந்து ஒரு நான்கு விநாடி பகுதியை ஓடவிட்டால், அந்தப் பகுதியை அந்த ராகத்தின் முழுமையான இரண்டு மணிநேர கச்சேரியைப் போலவே நான் அடையாளம் காண்பேன். இங்குப் பகுதி என்பது தனித்த ஒரு பாகமாக இல்லாமல் முழுமையுடன் இணைந்த ஒரு பகுதியாகவே உள்ளது. மினியேச்சர் ஓவியத்தின் சுழல் வெளியில் உள்ள விவரங்களைப் பார்க்கும்போது அது அதன் ஒட்டு மொத்த பிரசன்னத்தை விட பகுதிகளின் குணாம் சங்களை நன்றாக வெளிப்படுத்திக் காட்டுவதை பார்க்க முடியும் உதாரணமாக ஒரே ஓவியத்தில் சுழல் இரண்டு பிரிவுகளாக பிரிக்கப்பட்டு ஒன்று மரத்தைச் சுற்றியுள்ள

புலியின் வாலாகவும் மற்றொன்று மேல்பகுதியை நோக்கி நகர்ந்துகொண்டிருப்பதாகவும் உள்ளது.

பசவானின் *'Battle between two rival groups of sanyasis of Thaneswar'* என்ற இரண்டு பக்க ஓவியம் சுழலின் பிரயோகம் பற்றிய ஒரு செறிவான உதாரணமாக உள்ளது. இடதுபுற பக்கமானது சுழலை இரண்டு ஒன்றையொன்று கடந்து செல்லும் முக்கோணங்களுடன் இணைக்கிறது. இது அளைடிசய விதிமுறை. அடிப்படையான சுழலின் உருவம் இடது புற பக்கத்தின் முழுப்பகுதியை அடக்கியதாகவும், வலது பக்கம் சுழலை உள்வாங்கியதாகவும் உள்ளது. ஒரு போதும் சுழலுக்குள் பொறிக்கப்படாத அக்பருக்கு ஒரு தனி இடமும், அவர் போரில் குறுக்கிடுவது போன்ற சித்தரிப்பும் உள்ளது. வலதுபுற பக்கத்தின் அடியில் உள்ள சுழலில் கத்தி யால் குர் தலைவனின் தோள் வெட்டப்படுவதான சித்தரிப்பு உள்ளது. அவன்தான் வஞ்சகமாக பூரிசின் இடத்தை எடுத்துக் கொண்டவன். அக்பரின் படை வீரர்கள் கேசு புரியின் ஆட்களை பாதுகாப்பதுபோல் இடத்திலிருந்து வலமாக சுழல் போன்ற வட்டங்களில் முடிவது போன்ற சித்தரிப்பு உள்ளது. நடுப்பகுதி ஓவியத்தை அதிகம் ஆக்ரமித்தும் மேல் மற்றும் கீழ்ப்பகுதிகள் எல்லைகளாகவும் அமைந்துள்ளன.

கீழ்ப்பகுதியின் ஓர் ஆழமான விரிவாக்கம் மிஸ்கினாலின் *'The Imperial Army beseiges Ranthambor fort'* இல் காணப்படுகிறது. இங்கே நடுப்பகுதி என்பதே இல்லாததாக இருக்கிறது. அடிப்பகுதிதான் மேல்வரை வியாபித்துள்ளது. மிஸ்கினாவின் குறிப்பிட்ட சில ஓவியங்கள் விட்டத்தை ஓர் அடிப்படையான விதி முறையாகக் கையாள்கின்றன. இந்த மினியேச்சரில் உள்ள விட்டங்களைப் பார்த்தால் அவை அடிப்புறத்திலிருந்து பக்கவாட்டுக்கு அதிக கோணங்களில் சாய்வதாகத் தோன்றும். இந்த விட்டங்கள் முக்கோணப் பரப்புகளிலேயே உருவாகின்றன. விட்டங்களுடன் ஆழ்ந்த ஈர்ப்புகள் கொண்ட மிஸ்கினாவின் மற்ற ஓவியங்கள் *'Bulocks drag the cannons uphill during the seige of Ranthambor'* இரண்டு பக்க *'Building opertions at Agra Fort' 'Akbar orders punishment of his foster brother'* மற்றும் *'Akbar orders a shikar near Lahore'* - ஒரு வட்ட வடிவ உருவாக்கம்.

'Daud shab of Bengal is taken prisoner,' 'Akbar offers thanksgiving on the news of victory' மற்றும் *'The Battle of sarnal in Gujarat'* போன்ற ஓவியங்க ளில் லால் குதிரைலாட வடிவங்களை பயன்படுத்தியிருந்தார். *Keshu Kalan* நான் குறிப்பிட்டிருந்த பாம்பு வடிவ உருவங்களை **Rejoicing on the Birth of Prince Salim in Fatehpur Akbar's victorious return Fatehpur Sikri'* மற்றும் *'Akbar's pilgrimage on foot to Aimer in Thanksgiving'* போன்ற ஓவியங்களிலும் கையாண்டிருந்தார்.

ருத்ர வீணைக் கலைஞர் *Ustad Zia Mohiuddin Dagar* தன்னுடைய இளம் வயதில் கரானாவை சில தேர்ந்தெடுத்த ராகங்களுடன் தொடர்பு படுத்துவது வழக்கத்துக்கு மாறான தல்ல என்கிறார். உதாரணமாக *Aladis* அப்போது பலவிதமான நடா ராகங்களை இசைப்பதில் பிரபலமானவர்கள். பசவானின் சுழலுக்கும், மிஸ்கினாவின் விட்டத்துக்கும், லாலின் குதிரைலாடத்துக்கும், கேஷு கலானின் பாம்பு உருவங்களுக்கும் இணையான படைப்புகளை மினியேச்சர் ஓவியங்களிலும் கண்டுபிடிக்க முடியும். ஒரு ராகம் அல்லது ஒரு மினியேச்சரின் விரிவாக்கத்தில் இருக்கும் ஆழமான தனித்தன்மையுடன் தன்னை இணைத்துக் கொள்ளாதவர்கள் தான் என்னுடைய இந்த முடிவை குறைத்து மதிப்பிட முடியும். விழித்திருத்தல் கனவு காணுதல், ஆழ்ந்த உறக்கம் ஆகிய மூன்று அனுபவங்களிலும் உள்ள தனித்தன்மைகள் ஓர் உலகளாவிய முக்கியத்துவம் வாய்ந்தவை. ஆசிரியரும், தத்துவவாதியுமான *Ved Prakash* இவ்வாறு சொல்கிறார்: எப்போது கனவும், தூக்கமும் விழிப்புக்குள் நுழைகின்றனவோ, எப்போது விழிப்பும், தூக்கமும் கனவில் அனுபவமாகின் றனவோ, எப்போது விழிப்பும், கனவும் தூக்கத்தில் அறியப் படுகின்றனவோ அப்போதுதான் நான்காவது நிலையான *turiya* உருவாகும். இந்த மூன்று நிலைகளின் மாதிரிகள் முற்றிலும் மதச்சார்பற்றவை மட்டுமில்லாமல் ஓர் உலகளாவிய மாதிரி வெளி ஆகின்றன.

9
நடனம் - அனுபவம் சடங்காகும் கலை

போர்ஹே (The secret adventures of order கட்டுரையிலிருந்து)

(அர்ஜெண்டினா எழுத்தாளரான போர்ஹே 20ம் நூற்றாண்டின் சிறப்பான படைப்பாளி, சிறுகதைகள், கட்டுரைகள், கவிதை, இலக்கியத் திறனாய்வு, மொழிபெயர்ப்பு ஆகிய பல துறைகளிலும் ஈடுபட்டவர்)

ஆதிவாசிமக்கள் எல்லாப் பொருள்களிலும் சாராம்சம் குறித்த உணர்ச்சிகளே ஊடுறுவி இருப்பதாக நம்பினர். இந்த ஆதார சக்தி இயற்கை என்றே அறியப்பட்டது. இவை பல்வேறு உயிரினங்களில் வேறுபட்டவையாக இருந்தாலும் தங்களுக்குள் ஆக்கபூர்வமான தொடர்புகள் கொள்ள வேறு பட்ட செயல்பாடுகளைக் கோருகின்றன. அதனால் ஒவ் வொன்றிலும் ஊடுறுவியுள்ள இந்த ஆதார சக்தியுடன் இணக்கம் பேண பலவகைப்பட்ட பாடல்களும், சடங்குகளும் உபயோகப்படுத்தப்பட வேண்டியவையாக உள்ளன. அடிப் படையில் மேற்கத்திய பார்வையிலிருந்து இது வேறுபட்டிருப்ப தால் இவற்றின் முக்கியத்துவம் பற்றிய ஒரு ஆழ்ந்த விவாதம் அவசியமாகிறது. மானுடவியலாளர் Carlos Castaneda-வும் இதை ஒரு தனித்த உண்மை என்றே குறிப்பிடுகிறார்.

இந்தியர்கள் சடங்குகளின் மூலமாக எப்படி தங்கள் உலகப் பார்வையை வெளிப்படுத்துகிறார்கள் என்பதைப்

பார்த்தால் இதில் உள்ள பரவசத்தன்மை புலப்படும் மனித வளர்ச்சியில் ஊகங்களுக்கு முன்னால் செயல் உருவானது என்பதை ஒப்புக்கொண்டால், உடல் இயக்கம் என்பது மனித குலத்தின் ஆதாரமான மற்றும் வெளிப்படையான செயல்பாடு என்பதை அறிய முடியும். ஆதிவாசிமனிதர்கள் செயல் என்பதை ஒரு மந்திர சக்தியாக பார்த்தார்கள். இந்த தொன்மையான கருத்துக்கு ஒரு மனோதத்துவ அடிப்படை உள்ளது. இந்த உலகை உணர்ந்துகொள்வதற்கான நுண் ணுணர்வு உறுப்புகளுடனேயே நாம் பிறந்திருக்கிறோம். இவை நுகர, பார்க்க, கேட்க, சுவைக்க மற்றும் தொடுவதற்கான உணர்வுகள் மட்டுமல்ல. ஆனால் ஒருவித சமன்படுத்திப் பார்க்கும் தன்மை கொண்ட இவைகளை நம்முடைய உட்புற செவி நரம்புகள் நமக்கு உணர்த்துகின்றன. கூடுதலாக நம்முடைய தசைநார்கள் அழுத்தப்படுவதான உணர்வினால் நமக்குள் ஏற்படும் அசைவுகளையும், அவை எத்தளத்தில் நிகழ்கின்றன என்பதையும் நாம் அறிய முடிகிறது. பிறந்தநி லிருந்தே நாம் சாப்பிடும் போதும், நீந்தும் போதும், வாகனம் ஓட்டும்போதும், டைப் அடிக்கும் போதும், எழுதும் போதும் நம்முடைய உடல் அசைவுகள் எப்படி இயங்குகின்றன என்பதை அறிந்திருக்கிறோம். உடல் அசைவுகளுக்கு வேறு சில பயன்பாடுகளும் இருப்பதை ஆதிவாசிமனிதர்கள் நன்கு அறிந்திருக்கிறார்கள். ஒவ்வொரு உணர்ச்சிநிலையும் அந்த அனுபவத்தின் தன்மைக்கேற்ப ஒரு பிரத்யேகமான விதத்தி லேயே தன்னை வெளிப்படுத்திக் கொள்கிறது. ஆதாரமான உணர்ச்சிகளின் அடிப்படையில் உணர்ச்சி நிலை என்பதை விட ஆழமான விழிப்புணர்வு என்பதே பொருத்தமானது. ஆழமான விழிப்புணர்வுக்கும், அசைவுகளுக்கும் உள்ள உறவு என்பது நம்முடைய கண்களில் வெளிப்படும் உணர்ச்சிகளிலும், உடலில் சுரக்கும் ஹார்மோன்களிலும் பாதிப்பை ஏற்படுத்து கிறது. ஒரு ஆதாரமான வடிவத்தில் மனநிலை, உணர்ச்சி, அசைவு இவற்றுக்கிடையிலான ஒரு தன்னிச்சையான தொடர்புதான் நடனம், ஒரு நேரடியான வார்த்தைகளற்ற தீவிர விழிப்புணர்வின் ஒரு உடல் வெளிப்பாடு. நடனம் என்பது மனித அனுபவத்தில் முழுவதும் சக்தி வாய்ந்த ஒரு வெளிப்பாடு, அதுவும் செயல்களை விட வார்த்தைகளுக்கு

குறைந்த முக்கியத்துவமே உள்ள சமூகங்களில் நிகழ்வது (முக்கியமாக எழுத்து மரபு அற்ற பேச்சு மரபு அதிகம் உள்ள மக்களிடையே நிகழ்வது

அசைவுகளின் ஆற்றல்மிக்க வெளிப்பாட்டுத்தன்மைக்கும் மேலாக அவைகளின் வேகமாக பரவக்கூடிய தன்மை உள்ளது. கொட்டாவி விடுவது ஒரு உதாரணம். யாராவது கை காலை நீட்டினால் எல்லோருக்கும் கைகாலை நீட்டத் தோன்றும். அதன் எளிதில் தொற்றிக்கொள்ளும் தன்மையால் மற்றவர்களிடம் காணும் அதிர்வை பார்ப்பவரும் தன் உடலில் உணரும் நிலையில் ஒரு நடனக்காரர் எந்த குறிப்போ, பேச்சோ இல்லாமலேயே கடத்த முடியாத அனுபவங்களையும், கருத்துக்களையும், உணர்ச்சிகளையும் வெளிப்படுத்த முடிகிறது.

உடலானது உடல்ரீதியாகவே தன்னை வெளிப்படுத்தக் கூடியது. அசைவு என்பது எவ்வளவு வலிமையான தாக்கம் கொண்டது என்பதை உணரும் போது ஆதிவாசி மனிதர்கள் செயல் என்பதை மந்திரசக்தி கொண்டதாக ஏன் பார்த்தார்கள் என்பதை புரிந்து கொள்ள முடியும். நடனமானது விலங்குகள் மற்றும் அமானுஷ்ய சக்திகள் மீது ஆதிக்கம் செலுத்தினால் இயற்கையின் சூழலை வடிவமைக்க முடியும் என்று அவர்கள் நம்பினார்கள். சடங்குரீதியான நடனத்தின் அடிப்படையாக இருப்பது இத்தகைய பரிவுமிக்க மந்திரத்தன்மை தான். அசைவிலும், உடையிலும் ஒரு விலங்கு நகல் செய்யும் போது அதன் பாதிப்பு விலங்கிடமும் ஏற்படுகிறது. வேட்டையாடுதல் மற்றும் இனப்பெருக்க சடங்குகளுக்கான நடைமுறை இந்த இயற்கை மருத்துவ நடைமுறை தான். இது உடல் அசைவுகளின் நீண்ட கால பயிற்சிகளுக்குப் பிறகே உரு வானது. குறிப்பிட்ட வகையிலான செயல்கள் மூலம் வேட்டையின்போது விலங்குகளை கொல்ல முடியும் என்பது உடல் அசைவுகள் குறித்த நீண்டகால அனுபவங்களுக்கப் பிறகே உருவாக முடியும். இவ்வாறு வாழ்க்கையின் சாதாரண செயல்பாடுகளிலிருந்து வேறுபட்ட ஒரு தனி நடைமுறை மூலம் சிந்தனையும் செயலும் ஒரு வடிவத்தில் ஒருங்கிணைக்கப் படுவதுதான் கலை எனப்படுகிறது.

கலை என்பது பிரக்ஞைபூர்வமாக உருவாவதற்கு முன் பாகவே ஆதிவாசிமக்களிடையே நடனம், பாடல், இசை இவற்றின் இணைப்பே கலையாக உணரப்பட்டது. ஆதி மொழிகளில் மேற்கத்திய பார்வையில் உருவான கலை என்பதற்கு ஈடான சொல் இல்லை. மேலும் சடங்குக்கலையின் நோக்கம் என்பது சற்று குழப்பமானது. ஆனால் அது மேற்கத்திய நிலைப்பாட்டிலிருந்து வேறுபட்டது. உதாரணத் துக்கு The Navajo Night Chant என்பது ஒரு பழங்குடி மனி தனின் நோய்க்கான சிகிச்சையாக ஒரு துறவியால் ஏற்பாடு செய்யப்பட்ட ஒரு சடங்கு. இந்த உலகத்துடன் தொடர்பறுந்து போன ஆன்மீக உடலில் நோய் குணப்படுத்தப்பட வேண்டிய தாக உள்ளது. ஆன்மீகம் என்பது உடலுடன் தொடர்பு படுத்தக்கூடியது என்பது உடல், மனம், ஆன்மா, சதை குறித்த பார்வைக்கு ஏற்றுக்கொள்ள முடியாதது. கிறித்தவர்கள் மற்றும் யூதர்களின் உலகில் சமீபகாலம் வரை ஆன்மீக மற்றும் லௌகீக இருப்புகளுக்கிடையே தொடர்பு சாத்தியம் என்பது ஏற்கப்படாமலேயே இருந்தது.

19ம் நூற்றாண்டின் இறுதிவரை வெள்ளையர்கள் நடனத்தை ஒரு அறிவற்ற கேளிக்கை என்றுதான் கருதினார்கள். இந்த நூற்றாண்டில்தான் நடனம் என்பது ஒரு கலைவடிவமாக Isadora Duncan மற்றும் Loie Fuller ஆகியவர்களால் முன் னெடுக்கப்பட்டது. அதுவரை உடல் இயக்கம் என்பது ஒரு எளிமையான அசைவற்ற வடிவமாகத்தான் மேற்கத்திய கலாச்சாரத்தில் கருதப்பட்டது. தேவாலயத்தாலும், யூத வழிபாட்டு நிறுவனங்களாலும் வெறுக்கப்பட்டு மதச்சடங்கு களில் அனுமதிக்கப்படவில்லை. உடலை வெறுத்து ஆன்மாவை கொண்டாடிய பல நூற்றாண்டுகால நம்பிக்கை களில் ஊறிய வெள்ளையர்களுக்கு ஆன்மாவும் உடலும் இணைந்த, உணர்ச்சியும் சிந்தனையும் இணைந்த ஒரு 'ஆன்மீக உடல்' என்கிற சாத்தியத்தை ஏற்க முயவில்லை எல்லா விஷயங்களிலும் இணக்கம் என்கிற அமெரிக்க இந்தியப் பார்வை மேற்கத்திய நாடுகளுக்கு அந்நியமானதாகவும், நடனத்தின் மூலமாக ஒரு ஆன்மீக உறுதிப்பாடு வெளிப் படுத்தக்கூடியது என்பதும் உடனடித்தன்மையும், சிந்தனை உணர்ச்சி ஒருங்கிணைவும் சாத்தியம் என்பதும் ஏற்றுக்கொள்ள

கலையும் மனப்பிறழ்வும்

முடியாததாக இருந்தது. ஐரோப்பியர்கள் தங்கள் அறிவாற்ற லால் இயற்கையை அனுமானிக்க, மாற்ற, வெல்ல முடியும் என்ற மேற்கத்திய சிந்தனைக்கு இது பிரச்னையாக இருந்தது. குறிப்பாக அமெரிக்க இந்தியர்களும், மற்ற ஆதிவாசி மக்களும் வாழ்க்கையை இயற்கையுடன் இணைவு கொண்டதாகவே பார்த்தார்கள். இந்த உலகம் உயிருள்ளவை களாலும், உயிரற்ற பொருள்களாலும் நிரம்பியிருக்கவில்லை. ஒவ்வொன்றுக்கும் உயிர் உண்டு. அவை உதவியோ தீங்கோ செய்ய முடியும் இதுதான் ஆதிவாசிமக்களுக்கும், இயற்கைக்கு மான சடங்குரீதியான உறவு. மனிதகுலத்தை வளர்ச்சியின் விளைவாகவே பார்க்கும் மேற்கத்திய நாகரிகத்தின் மேலாண்மைப் போக்கு இவர்களிடம் இல்லை. ஆதிவாசி மக்கள் இயற்கையின் ஆற்றல்மையத்துக்கு நெருக்கமாகும் முயற்சியில் தங்களுக்கு வலிமையும் பார்வையும் கொடுக்கும் இயற்கை உலகின் பொருள்களாகவே மாறுகிறார்கள். தங்களுடைய பாடல்கள் மூலமாக அவர்கள் சக்தியைப் பெறுகிறார்கள். நடனங்கள் மூலமாக தங்களைச் சுற்றியுள்ள அவர்களால் உணரமுடிந்த, ஆனால் தெரியாததும் பார்க்காததுமான விஷயங்களை தொட்டுப் பார்க்கிறார்கள். விலங்குகளும் நகல் செய்கின்றன என்பதை இங்கு குறிப்பிட முடியாது, ஏனென்றால் மனிதர்களுடைய செயல்கள் பின்பற்றுதலுக்காக இல்லாமல் மாற்றத்திற்கானவை. நவீன நடனக்காரரர்களும் இதே நடைமுறையை கண்டுபிடித்திருக் கிறார்கள். அவர்கள் பயிற்சியாளருடைய அசைவுகளை அப்படியே செய்யாமல் தீவிரமான உணர்ச்சிகளின் உடல் வெளிப்பாடாக அந்த அசைவுகளாகவே மாறுகிறார்கள். பழங்குடி மக்களுடைய சடங்குகளின் நடைமுறையை விளக்குவது கடினம் அது வெளிப்படையான அலங்காரமற்ற நடனத்தின் ஒரு முக்கியமான தன்மை. இந்த நடைமுறையை *Erick Hawkins* அல்லது *Ann Halprin* ஆகியோரது படைப்புகளில் பார்க்கும்போது ஆச்சரியமானதாக இருக்கிறது. ஆதிமக்க ளுக்கு இவ்வாறு அசைவுகளாகவே மாறுவது சுலபமானது. உங்களுக்கு ஆப்பிள் என்பது மிகவும் சிக்கலான மாயமான ஒரு பொருள். ஆனால் ஆப்பிள் மரத்துக்கு அது எளிமையானது என்று அவர்கள் சொல்வார்கள்.

எண்ணங்களும், உணர்ச்சிகளும் ஆன்மீக உடலில் இணைந் திருக்கின்றன. மந்திரங்களாக, பாடல்களாக, பேச்சுகளாக சடங்குகளில் உச்சரிக்கப்படும் வார்த்கைள் மற்றவர்களைவிட பாடுபவருக்கு ஏற்படுத்தும் எதிர்வினைகளைக்கொண்டே மதிப்பிடப்படுகின்றன. சடங்கின் முதல் கட்டம் பாடகரின் எழுச்சிதான். தன்னுடைய பாடலை ஆற்றலின் தளத்துக்கு கொண்டுபோவது, உலகை பாதிக்கும் சக்திகளுடன் தொடர்பை ஏற்படுத்துவது என்கிற வகையில் ஒரு பாடலின் வார்த்தைகளும், ஒலிகளும்தான் அலங்காரமான பேச்சுகளை விட ஆழங்கள் குறித்த பார்வையை உருவாக்குபவை. அதனால் சடங்கின் பாடல்கள் ஒரு விரிவான கருத்தை உள்ளடக்க வேண்டியுள்ளது. ஒரு வார்த்தை அல்லது சில வார்த்தைகளின் ஒலிகூட பேச்சை விட அதிக விளக்கம் கொண்டது.

பாடலும் நடனமும் எப்படித் தோன்றியது என்று யாருக்கும் நிச்சயமாகத் தெரியாது. ஆனால் மனிதர்களைப் போலவே விலங்குகளிடமும் தீவிர உணர்ச்சிக்கும் தற் செயலான அசைவுக்கும் இடையே ஒருவித தொடர்பு உள்ளது. அடிவயிற்றில் ஏற்படும் அழுத்தத்தின் காரணமாக குரல் பாதிப்புகள் ஏற்படுகின்றன. சடங்கு நடனங்களின் பல அசைவுகளில் இத்தகைய வலிந்து மூச்சுவிடல்களும், அதனால் குரல் எழுப்பல்களும் நிகழ்கின்றன. பல்வேறு அசைவுகள், உச்சரிப்பு மற்றும் தீவிரத்தன்மை ஆகியவை வேறுபட்ட ஒலிகளை உருவாக்குகின்றன.

இதுபோல நடனத்துடன் இணைந்து வரும் பாடல்களில் தன்னிச்சையான ஒலிகள் எழுப்பப்படுகின்றன. பாடலின் உருவாக்கமும், நடனத்துடன் அதன் உறவும் எப்படிப்பட்டதாக இருந்தாலும் இனக்குழு ஆய்வாளர்கள் சொல்வது போல் இசையும் நடனமும், எல்லா தொன்மைக் கலாச்சாரங்களிலும் பிரிக்க முடியாதவையாகவே இருந்திருக்கின்றன. நடனக் காரர்கள் எப்போதும் கைத்தட்டல் மற்றும் உரத்த ஓசை ஒழுப்பும் ஒலி அமைப்புகளுடனேயே வருகிறார்கள். நடனத்தின் வேகம் அதிகரிக்கும்போது உடனிருக்கும் ஆர்க்கெஸ்ட்ரா குழு பீட் ஒலிகளை ஒழுங்கு செய்கிறது.

இதுபோல நடனம் இசையிலிருந்து வேறுபட்ட ஒரு தனி வடிவமாக சடங்குக் கலைகளில் உருவானது.

இந்த நாட்டுப்புறத்தன்மை கொண்ட நடத்தை மேற்கத்திய மக்களை தங்களை அதிகம் நாகரிகமானவர்களாக நினைக்கச் செய்து மற்றவர்களிடமிருந்து அவர்களை பிரித்திருக்கிறது. ஆதிவாசிமக்களுக்கு இத்தகைய வடிவம் கொடுக்கும் இதே அழுத்தங்கள் தான் எல்லாக் கலாச்சாரங்களிலும் இருக் கின்றன - சில வேறுபாடுகளுடன். 20ம் நூற்றாண்டு வெள்ளையர்கள் இயற்கையிலிருந்து தங்களை விலக்கிக் கொண்டு உருவானவர்கள்... இயற்கை அவர்களுக்காகவே உள்ளது என்றும் கடவுளின் எண்ணமே அவர்களை உலகில் உயர்ந்தவர்களாக்கியிருக்கிறது என்றும் நம்புகிறார்கள். மாறாக ஆதிவாசி மக்கள் தங்களைப் பற்றிய செயற்கையான மகிமைப்படுத்தலில் ஈடுபடாமல் சூழல் குறித்த புரிதலுடன் இயற்கை உலகம் பற்றிய தங்கள் எண்ணங்களையும், உணர்ச்சிகளையும் பகிர்ந்துகொண்டு விலங்குகளுடனும் தாவரங்களுடனும், வாழ்வும் மரணமும் சூழ நெருக்கமாக வாழ்கிறார்கள்.

சூழல் குறித்த ஆதிவாசி மக்களின் எதிர்வினை பெரிதும் சடங்குமயப்பட்டது. மனிதர்களுக்கும் அவர்களுடைய சுற்றுப்புறத்துக்குமான உறவை மகிமைப்படுத்தும் தன்மை கொண்டது. நவீனவாதிகள் இயற்கையுடனான தங்கள் உறவை ஒருவித சமனில் வைத்திருக்கிறார்கள். கலை யதார்த் தத்தை அணுகுவதுபோல் சடங்குத்தன்மை முரண்பாட்டை அணுகுகிறது. மாறாக நாகரிகமான பார்வை என்பது சடங்கை மூடநம்பிக்கையாகவும், பழமையாகவும் பார்க்கிறது. தத்துவாதிகள் *Ernst cassirer* மற்றும் *Susanne Langer* குறிப் பிடுவது போல் மதிப்பீடுகளின் உலகிலிருந்து பொருள்களின் உலகிற்கான இந்த மாற்றம் யதார்த்தம் குறித்த சொல்லாடல் களால் உருவாகியுள்ளது. *Langer 'Philosaphy in a new key'*ல் கூறுகிறபடி வார்த்தைகள் தான் நம்முடைய வெளிப்பாட்டின் முக்கிய கருவிகள். வாழ்க்கை நடைமுறையின் உலகளாவிய குணாம்சரீதியிலான கருவிகள். பேச்சு என்பது மனித குலத்தின் ஒரு அடையாளம். அதுதான் சிந்தனையின் இயல்

பான வெளிப்பாடு. அதன் குறியீட்டுத்தன்மையால் நாம் கவரப்பட்டு அதுதான் முக்கியமான வெளிப்பாட்டு செயல் பாடு என்று நினைக்கிறோம். மற்ற எல்லா செயல்பாடுகளும் விளையாட்டுத்தனமானவை, அறிவுக்கு பொருந்தாதவை என. ஆனால் உண்மையில் பேச்சு என்பது குறிப்பிட்ட அடையாளத்தின் இயல்பான ஒரு விளைவு. மனித மனத்தில் அனுபவத்தை மடைமாற்றுவதில் வேறுபட்ட விளைவுகள் நிகழ்கின்றன. அதாவது சடங்கு என்று நாம் குறிப்பிடும் செயல்கள் வலிமை வாய்ந்ததாகவும் இனக்குழு சார்பு கொண்டிருந்தாலும் நடைமுறை சாராத வெளிப்படைத் தன்மையற்ற செயல்களாகவும் மாறுகின்றன.

சடங்கு என்பது வெளிப்பாடு சாதனங்களால் விளக்க முடியாத ஒரு அனுபவ மாற்றத்தின் அடையாளம். அது ஒரு ஆதாரமான மனிதத் தேவையிலிருந்து எழுவதால் சுய உணர்வற்ற ஒரு தன்னிச்சையான செயல்பாடு. எந்தவித நடைமுறைரீதியான திட்டவட்டமான நோக்கமும் இல்லாதது. புராதன வடிவமைக்கப்படாத கட்டிட அமைப்பு போல, இதுவும் வடிவமைக்கப்படாத ஒரு செயல்பாடு. அதன் ஆழமான பாங்குகள் சமூக கட்டமைப்பை அதிகம் அறியாத மக்களின் சமூக நடைமுறைகளைப் பேசுகின்றன. சடங்கு என்பது மக்களின்மீது திணிக்கப்படும் விஷயமல்ல. அதுபோன்ற நிறுவன ரீதியான முயற்சிகள் அவர்களுடைய நடைமுறையிலுள்ள சடங்கு வடிவங்களை உள்வாங்கி சமன் செய்த பிறகே மேற்கொள்ளப்படுகின்றன.

நடனத்தைப் போலவே சடங்கின் நடைமுறைகளும் அறிவுக்கு ஒவ்வாதவைகளாகக் காட்டப்படுவதின் காரணம், அவை நாகரிக மக்களின் மொழித் தீவிரங்களுக்கும், பிற போக்குதனத்துக்கும் கட்டுப்படாமல் இருப்பதுதான். தீவிர உள் மனத்தேவையின் விளைவே சடங்கு செயல்பாடுகள் என்கிறார் ஃப்ராய்டு. சடங்கு செயல்கள் அந்தரங்கமான மற்றும் வெளிப்படையான அனுபவங்களின் மடைமாற்றங்கள் என்பது தெளிவாகிறது. *Eastern Cherokees Big Cove band*-ன் பூஜர் நடனம், சடங்கு சமூக நடைமுறையாக வெளிப்பாடு கொள்வதின் உதாரணம். மற்ற செரோக்கீ நிகழ்வைப்போல

இல்லாமல் இதில் பழங்குடி மக்களின் வெள்ளை ஆக்ரமிப் பாளர்களுக்கு எதிரான வலுவான எதிர்வினையும், *Big cove* குழலை சூழ்ந்துள்ள வெள்ளையர்களின் உலகம் குறித்த தயக்கமும் பதிவாகின்றன. பூஜர் நடனம் வெள்ளையர்களின் ஆதிக்கத்தை செரோக்கிகளின் இயற்கை ஆன்மீக சக்திகளுக்கு அடிபணிய வைப்பதால் அவர்களுக்கு வெள்ளையர்களின் இருப்பு குறித்த பயம் இல்லை. செரோக்கீகள் வெள்ளை ஆக்ரமிப்பாளர்களை அரசியல் ரீதியாக எதிர்கொள்ளத் தயாராக இல்லை. ஆனால் சடங்கின் வழி இந்திய குடியிருப்புகளை ஆக்ரமிக்கும் வெள்ளையர்களை மாய விலங்குகளாகவும். அருவருக்கத்தக்க ஜந்துக்களாகவும் மாற்றி சமாதானமடைய முடியும். அதாவது இந்தியர்கள் வெள்ளை யர்களை எதிர்கொள்ளும் அளவுக்கு அரசியல் ரீதியாகவும், நடைமுறை ரீதியாகவும் வலிமையானவர்களாக இல்லை என்பதை உணர்ந்திருக்கிறார்கள். ஆனால் சடங்கில் அவர்கள் அதை செய்யமுடியும். ஏற்கனவே பல வருடங்களுக்கு முன்னால் அவர்களது கடினமான பூகோள சூழலை ஒரு சடங்கு பின்புலத்துக்குள் கொண்டுவந்து அவர்கள் பாதிப்பை உருவாக்கியிருக்கிறார்கள். சமாதானத்தை எட்டி இருக்கி றார்கள்.

பூஜர் நடனம் செரோக்கி இந்தியர்களின் கசப்பான அனு பவத்தை - சடங்குமயப்படுத்துகிறது. அது தங்களை சுரண்டு வதற்காக வந்த அழைக்கப்படாத அந்நியரின் வருகையை பூஜர் நடனத்துக்குள் கொண்டு வருகிறது. அந்த நடனத்தில் அந்த ஆக்ரமிப்பாளர்கள் தாங்கள் எண்ணியபடி வெளியேறிச் செல்லும் வரை பொறுத்துக் கொள்கிறார்கள். இவ்வாறு வெள்ளையர்களின் இருப்பு, அவர்களின் பண்பாடற்ற குறுக்கீடுகள், சமூக கொண்டாட்டங்களின் போது தங்கள் குடியிருப்புகளில் அவர்கள் அத்துமீறி நுழைதல் ஆகியவை விகாரமும். நகைச்சுவையும் கலந்த சடங்கு அனுபவமாக மாற்றப்படுகின்றன. ஆனால் அந்த சடங்கு வெறும் சுகமான கற்பனையாக முடிவதில்லை. வெள்ளையர்கள் வெற்றிகரமான ஆக்ரமிப்பாளர்களாகவே இயல்பாக சித்தரிப்படுகிறார்கள். ஆனால் இந்த குணாம்சங்கள் ஒரு விகாரமான நகைச்சுவையாக மாற்றப்படுகின்றன. பூஜர்கள் ஆபாசமான பெயர்களை

சூடிக்கொண்டும், காய்கறி ஓடுகளால் செய்யப்பட்ட பாலியல் உறுப்புகளை அணிந்து கொண்டும் இந்தியப் பெண் களின் மேல் தண்ணீரை பீச்சி அடிக்கிறார்கள். அவர்களுக்கு என்ன வேண்டும் என்று கேட்கும்போது 'பெண்கள்' என்று சொல்வார்கள். பெண்கள் விருப்பமில்லை என்று சொன்னால் அவர்கள் சண்டையிட வந்திருப்பதாக சொல்வார்கள். செரோக்கீ தலைவர் இந்தியர்கள் சண்டையிட விரும்பவில்லை என்றும் சமாதானமாக இருக்க விரும்புவதாகவும் ஆனால் பூஜர்களுடன் நடனமாடத் தயாராக இருப்பதாகவும் சொல்வார். ஆக்ரமிப்பாளர்கள் நடனத்துக்கான அழைப்பை ஏற்பார்கள். ஆனால் அந்த சந்தர்ப்பத்தை நடனமாடும் பெண்களிடம் அத்துமீறி பயன்படுத்துவார்கள். அப்பெண்கள் நடனத்தில் கலந்துகொண்டாலும் இந்த அத்துமீறலை ஏற்காமல் விலகி இருப்பார்கள். பூஜர்கள் இந்த சடங்கின் மூலம் ஒடுக்கப்பட்ட நிலைக்கு சென்றுவிடுவார்கள். செரோக்கீகள் ராணுவரீதியாக தோற்றிருந்தாலும் தங்க ளுடைய இந்த கலாச்சார வெற்றியை கொண்டாடுவார்கள்.

பூஜர் நடனம் ஃப்ராய்டும் அவரைப் பின்பற்றுபவர்களும் சடங்கு செயல்கள் பற்றி கொண்டுள்ள அனுமானங்களை மறுக்கிறது. இந்த செயல்கள் உத்தேசமற்ற வெறும் உணர்ச்சி களின் கொட்டுதல் அல்ல - கத்துதல், துள்ளுதல், தரையில் உருளுதல் என்று குழந்தையின் கொந்தளிப்புகள் போல. ஒரு வெளிப்படையான செயல் எந்த அழுத்தமும் இல்லாமல் திட்டமிட்டு செய்யப்படும்போது அது குறுகிய மனோத்துவ நோக்கிலான சுய வெளிப்பாடு அல்ல. பதிலாக தர்க்கரீதியாக விளக்கக்கூடியது. ஆனால் வார்த்தைகளாலான தர்க்கத்தில் அல்ல. பூஜர் நடனம் வெறும் உணர்ச்சிகரமான அடை யாளங்கள் கொண்டதல்ல. ஆனால் ஒரு முழுமையான அனுபத்தின் குறியீடு. உணர்ச்சிகளின் ஓட்டத்தை முடிவுக்கு கொண்டுவராமல், ஆனால் உணர்ச்சிகளைக் குறிப்பிட்டு எந்த தூண்டுதலும் செய்யாமல் அவைகளை வெறும் நினைவில் மட்டும் இருக்கச் செய்கிறது.

செரோக்கீ இந்தியர்களின் பூஜர் நடனம் அதன் வெளிப் பாட்டு சந்தோஷத்துக்காக திரும்பத் திரும்ப நடத்தப்படும்போது

அது அந்தப் புள்ளியில் ஒரு அழகியல் அனுபவமாக மாறுகிறது. கோபம் முழுநினைவுடன் நிகழ்த்தப்படும்போது அது இயல்பான கோபமாக இருக்காது. இறுக்கங்களை இவ்விதம் ஒழுங்குபடுத்தும்போது அதன் விளைவு எளிமை யான ஒரு உணர்ச்சியாக இருப்பதில்லை. ஆனால் சிக்கலான நிரந்தரத்தன்மை கொண்ட ஒரு உணர்வாக இருக்கிறது. அதை உருவாக்கும் கலாச்சாரத்தின் பல்வேறு வடிவங்கள் கொண்ட ஒரு வெளிப்பாடு அது. அது ஒரு அழகியல் குணாம்சத்தை அடையும்போது சடங்கு சார்ந்த எண்ணங் களையும் மனோதத்துவ முறையில் அல்லாமல் சம்பிரதாய மான முறையில் வெளிப்படுத்துகிறது. சடங்கு மற்றும் நடனம் குறித்த இந்த பார்வை மதிப்பீடுகளின் ஒரு உறுதியான பரிமாற்றமாகும். உணர்ச்சிகளின் கொட்டலோ, கொந் தளிப்போ அல்ல.

நாகரிகத்தின் வழிமுறை என்பது கலை மற்றும் சடங்கின் வழிமுறைக்கு முரணானது, அங்கு இந்த செயல்பாடுகளின் ஆற்றல் மெதுவாக மடை மாற்றம் செய்யப்பட்டு கைவிடப் படுகிறது. ஏனென்றால் மக்கள் காரணங்களையும் விளைவு களையும் அறிந்து இயற்கையை கட்டுப்படுத்துவதற்கான வழிகளை கண்டுபிடித்துவிடுகிறார்கள். அதனால் அவைகளின் இருப்பு குறித்த இறுக்கமற்ற சூழல் மாறிவிடுகிறது. இது போன்ற சமயத்தில் செயல்கள் மற்றும் படிமங்களின் ஆற்றல் என்பது ஒரு குழுவின் முக்கிய பொருளாவதில்லை. நடனம் தன்னை நிலைநிறுத்திக் கொள்கிறது. ஆனால் வேறுவிதமான இலக்குகள் மற்றும் கோட்பாடுகளின் அடிப்படையில் அது தன்னை வெளிப்படுத்திக் கொள்கிறது. தெற்கு பிரான்சில் *Farandole* என்கிற நாட்டுப்புற நடனம் இன்றும் நிகழ்த்தப் படுகிறது. அது குழப்பமான அமைப்பு போன்ற நடன முறையில்தான் நிகழ்த்தப்படுகிறது. அதன் பாணிகள் கிரேக்க நாணயங்களில் உள்ள தொன்மை வடிவங்களிலிருந்து பெறப்பட்டவை.

Farandole-ன் பாம்பு போன்ற சுருண்ட தோற்றம் குழப்பான அமைப்பின் நடுவே பயணிப்பதுபோல் உள்ளது. இந்த கிரேக்க குழம்பிய அமைப்பு பாணி இறந்தவனின்

மரணத்துக்குப் பின்பான வாழ்க்கைப் பயணம் போல ஆபத்துகளாலும் தீயசக்திகளாலும் சூழப்பட்ட ஒரு தோற்றம். மனிதர்கள் உருவாக்கிய இந்த குழம்பிய அமைப்பின் நடுவே சாவு நடனத்தை நிகழ்த்துவதின் மூலம் முன்னோர்கள் மனிதர்களுக்கு சடங்குகள் மூலம் இயற்கையை ஆளும் சக்தி இருப்பதை நிரூபித்தார்கள். *Farandole*-ன் சுருண்ட தோற்றம் இறந்தவனின் ஆவியை சாந்தப்படுத்துவதற்காகவும், அவன் போகும் வழியில் அவனுக்கு உதவுவதற்காகவும் அமைந்தது. கிரேக்க மாகாணத்தின் விவசாயிகள் இன்றும் *Farandole*-ஐ நிகழ்த்துகிறார்கள். ஆனால் எந்த நோக்கமும் இல்லாமல் அதன் இசைக்காவும், அசைவுகளுக்காகவும். இங்கே சடங்கின் விளக்கமான வடிவம் கைவிடப்பட்டுவிடுகிறது. மீதம் இருப்பது கலையாகவும் இல்லாமல், சடங்காகவும் இல்லாமல் வேறு ஏதோவாக இருக்கிறது. ஒரு பொழுதுபோக்காக, ஒரு விளையாட்டாக; இந்த சந்தர்ப்பத்தில் பெரும்பாலும் நடனம் என்று சொல்லப்பட்டுவந்தது கலையாகவோ, சடங்காகவோ அலங்காரமான பொழுதுபோக்காகவோ இருந்திருக்க வாய்ப்புள்ளது.

ஆதிவாசி மக்களின் சடங்குகள் நூற்றாண்டு தலைமுறை களின் உருவாக்கங்கள். தேர்ந்தெடுத்த நடைமுறைகளால் சில செயல்கள் திரும்பத்திரும்ப செய்யப்பட்டு நிலைபெற்றவை. இந்த சடங்குமுறைகள் மந்திரத்தன்மை கொண்டவை. சில குறிப்பிட்ட அழுத்தத்தின் காரணமாகவும் நீண்டகால இடைவெளிகளாலும் தவிர அவை சுலபமாக மறைவதில்லை. விரைவில் நாகரிக வளர்ச்சியில் இயற்கையை முழுவதும் கட்டுப்படுத்தும் முயற்சியில் வார்த்தைகளுக்கு பதிலாக சைகைகளாலான ஊமை நடன வடிவம் உருவாகலாம். இத்தகைய யதார்த்தமான நடனத்திலிருந்து நாடகம் நடனம், இசை எல்லாம் பிரிக்கப்படும். கடைசியில் வெளிப்பாட்டு ஆற்றல் இன்றி நடன இயக்கமே கலாச்சார சடங்குத் தன்மை களிலிருந்து விடுபட்டு கருத்துகள் நிறைந்த சொல்லாடல் தளம் ஒன்று உருவாகிவிடும். இதுதான் எளிமைப்படுத்தப்பட்ட யதார்த்தவாதம். கலை விமர்சகர்கள் நடனம் அனுபவத்தை சடங்குமயப்படுத்தும் முயற்சியில் இசையையும் அசைவு களையும் இணைத்துச் செல்வதை உணர்வதில்லை. பாட்டு,

நடனம், வழிபாடு எல்லாம் தனித்தனி செயல்பாடுகளாக மாறிய பிறகு நடனத்தின் தொன்மை வடிவம் இழக்கப் பட்டுவிட்டது.

கலை மனிதகுலம் பெற்ற செறிவான வெளிப்பாட்டு வடிவம் என்பது அங்கீகரிக்கப்பட வேண்டும் என்கிறார் *Herbert Read, Art and Society*-ல். நாகரிகத்தின் துவக்கத்திலிருந்தே அது உருவாகிவருகிறது. ஒவ்வொரு காலகட்டத்திலும் மனிதன் பல பொருள்களை உபயோகித்து பல செயல்கள் மூலம் அதை கைக்கொள்ள முயன்றிருக்கிறான். மேற்கத்திய அனுபவத்தில் கலாச்சாரம் வலியுறுத்தும் உண்மைதான் இறுதியானது. ஆனால் ஆதிவாசி மக்களுடைய பார்வை யதார்த்தம் இறுதியானது அல்ல என்பதுதான். அவர்கள் பல தனித்தனியான உண்மைகளை பார்க்கிறார்கள். அவர்கள் பலவகைப்பட்ட அல்லது இருவகைப்பட்ட உலகத்தை நம்பு கிறார்கள். மேற்கத்திய கலாச்சாரத்தின் ஒற்றை உலகத்தை அல்ல, சாக்ரடீஸுக்கு முந்தைய கிரேக்கத்தின் மாயத்தன்மை கொண்ட சடங்குகள் முடிவுக்கு வந்தவுடனேயே, மேற்கத்திய நாகரிகத்தின், கனவிலிருந்து விடுபட்ட, நேர்கோட்டுத்தன்மை கொண்ட நிலையற்ற அமைப்பானது கேள்விக்குள்ளானது. வளர்ச்சி என்று கருதப்பட்ட நாகரிகத்தின் முன்னெடுப்பானது உணர்ச்சிகளை அறிவின் பின்புலத்தில் இறுக்கமாக வெளிப் படுத்திக்காட்டியதின் விளைவாக மேற்கத்திய மக்களை உலக நடப்புகளின் நிரந்தர பார்வையாளர்களாக மாற்றி அவர் களுடைய சுயமான வடிவங்கள் வெளிப்படத் தடையாக அமைந்தன - அவர்களுடைய 'யதார்த்தம் குறித்த பார்வை யிலிருந்து மாறக்கூடும் என்பதால். சமீபகாலம் வரை பெரும் பாலான வெள்ளையர்கள் தங்களுடைய கட்டுப்பாடுகளாலும், தயக்கங்களாலும் தங்களுடைய உடலிலிருந்தும், அதன் வெளிப்பாடுகளிலிருந்தும் அந்நியப்பட்டவர்களாக இருந் தார்கள். அவர்களுடைய எண்ணங்களுடனும், உணர்ச்சி களுடனும் இணைந்து இயங்கக்கூடிய உடல் அவர்களிடம் இல்லை. அதனால் உடலை சுமையாக நினைக்கும் பழைய கிறித்தவக் கண்ணோட்டத்துடன் உடலின் மீது கட்டுப் பாடற்றடவர்களாக இருந்தார்கள். ஒரு வடிவமைக்கப்பட்ட உடலோ, மன நிலைகளை வெளிப்படுத்தும் முகபாவங்களோ,

வெளி நிகழ்வுகளுக்கான எதிர்வினை புரியும் உடலமைப்போ இல்லாமல் அவர்கள் உலக நடப்புகளிலோ, தங்கள் சொந்த வாழ்க்கை உணர்ச்சிகளிலோ பங்குபெற முடியவில்லை. -

உணர்ச்சிகளை வெளிப்படுத்தும் சடங்கு நடனக்காரரின் உடல் இறுக்கமான துள்ளும் நடைகள் கொண்ட பாலே நடனக்காரரிடமிருந்து வேறுபட்டது. ஒரு சடங்கு நடனக் காரரிடம் மனித அனுபவத்தின் முழுமையையும் வெளிப் படுத்திக் காட்டும் ஒரு வெளிப்படைத்தன்மை உள்ளது. சடங்குடன் இணைந்துள்ள உணர்ச்சிகள் மேற்கத்திய கலை களில் உள்ளது போல் அடிப்படைத்தன்மை கொண்டவை அல்ல. சடங்கு நடனத்தில் வெளிப்படும் கருத்துகள் மிகவும் எளிமைப்படுத்தப்பட்டவையாகத் தோன்றும். ஏனென்றால் *Isadora Duncan* வரும் வரை வெள்ளையர்கள் எளிமையான கேளிக்கைத்தன்மை கொண்ட நடனம் போன்ற வடிவத்துடன் எந்த ஆழமான கருத்தியலையும் இணைத்துப் பார்த்ததில்லை. ஒருவேளை ஐரோப்பிய நடனத்தில் அது உண்மையாக இருக்கலாம். ஏனென்றால் அது தன்னுடைய சடங்கு குணாம் சங்களை பெரிதும் இழந்த நிலையில், இந்த நூற்றாண்டு நடனக்காரர்கள் நடனத்தை மேம்போக்கான மனநிலைகளி லிருந்து தீவிரமான நிலைப்பாடுகளுடன் தொடர்புபடுத்தும் முயற்சிகளில் ஈடுபட்டதுதான்; ஆனால் ஆதிவாசிமக்களுக்கு நடனம் - ஒரே சமயத்தில் சாதாரண விஷயங்களுடனும், தீவிர கருத்துக்களுடனும் தொடர்புபடுத்துவதாக இருக்கிறது. நடனம் சமகால உலகத்துடன் பொருத்தமற்றதாக, நடனக் காரர்கள் அதன் அசைவுகளை நூற்றாண்டுகால மேற்கத்திய மதிப்பீடுகளுடன் இணைக்கத் தவறினார்கள் என்றால் அதற்கான காரணம் அங்கு நடனம் பல காலங்களாக புறக் கணிக்கப்பட்டு - பழங்குடி கலாச்சாரங்களைப்போல் பார்வையாளர்களிடம் சரியான தொடர்புகளை உருவாக்கத் தவறியதுதான்.

நடனம் மிக எளிமையாக இருப்பதால் நவீன மனிதனுக்கு அதை விளங்கிக்கொள்வது கடினமாக இருக்கிறது என்கிறார் மார்த்தா கிரஹாம். ஆன்மீக உடல் என்ற கருத்தும் எளிமை யானதுதான். இந்த வழிமுறையை விளக்க சரியான

வார்த்தைகள் இருந்தால் இந்த கருத்தை எளிதாக சொல்லி விடலாம். அப்போது சடங்கு, நடனம் இவைபற்றியெல்லாம் அதிகம் பேச காரணம் இருக்காது. ஆன்மீக உடல் என்ற கோட்பாட்டில் ஆன்மீகத்தன்மை என்று எதுவும் இல்லை. ஆனால் உடல் சாராத தூய்மை, சிந்தனைச்செறிவு, எண்ணங்கள் மற்றும் உணர்ச்சிகளின் தீவிரம் இவை எல்லா வற்றையும் குறிப்பிட வேறு வார்த்தை இல்லை. ஆன்மீக உடல் என்கிற பிரயோகம் வெறும் சதைகளாலான உடம்பை குறிப்பதல்ல. தன்னையும், உலகையும் உணர்ந்த உணர்வுகளின் பெருக்கத்தை, சிந்தனைகளின் சிக்கல் தன்மையை, அறிவு மனதாக மாறுவதை இவைகளை சாத்தியப்படுத்தும் எல்லாவித மாயமான உடல் தன்மையையும் குறிக்கிறது. நம்முடைய இருப்பு உலகியல் ரீதியாக இருந்தாலும் இல்லாவிட்டாலும் இந்த உடல் நம்முடையது. ஆதிவாசிகள் மனம் / அறிவு அல்லது ஆன்மா / உடல் என்ற கேள்விகளை எழுப்பும் உலகாயுதவாதத்தில் நம்பிக்கை அற்றவர்களாக இருந்தார்கள். ஆதாரமான வாழ்க்கையின் நீரோட்டம். என்பது பகுதிகளைவிட பெரிதான முழுமை சார்ந்த உலகத்தால் கட்டுப்படுத்தப்படுவதில்லை. அதன் கற்பனை ஒருபோதும் முழுமை சார்ந்ததல்ல. பகுதிகள் சார்ந்தது. நாகரிக முதிர்ச்சியற்றவர்கள் என்று சொல்லப்படும் ஆதி வாசிகள் ஒரே உண்மை. ஒரே கடவுள், ஒரே உலகம், எல்லாம் இயங்குகிற ஒரே சமன்பாடு என்று வறட்டுத்தனம் செய்வ தில்லை.

மேற்கத்திய நடன வரலாறு என்பது ஆதிவாசிகள் தலைமுறைகளாக சொல்லி வரும் நாட்டுப்புற வரலாற்றின் மறுபக்கம். நடனக்கார வெள்ளையர்களுக்கும், வெள்ளையர் அல்லாத நடனக்காரர்களுக்கும் பல வித்தியாசங்களுக் கிடையில் சில பொதுவான தன்மைகள் உண்டு. அவர்கள் இருவரும் பெரும்பான்மை கலாச்சாரத்தின் மதிப்பீடுகளுக்கு வெளியே இருப்பவர்கள். இந்த நூற்றாண்டில் பார்வைகள் மாற்றமடைந்து கொண்டு வருவதின் காரணம் தற்காலத்திய நடன எழுச்சி, பாலின பங்களிப்புகள், பிரதேசத்தன்மை, கலாச்சாரம், மனிதகுல வரலாறு ஆகியவை குறித்த மறு பார்வைகள் வெள்ளையர்கள் தங்களைப் பற்றியும், தங்கள்

உடல் பற்றியும் கொண்டுள்ள பார்வைகளை மாற்றிவருகின்றன. ஆதிவாசி மற்றும் நாட்டுப்புறக் கோணங்களிலிருந்து நடனத்தின் வரலாற்றை அறிந்துகொள்வதும், நடன உலகை நாகரிக உலகின் மதிப்பீடுகளிலிருந்து விலகி மறுபரிசீலனை செய்வதும் அவசியமானது. விமர்சகர் ஜான் மார்ட்டின் சொல்வதுபோல் எந்த நடன வடிவமும் நிரந்தரமானதல்ல. உறுதியானதும் இறுதியானதும் அல்ல. நடனத்தின் அடிப்படை கோட்பாடுதான் நிலைத்து நிற்கக்கூடியது. அதிலிருந்து இயற்கையின் சுழற்சிபோல புதிய வசந்தங்கள் பீறிட்டுக் கிளம்பும். ●

10

பாத்திரமாக அறியப்படும் பாத்திரத்தின் எழுச்சியும் வீழ்ச்சியும்

Elinor Fuchs

(யேல் நாடகப் பள்ளி பேராசிரியரான Elinor Fuchs நாடகாசிரியராகவும், அரங்கியல் விமர்சகராகவும் அறியப்படுவர். அவருடைய "Death of character" நூலிலிருந்து ஒரு பகுதி)

1960ல் போலிஷ் நாடகாசிரியர் "Tadeuz Rosewicz" " The card index" என்ற ஒரு குறுநாடகத்தை வெளியிட்டார். அந்த நாடகத்தில் மறைந்து போன செவ்வியல் அரங்கத்தின் ஒருவித கேலிச் சித்திரமாக ஒரு நாயகனும் முதியவர்கள் கொண்ட கோரஸூம் இருந்தனர். அந்த நாடக உலகத்தில் Rosewiczன் மற்றும் பிறபோல் இல்லாமல், நாடகங்கள் முக்கிய பாத்திரத்தின் பெயரைக் கொண்டிருந்தன.

Rosewiczன் நாயகன் என்பவன் ஒருவனல்ல. நாடகத்தின் நடுவே அவன் பலராக இருக்கிறான். சில சமயங்களில் அவன் அரங்குக்கு வெளியே உலவும் போது இன்னொரு நடிகன் அவன் இடத்தை நிரப்புகிறான். நாடகத்தின் தலைப்பு காட்டப்படும்போது அவனுக்கு பெயர் இல்லை. ஆனால் நாடகத்தின் ஒவ்வொரு கணத்திலும் படுக்கையில் இருக்கும் போது கூட அவன் மேடையிலேயே இருக்கிறான். முந்தைய கதாநாயகர்கள் தங்களுடைய இருப் பால் கவனம் பெற்றது போல, இவன்தான் இல்லாதிருக்கும் நிலையிலும் கவனம் பெறுகிறான்.

இந்த எதிர்நாயகனின் செயலற்ற தன்மையை கேலி செய்யும் விதமாக முதியவர்களின் கோரஸ் Hercules வஞ்சகப் புகழ்ச்சியாக இவ்வாறு பாடுகிறது.

சிறுவயதில் ஹைட்ராசின் தலையை துண்டித்தவன். இளம் பிராயத்தில் பலிபீடத்தில் ரத்தம் சிந்துகிறான்.

இதுபோன்ற புராணகால கேலிச்சித்திரம் போல் இடைக்கால நவீனத்துவம் முதியவர்களின் கோரஸால் தலைப்பை உச்சரித்தபடி கேலி செய்யப்படுகிறது. கோரஸ் நாயகனை நாடகத்தில் அடையாள பாத்திரத்தை எடுத்துக்கொள்ளத் தூண்டுகிறது.

முதியவர்களின் கோரஸ்:

ஏதாவது செய். முன்னேறிச் செல். யோசி அவன் அங்கே கிடக்கிறான். நேரம் ஓடிக்கொண்டிருக்கிறது. (நாயகன் செய்தித்தாளால் முகத்தை மூடிக்கொள்கிறான்)

ஏதாவது பேசு. ஏதாவது செய். காரியத்தில் முன்னேறு குறைந்தது காதுகளையாவது தேய்த்துக் கொள் (நாயகன் அமைதியாக இருக்கிறான்) எதுவும் நடப்பதாக இல்லை. இதன் அர்த்தம் என்ன?

மேடையில் செயல் நடக்க வேண்டும். இந்த நேரத்தில் ஏதாவது நடக்க வேண்டும்.

நாயகன்: நாயகன் தன்னுடைய தலையை தேய்த்துக் கொண்டு சுவரை வெறிக்கப் பார்த்துக்கொண்டிருந்தால் போதுமா? நான் எதுவும் செய்யவேண்டும் என்று எனக்கு தோன்றவில்லை. கடைசி முயற்சியாக கோரஸ் ஒரு உயர்ந்த இலக்கை கோருகிறது.

முதிவர்களின் கோரஸ்: ஆனால் பெக்கெட் நாடகத்திலும் ஒருவன் பேசுகிறான். காத்திருக்கிறான். கஷ்டப்படுகிறான். கனவு காண்கிறான். ஒருவன் அழுகிறான். இறக்கிறான். விழுகிறான். வாயுவை வெளியேற்றுகிறான். நீங்கள் செயலாற்ற வில்லை என்றால் நாடகம் இல்லை.

நாயகன்: இன்று சர்க்கஸ் வண்டி *Hamlet* நிகழ்த்து கிறது. என்னைத் தனியாக விடுங்கள் நான் வெளியே போகிறேன்.

Rosewicz போலந்தில் போருக்குப் பிந்தைய தலைமுறை யின் ஆண்மையற்ற தன்மை பற்றியும், பூர்ஷ்வா சமூகத்தின் முடக்கம் பற்றியும் ஒரு அரசியல் அங்கதத்தை உருவாக்கி யிருக்கிறார். ஆனால் அரசியல் சமூகத் தடைகளை மட்டு மில்லாமல் நாடக ரீதியான தடைகளையும் அவர் பேசுகிறார். *The card index* ல் செவ்வியல், மறுமலர்ச்சி மற்றும் சோதனை அரங்கப் பாரம்பரியங்கள் எல்லாம் காலாவதி ஆனதாகச் குறிப் பிடுகிறார். *Hamlet* என்கிற நாயகனே தன்னுடைய தந்தையை மீட்க போராடாமல் ஒரு பூச்சியாக குறுக்கப் பட்டான் என்றால் பின்வரும் சமகால நடிகன் நாடகத்தை காப்பாற்றவென்று ஏன் போராட வேண்டும்? நாயகன் சொல்வது போல் போய்விடுவது என்பதுதான் செய்யக்கூடியது.

அந்த மிரட்டும் விலகல் தான் அரங்கின் புதிய கவிதை யியலுக்கான அறிகுறியா? முக்கிய நாடகாசிரியர்கள் நாடகத் தின் கட்டுமானத்துக்கு பாத்திரம் என்கிற கோட்பாட்டின் அவசியம் பற்றி ஈடுபாடு காட்டாதபோது நான் இங்கே 1890வரையிலான பாத்திரம் என்கிற நாடக அம்சத்தின் வரலாற்றை பின்தொடர விரும்புகிறேன். இந்த பாகத்தின் முடிவில் எங்கே மாற்றம் நிகழ்ந்தது என்பதையும் கடைசியில் 20ம் நூற்றாண்டு நவீன நாடகத்தில் அது ஏற்படுத்திய விளைவுகளையும் பேசுவேன். இப்போது நாடக கோட் பாட்டில் பாத்திரம் குறித்த பார்வை மாற்றங்களின் வரலாறு குறித்து நான் ஆர்வம் கொண்டிருக்கிறேன். ஒரு நல்ல அரிஸ்டாட்டில்வாதி போல பாத்திரத்தின் மாறும் விதிகளிலிருந்தே அதன் போக்கை கணிக்க விரும்புகிறேன். அந்த மாற்றங்கள் சொல்லும் செய்திகள் என்ன?

ஒவ்வொரு நவீனத் தலைமுறை மாணவர்களும் கதைப் போக்கு மற்றும் பாத்திர அமைப்பை துன்பியலின் முதலாம் மற்றும் இரண்டாம்பட்ச காரணிகளாக இருந்தும் அரிஸ்டாடிலின் பார்வையை பிரச்னைக்குரியதாகவே

பார்க்கிறார்கள். அவர்கள் Poeticsஐ நாடக வடிவத்துக்கும் மனித மனத்துக்கும் நெருக்கமானதாகவே பார்க்கிறார்கள். உதாரணமாக Antigoneஐ படிக்க ஒரு மனோதத்துவரீதியான உள்ளீடு காலமுரணை தோற்றுவிக்கும் என்று நாம் சொன்னால் உடனே அவர்கள் ஃப்ராய்டிய உளவியலும் பெற்றோர்களின் உறவுநிலையையே அடிப்படையாகக் கொண்டது என்று கூறலாம். இருந்தாலும் பாத்திரம் குறித்த அரிஸ்டாடிலின் பார்வை உயர்மட்ட நவீன கல்விமான்களுக்குக் கூட பிரச்னைகளை உண்டாக்கும். அந்த விவாதத்திற்குரிய பகுதியை கீழே தருகிறேன்.

துன்பியல் நாடகம் என்பது மனிதர்களை நகலெடுப்பதல்ல. ஆனால் வாழ்க்கையையும், செயல்பாட்டையும் நகலெடுப்பது. வாழ்க்கை என்பது செயல்பாட்டில் அடங்கியது. அதன் முடிவும் ஒருவித செயல்பாடு தான். ஒரு குணாம்சம் அல்ல. நாடகச் செயல்பாடு என்பது பாத்திரத்தை பிரதிநிதித்துவப் படுத்துவது அல்ல. பாத்திரம் என்பது செயலை ஒட்டியே வருகிறது. அதனால் சம்பவங்களும், கதையமைப்பும் தான் துன்பியல் நாடகத்தின் இறுதி. எல்லாவற்றையும் விட முடிவுதான் முக்கியமானது. அதனால் செயல் இல்லாமல் துன்பியல் நாடகம் இல்லை. பாத்திரம் கூட இல்லாமல் இருக்கலாம். பாத்திரத்தின் தன்மையை வெளிப்படுத்தும் சில பேச்சுகளையும், பாணிகளையும், சிந்தனைகளையும் தொகுத்துவிடுவதால் மட்டும் துன்பியல் குணாம்சம் உருவாகிவிடாது. ஆனால் இவைகள் குறைவாக இருந்தாலும் ஒரு கதையமைப்பும், கலாபூர்வமாக உருவாக்கப்பட்ட சம்பவங்களும் அந்த விளைவை உருவாக்க முடியும். அதனால் கதையமைப்பு தான் பிரதானமானது. ஒரு துன்பியல் நாடகத்தின் ஆன்மா அதுதான், பாத்திரம் என்பது இரண்டாவதாகத்தான் வரும்.

சில மொழிப்பெயர்ப்பாளர்கள் அரிஸ்டாடிலின் பாத்திர நிராகரிப்பை மென்மையாக எடுத்துக்கொள்கிறார்கள். Butcher பாத்திரம் இல்லாமலேயே துன்பியல் நாடகம் இருக்கமுடியும் என்று சொல்லும்போது, Grube பாத்திரமாக்கல் இன்றியே துன்பியல் நாடகம் சாத்தியம் என்கிறார்.

பாத்திரங்கள் இல்லாமல் என்ற பின்னொட்டுடன் வந்த *Else*ன் சமீபத்திய மொழிபெயர்ப்பு அரிஸ்டாடிலின் அர்த்த தளத்துக்கு நெருக்கமானது என்று சிலர்நம்புகிறார்கள். அதில் உள்ள "நாடகத்தில் செயல்பாடு என்பது பாத்திரத்தை பிரதிநிதித்துவப்படுத்துவது அல்ல" என்ற சொல்லாடல் விவாதப் பொருளாக மாறியுள்ளது. *Else*ன் இந்த மொழி பெயர்ப்பு குறிப்பு முன்னால் சொல்லப் பட்டவைகளை நிராகரிக்கிறது." அவை பாத்திரங்களை நகலெடுக்காமல் செயல்பாட்டின் நலனுக்காகப் பாத்திரங்களைச் செயல் பாட்டுக்குள் அடக்குகின்றன...

சோக நாயகனின் லட்சிய சித்தரிப்பை புரட்டிப்போட்ட *"Poetics"* குறித்த தன்னுடைய முக்கியமான 1960ன் விமர் சனத்தில் *John Jones* தங்களுடைய கருத்தை இன்னும் தெளிவுபடுத்துகிறார். அதனால் மேடை மனிதர்கள் தங்களின் பாத்திரங்களை பிரதிநிதித்துவப்படுத்துவதற்காக செயல்படுவ தில்லை. மாறாக தங்கள் செயல்பாடுகளில் தங்கள் பாத்திரங் களை சேர்த்துக் கொள்கிறார்கள். *Jones*ஐப் பொறுத்துவரை அரிஸ்டாடில் துன்பியல் நாடகத்தைச் சுதந்திரமான பாத் திரத்தின் விளக்கமாக பார்க்கவில்லை. பாத்திரம் என்பது செயல்பாட்டைவிட குறைந்த அளவே முக்கியம் வாய்ந்தது என்பதை அரிஸ்டாடில் எப்போதா வதுதான் கூறுகிறார். ஆனால் அது ஏற்றுக்கொள்ளப்படுவதில்லை. ஏனென்றால் அப்போது அழுத்தம் பாத்திரத்தின் இரண்டாம் பட்ச முக்கியதுவத்தின் மீதும், செயல்பாட்டின் மேலாண்மை மீதும் விழுகிறது அல்லது குறித்த பேச்சுகளுக்காக. ஓவியத்தின் வண்ணம்போல பாத்திரத்துக்கு குறைந்தபட்ச சுதந்திரமும் மறுக்கப்பட வேண்டும் என்கிற அரிஸ்டாடிலின் துன்பியல் நாடகம் குறித்த புரிதலுக்கு இந்த கதையமைப்பு மற்றும் பாத்திரம் என்கிற பிரிவுகூட மாறானது.

Jones கருத்துபடி துன்பியல் நாயகன் *Hamlet*ன் சர்வ வியாபகமான உணர்வு நிலையில் இருப்புக் கொள்ளலாம். ஆனால் அரிஸ்டாடில் நாயகன் நவீன மேற்கத்திய வெளிப் படைத்தன்மை கொண்ட சுயமாக இல்லாமல் செயலற்ற அறவியல் வண்ணம் பூசிய ஒரு உள்முக மனிதனாக

இல்லாமல் இருப்பவன். செயல்களின் ஒட்டுமொத்த வடிவம் பாத்திரம் எந்த வலிய ஆன்மாவும் முகத்துக்கு பின்னால் உறைந்துவிடுவதில்லை என்று அந்த சோக முகமூடியின் வலிமை மற்றும் செயல்பாடு பற்றி எழுதுகிறார். "நாசகார செயல்வீச்சின் மூலம் தனித்தன்மைகள் கட்டமைக்கப் படுகின்றன".

Jones-ன் *25* வருட குறுக்கீடுகளுக்குப் பிறகு அரிஸ்டாடிலின் பாத்திரம் குறித்த மனோதத்துவ நோக்கைச் சமன் செய்து கொள்ளும் விதமாக துன்பியல் குறித்த கல்வியாளர்களின் மறுவாசிப்புகள் அமைந்தன. *Chiristopher Gill, P.E. Easterling, John Gould, Simon Goldhill* போன்ற பல விமர்சகர்கள் *Jones*ன் "பாத்திரம் இன்மை" நிலைப்பாட்டை ஏற்கின்றனர். *1992*ல் *Elizabeth Belfiore, Jones*க்கு பிறகான *Poetics*-ஐ மறுவாசிப்புகள் செய்து தன்னுடைய நிலைப்பாட்டை உறுதிப்படுத்தினார். அரிஸ்டாடில் சொல்வது போல் துன்பியலுக்கு கதையமைப்பு தேவை. ஆனால் பண்பாட்டியல் அல்ல.

அவர் மேலும் எழுதுகிறார், துன்பியலின் தன்மை குறித்த அவருடைய கருத்துகள் பாத்திரம் என்பதையே ஈடுபாட்டின் மையமாகப் பார்க்கும் பல நவீன வாசகர்கள் மற்றும் கல்வி மான்களின் பார்வையிலிருந்து பெரிதும் வேறுபட்டவை. பாத்திரம் மரபுகள் அனுமதிக்காத சமகாலத் துன்பியல் நாடகங்கள் வெளிக்கொணராத ஒருவித மனோதத்துவ யதார்த்தத்தைப் பார்க்க வைத்தன. உண்மை வாழ்க்கை மனிதர்கள் போலவே நாடகப் பாத்திரங்களும் மனோதத்துவக் கூறுகள் என்பதின் பொருந்தாமையை *Williamwitz*லிருந்து *Thomas Rosenmayer* போன்ற கல்விமான்கள் ஏற்றுக் கொண் டுள்ளனர். *John Jones* குறிப்பிடுவது போல் முகமூடிகளுக்குப் பின்னால் மேலும் எந்த உண்மைகளும் இல்லை.

தனிப்பட்ட மனோதத்துவ நிலையில் ஒரு ஒடிபஸை கற்பனை செய்து கொள்வது தங்கள் மன வலிமையை சிதறடித்து எந்த வாழ்க்கை உண்மையையும் தெரிவிக்காது என்பதை நடிகர்கள், மொழியியல் அறிவு இன்றியே சுலப மாகக் கண்டுபிடித்துவிடுவார்கள். மாறாக எந்த மிகையும்

இல்லாமல் தீவிரத்துடன் ஓடிபஸின் செயல்களை கைக் கொள்வது கடினமானது. தங்களைப் பிணிக்கும் ஆளுமையை விட நடிகன் செயல்களையே வேண்டுகிறான். தங்களுடைய துன்பியல் செய்லபாடுகள் அறிந்த மனோதத்துவ மற்றும் உலகியல் வாழ்க்கையில் நிலை கொண்டவை அல்ல என்கிற மாயத் தன்மைதான் கிரேக்கத் துன்பியல் பாத்திரங்களின் உயிரோட்டத்துக்கு காரணமாகிறது. இதற்கு மாறாக ஷேக்ஸ்பியரின் பாத்திரங்கள் தங்களுக்கு உயிர் கொடுக்கிற நாடகக் கதையாடலுக்கு உள்ளும், வெளியும் இயங்குவதான தோற்றத்தையே படிப்பவர்களுக்கும், பார்வையாளர்களுக்கும் அளிக்கிறார்கள்.

ஒரு ஹேம்லெட்டை அவனுடைய துன்பியல் சூழலிலிருந்து பிரித்துப் பார்ப்பது சாத்தியமானது. வேறு வார்த்தைகளில் சொல் வதானால் நாம் விரிவுபடுத்தப்பட்ட முழுமையை கற்பனை செய்துகொண்டு அதற்குள் பிரதியிலிருந்து பகுதி யாகத் தெரியும் ஹேம்லெட்டை வைத்துப் பார்க்கிறோம். கிரேக்க பாத்திரங்களிலிருந்து வேறுபட்டு ஷேக்ஸ்பியருடைய பாத்திரங்களின் புத்துணர்வுத் தன்மை என்பது பிரதியிலிருந்து வெளிப்படும் உணர்வு மற்றும் சிந்தனைப் பரிணாமங்களிலிருந்து வேறுபட்டு ஷேக்ஸ்பியருடைய பாத்திரங்களின் புத்துணர்வுத் தன்மை என்பது பிரதியிலிருந்து வெளிப்படும் உணர்வு மற்றும் சிந்தனைப் பரிமாணங்களிலிருந்து புதிய முழுமைகளை உருவாக்க நடிகர்களுக்கு அனுமதி தருவதே. *Francis Barker* மற்றும் *Jonathan Goldberg* போன்ற விமர்சகர்கள் ஷேக்ஸ் பியரின் மனோதத்துவ ஆழத்தைக் குறைத்து மதிப்பிடுவது நவீன, மனிதாபிமானமற்ற குறியீட்டுவாதப் பார்வைகளி லிருந்தோ அல்லது பின்வரும் தலைமுறைகள் ஷேக்ஸ்பியர் மேல் குவித்து வரும் மனோதத்துவ ஆழம் மாற்றமடைந்து வருவதை கட்டுடைப்பு செய்வது என்றோ பார்ப்பது கடினமானது. ஆனால் 18ம் நூற்றாண்டு முதற்கொண்டு கோட்பாட்டாளர்கள் ஷேக்ஸ்பியரை முன்வைத்து பாத்திரத் தின் உள்முகத் தன்மையை முன்மொழிந்ததோடு அதற்கு இணையாக அரிஸ்டாடிலின் பாத்திரத்திலிருந்து கதைப் போக்கு குறித்த பார்வையையும் மறுஆய்வு செய்தனர்.

அரிஸ்டாடில் இந்த நூற்றாண்டின் நாடக கட்டுமானம் குறித்த தன்னுடைய கருத்துகளை சிறந்த துன்பியல் வாதிகளின் படைப்புகளுக்குப் பிறகுதான் உருவாக்கினார். அதேபோல் 18ம் நூற்றாண்டின் இறுதியிலும் 19ம் நூற்றாண்டின் ஆரம்பத்திலும்தான் இங்கிலாந்தில் இரண்டு நூற்றாண்டுகளுக்கு முன்பாக உருவான வடிவங்களுக்கு மாற்றாக ஒரு புதிய துன்பியல் கோட்பாடு உருவானது. ஒரு சிறிய அளவில் ஸ்பானிஷ் கோல்டன் யுகத்தில் நாடக உருவாக்கம் பற்றியும், ஜெர்மன் ரொமாண்டிசிஸ விமர்சகர்கள் ஒரு புதிய ஷேக்ஸ்பியர் அணுகுமுறையை அறிவிப்பதற்கு முன்பே 18ம் நூற்றாண்டு விமர்சகர்களான luigi Riccaboni, Marmonta! Lessing போன்றவர்கள் பாத்திரம், நடிகன் மற்றும் பார்வையாளன் ஆகியோரை ஒரு சுயம்சார்ந்த கட்டமைப்பில் இணைத்தனர். (சுயத்தின் விழிப்பு மற்றும் ஆன்மிக உள்முகதன்மையின் கூட்டுணர்வாக).

Lessing ஒரு செவ்வியல்வாதியாகவும், புறவயமான கலைத்தன்மை சார்ந்த நம்பிக்கையாளராகவும் இருந்த போதும், உணர்ச்சித் தூய்மை பற்றிய அரிஸ்டாடிலின் கருத்துக்களிலிருந்து அவருடைய துன்பியல் கோட் பாட்டின் மையத்தைக் கண்டுபிடிக்கும் அவருடைய நவீன உத்தியை வெளிப்படுத்தினார். Lessingக்கு ஒரு துன்பியல் படைப்பின் நம்பகத்தன்மை என்பது பார்வையாளனிடம் அது உரு வாக்கும் தூண்டுதல், பாய்ச்சல், உணர்வு மற்றும் உள்முகப் பார்வை ஆகியவை. 18ம் நூற்றாண்டின் இறுதிப்பகுதியில் உருவான ஜெர்மானிய Sturm and Drang இயக்கத்தின் விளைவாக செவ்வியல் கனவு முற்றிலும் கலைந்தது. Sturm and Drang இயக்கம் வெளிப்படையான அடையாளங்களை நீக்கி உணர்ச்சிகளின் அந்தரங்க உலகில் கொந்தளிப்பை உருவாக்கியது இந்த ரொமாண்டிச மதிப்பீடுகள் தெளிவாக்கப் பட்டு இந்த நூற்றாண்டின் இறுதியில் இளம் Friedrich Schlegel மற்றும் அவரது வட்ட த்தில் உள்ள Navalis, Schleiermacher, Schelling ஆகியோரால் முன்னிலைப்படுத்தப்பட்டன. அவர்களுக்கு சுயம் சார்ந்த உள்முகமான விஷங்கள் கோட் பாடாக உருப்பெற்றன. 1800ல் Schleiermacher எழுதுகிறார் - நான் என்னுடைய கவனத்தை ஆழ்ந்த உள்மனத்துக்குள்

செலுத்தும்போது இரு நிரந்தரத்தில் வியாபிக்கிறேன். நான் எந்த உலத்தாலும் மாற்ற முடியாத, எந்தக் காலத்தாலும் அழிக்க முடியாத ஆனால் உலகத்தையும் காலத்தையும் உருவாக்குகிற ஆன்மாவின் செயலைப் பார்க்கிறேன்.

ரொமாண்டிசிஸ கோட்பாட்டை நாடக இலக்கியத்துக்கு பொருத்திப் பார்ப்பதை *Friedrich Schlegel* மூத்த சகோதரர் *August Wilhelm* பிரபலமான 1808 வியன்னா உரையில் தொடர்ந்து மேற்கொண்டனர். கலையில் ரொமாண்டிக் தனிமனிதவாதம் என்பது கிறித்துவத்தின் உள்முக மாய வாதத்துடன் தொடர்புடையது என்றும் பல - கடவுள் நம்பிக்கையைப் போல அல்லாமல் அது உள்முக மனிதன் மற்றும் மறைந்து கிடக்கும் மன இயக்கத்தின் மீது ஆதிக்கம் செலுத்துகிறது என்பதையும் வலியுறுத்தினார். *Herder* மற்றும் *Friedrich Schlegel*தங்களுடைய முந்தைய ரொமாண்டிசிஸ கோட்பாட்டில் சொல்வது போல் *Wilhelm* ஷேக்ஸ்பியரை ரொமாண்டிக் கவிஞரின் குறீயிடாக அடையாளப்படுத்தினார். *Schlegel*ஐ பொறுத்தவரை ஷேக்ஸ்பியரின் குறியீட்டுத்திறன் என்பது ஒரு நாடக அமைப்பில் நடத்தை, தீவிர உணர்ச்சிகள், நாடகத்தன்மை ஆகிய பலவிதங்களில் வெளிப்படும் பாத்திர உருவாக்கம். கதையையே மேற்கோள் காட்டி *Schlegel*ஐ ஷேக்ஸ்பியரின் உள்முகத்தன்மையுடன் கூடிய மேதமை மிக்க பாத்திர உருவாக்கம் பற்றி இவ்வாறு கூறுகிறார். ஷேக்ஸ்பியரின் பாத்திரங்கள் படிகத் தன்மை கொண்ட கடிகாரம் போன்ற வர்கள். மற்ற கடிகாரங்களைப் போல் சரியான நேரம் காட்டும் அதே சமயத்தில் இதையெல்லாம் சாத்தியப்படுத்தும் உள் வளையங்களையும் நாம் அறியத் தருபவை. ஆனால் *Schlegel*ஐ ஷேக்ஸ்பியரின் உவமான உத்திகள் பற்றி அதிகம் பேசுவதில்லை. ஏனென்றால் ஒவ்வொருவரும் அறிந்து கொள்ளும் விதமாக பாத்திரங்களுக்குள் ஒரு மாயத்தன்மையை ஏற்றும் ஷேக்ஸ்பியரின் ஒரு ரகசிய வரம் என்று அவர் கருதுகிறார்.

*G.W.E Hegel*ன் 1820களின் அழகியல் மற்றும் நுண்க லைகள் பற்றிய உரைகளிலிருந்து ரொமாண்டிச விமர்சனப் பார்வை குறித்த கருத்து வளர்ச்சி அடைந்து உச்சத்தை அடைந்தது.

ரொமாண்டிச உள்முகப்பார்வை ஒரு மதவெளிச்சம் என்கிற நிலைக்கு மதிப்பு பெற்றது. ஹெகல் ஐரோப்பிய மத்தியகால கலை வடிவத்திலிருந்து செவ்வியல் வடிவத்தை பிரித்துப்பார்க்க புறநிலையிருந்து அகநிலை சார்பு அல்லது முற்றிலுமான உள்முகம் என்ற மாற்றத்தை எடுத்துக் கொண்டார். செவ்வியல் கலையானது அழகியல் மாதிரிகளை உருவாக்கும்போதே உள்முகப் பார்வையின் போதாமை கொண்டுள்ளது. அது தனக்குத்தானே பிரசன்னமாவதில்லை. செவ்வியல் சிற்பங்கள் பார்வையற்றவை என்பதிலிருந்து இது நிரூபணமாகிறது. மாறாக ரொமாண்டிசக் கலையின் கடவுள் பார்க்கிறது. சுயத்தை அறிகிறது அகநிலை கொள்கிறது. தன்னுடைய உள்முகத்தை பார்வையாளரின் அந்தரங்கத்துக்கு காட்டுகிறது. இந்த அவதாரம் ஒளி யூட்டும் சக்தியாகவும், ரொமாண்டிசக் கலையின் மாதிரியாகவும் ஆகிறது. அதனால் பாத்திரத்தின் மையமாகிறது. இதைத்தான் ஹெகல் லட்சியக் கலை வடிவத்தின் மையமாக குறிப்பிடுகிறார்.. ஏனென்றால் அது முழுமையான உள்முகத்துக்கு அருகில் நின்று உலகியல் தனிமையை பறைசாற்றுகிறது.

செவ்வியல் மற்றும் ரொமாண்டிக் கலையில் முக்கியமாக நாடகத்தில் பாத்திரத்தின் வலிமையைப் பிரித்துப் பார்ப்பது ஹெகலுக்குக் கொஞ்சம் சிரமமானது. சில சமயங்களில் ரொமாண்டிக் கலை குறித்த தன்னுடைய பார்வையில் எதிர் அரிஸ்டாடிலிய முடிவுகள் இருப்பது ஹெகலுக்கு தெரிவதில்லை. செவ்வியல் வடிவங்களை அவர் அரிஸ்டாடிலுடன் உடன்பட்டு வாசிக்கமுடியும். Poeticsலிருந்து எந்த விமர்சனமும் இல்லாமல் மேலே குறிப்பிட்ட ஒரு பகுதியை அதாவது செயலுக்காகவே பாத்திரங்கள் இணைக்கப்படுகின்றன என்பதை மேற் கோள் காட்டமுடியும். மற்ற சமயங்களில் செவ்வியலுக்கும் ரொமாண்டிக்குமான பிரிவு குறித்த தன்னுடைய கருத்தினை மற்ற கோணங்களிலிருந்து அதாவது செவ்வியல் நாடகத்தில் பாத்திரம் குறித்த தன்னுடைய ஆர்வத்திலிருந்து வெளிப்படுத்தலாம்.

"நாடகத்தில் உள்மன விழைவின் கோரிக்கைகளும், நோக்கங்களும் தான் நடக்கும் எல்லாவற்றையும் தீர்மானிக்

கவும் எல்லா வற்றுக்கும் அடிப்படையாகவும் இருக்கின்றன. நடக்கும் விஷயங்கள் பாத்திரம் மற்றும் அதன் நோக்கங்களின் விளைவாகவே நடப்பதாகத் தோன்றுகின்றன" இந்தப் பகுதியில் ஹெகல் அரிஸ்டாடிலின் துன்பியல் ஆன்மா வான கதையமைப்பை பாத்திரம் என்ற மற்றொரு ஆன்மாவால் நிரப்புகிறார். ஹெகல் தன்னுடைய கலை யின் ரொமாண்டிக் வடிவம் குறித்த 3வது பகுதியில் மேலும் எழுதுகிறார்.

"இப்போது நாம் செயலியின் சாதனை என்பதை சம்பவங்களின் தொடர்ச்சி என்பது அந்தரங்க வாழ்க்கையில் தனிமனிதன் வளர்ச்சி என்பதாகவே பார்க்க வேண்டும்." ஹெகலைப் பொறுத்தவரை பாத்திரம் தான் ஆன்மீக அகநிலைக்கு ஸ்தூல வடிவம் கொடுக்கக் கூடிய ஒரே கலைச் சாதனம்.

ஹெகல் துன்பியல் நாடகத்தில் மோதலைப் பாத்திரங் களுக்குள் அல்லாமல் தனி பாத்திரத்துக்குள் தன்வயப் படுத்தி (செவ்வியல் துன்பியல் நாடகத்தில் உள்ளது போல்) வெளிப்படுத்தும் போது அந்த முறைமையில் சில எல்லைகளை வகுக்கிறார். ஷேக்ஸ்பியரிடம் எதை ஏற்றுக்கொள்கிறாறோ அதுவே அவருடைய சமகாலத்தவர்களான *Sciller* இளம் *Gothe, Kliest* ஆகியோரால் இறுதிக்கு நீட்டப்படும் போது அதை வெறுக்கிறார். ரொமாண்டிக் துன்பியலின் அகநிலையும், மோதலின் தலைகீழ் நிலையும் மந்திரவாதியின் கைப்பொருள் போல எட்டப்படாமல் அகநிலை மேலும் மேலும் சிதைந்து உள்மனப் போராட்டத்தின் இருவகை நிலைகள் அகநிலைக் கூறுகளில் இழக்கப்பட்டுவிடுகின்றன. "இதில் மோசம் என்னவென்றால் பாத்திரத்தின் தீர்மானமற்ற போக்கையும், அலைபாய்தலையும் ஒட்டுமொத்த மனிதனுக்கான பிறழ்வாகக் காட்டி அதையே மொத்த நாடகத்தில் முக்கிய கருத்தாகவும் எந்தப் பாத்திரமும் மன உறுதியும் சுய நம்பிக்கையும் அற்றவர்கள் என்பது தான் உண்மை என்பது போல காட்டுவார்கள்". ஹெகல் முரண்டு குறித்த நவீனப் பார்வையை மறுக்கிறார். அது ஷேக்ஸ்பியருடைய நோக்கங் களுக்கு மாறாக கவிஞர்களைத் தூண்டிப் பாத்திரங்களுக்குள் ஒருமை இல்லாத வேறுபாடுகளைப் புகுத்தி ஒவ்வொரு

பாத்திரமும் பாத்திரமாகத் தன்னை அழித்துக் கொள்ளும்படி செய்கிறது. அரிஸ்டாடில் கிரேக்கத் துன்பியல் கவிஞர்களிட மிருந்து செயல்பாட்டில் ஓர்மை என்கிற பார்வையைப் பெற்றது போல் ஹெகல் ஷேக்ஸ் பியரிடமிருந்து பாத்திரத்தின் முக்கியத்துவத்தையும், பாத்திரத்தின் ஓர்மை பற்றிய கோட் பாட்டையும் எடுத்துக் கொள்கிறார்.

நாடக வடிவத்தில் ஈடுபாட்டை வெளிப்படுத்திய கடைசி பிரபல தத்துவவாதியான நீட்ஷேயுடைய நவீன மற்றும் சமகால நாடக எதிர்வினைகள் முழுமையாக கவனத்தில் கொள்ளப்படவில்லை. ஹெகலுக்கு அரை நூற்றாண்டுக்குப் பிறகு எழுத வந்த நீட்ஷே தன்னுடைய பெரிய முன்னோடி யான ஹெகல் அழகியலை முழுமையான தத்துவத் தேடலுக்கு உயர்த்தியதை மேலும் பின்தொடர்கிறார். 1871ல் *The Birth of Tragedy* புத்தகத்தின் முன்னுரையில் நீட்ஷே. "கலை என்பது ஓர் உன்னதச் செயல்பாடு" என்று முழக்கமிட்டு உன்னதச் செயல்பாடும் இந்த வாழ்க்கையின் உண்மையான தத்துவார்த்த மான செயல்பாடும் என்று கூறுகிறார். ஹெகல் அகநிலையை முழுமையுடன் இணைத்து நாடகப் பாத்திரத்தை ஒருவிதமாக புனிதப்படுத்துதல் செய்தார். ஆனால் நீட்ஷே பாத்திரத்துக்கும் முழுமைக்குமான ஹெகலியன் தொடர்பை உடைதெறிந்தார். தனிமனித அகநிலை இப்போது நுழைவாயிலாக அல்லாமல் உலகளாவிய அதீத சக்திகளுடானான ஆழ்ந்த தொடர்புகளுக்கு தடையாகிறது.

நீட்ஷேயின் துன்பியல் குறித்த புதிய கோட்பாடு மனித சுய புரிதலை நோக்கிய செறிவான பகுதிகள் கொண்ட உறுதியான நாடக வடிவத்தை விளக்கவில்லை. துன்பியல் கலாச்சாரத்தின் கட்டம் என்பது சுயவிழிப்புணர்வுக்கும், பண்டையகால சுயநிராகரிப்புக்கும் இடையே இழுபட்டு தற்போது அழகியலில் பரிணமித்திருக்கிறது. *(Dionxysian* இசைக்குறியீடாக) கிரேக்க கடவுள் தயோனிஸஸ் பக்தர்கள் துன்பியல் கொண்டாட்டங்களில், தனிமனிதர் களாக சிதறுண்ட உலகம்தான் துன்பத்திற்கான மூலம் என்றும் கலைதான் தனிமனிதவாதத்தை முறியடித்து ஓர்மையை மீட்டுத்தரும் என்றும் அறிந்துள்ளதாக நீட்ஷே குறிப்பிடுகிறார்.

நீட்ஷேயைப் பொறுத்தவரை பிரிவுக்கும் ஓர்மைக்குமான இந்த சமன் கிரேக்கக் கலாச்சாரத்தில் சாக்ரடீஸ் மற்றும் அவருடைய மாற்று யூரிபிடிஸ் ஆகியோருடைய வரவால் சிதைவுற ஆரம்பித்தது. மனிதக் கலாச்சாரத்துக்கு நம்பிக்கை மற்றும் பகுத்தறிவு ஆகிவயற்றை அறிமுகப்படுத்தி அது தன்னை ஒரு தனித்த சுய உணர்வுள்ள தனிமனிதனாகப் பிரித்துப்பார்க்க வழி செய்தார் என குற்றம் சாட்டினார். அந்தக் கணத்திலிருந்து இந்த "கோட்பாட்டு மனிதன்" கிரேக்க கலாச்சார வேர்களிலிருந்து கழன்று மேற்கின் இயற்கையை மீறிய அந்தரத்தில் உழல ஆரம்பிகிறான். கிரேக்கர்கள் துன்பியல் அரங்கில் தனிமனிதர்கள் துன்பப்பட அனுமதிக் காதவர்கள். ஆனால் யூரிபிடிசால் நோயுற்று தனிமனிதர் களாக்கப்பட்ட பாத்திரங்களால், பண்டைய நாடகங்களால் மனோத்துவ மேம்பாடு என சிதைவடைகின்றன. இந்த கிரேக்க கலாச்சாரத்தன்மையிலிருந்து விலகல் அலெக் சாண்ட்ரியன் காலகட்ட ஆய்வுக்கும் அடிப்படைக்கும் வழிவிட்டு நீரூபணங்களை சரிசெய்து சேகரிக்கிற கால கட்டமாகிறது.

அரங்கத்துக்கான நடைமுறை சார்ந்த வேலைகள் என்று பார்க்கும்போது நீட்ஷேக்கு தனிமனிதனாக்கப்பட்ட நாடகப் பாத்திரத்தின் மீது வெறுப்பு மட்டுமே இருந்தது. கோட்பாட்டுக் கலாச்சாரம் உருவாக்கிய புராணகால நாடகத்துக்கு பிந்தைய நாடகத்தின் மீது நீட்சே வைத்த மோசமான குற்றச்சாட்டு அதன் பாத்திர உருவாக்கம் தான். " பாத்திரம் என்பது தான் எல்லாவற்றையும் விட பூர்ஷ்வா நாடகத்துக்குள் நுழைவதற்கான மாபெரும் தவறு". நவீனத்துவ வளர்ச்சிக் கட்டத்தில் தனிமனிதவாதம் கொண்ட ரொமாண்டிக் நாயகன் பற்றிய ஹெகலின் ஆதரவு நீட்ஷேயின் தனிமனிதன் மற்றும் பாத்திரமாக்கல் குறித்த எல்லா எதிர்ப்பையும் ஊடுறுவிச் சென்று 2500 ஆண்டு மேற்கத்திய வரலாற்றை பின்னுக்குத் தள்ளியது. 24 வயதில் பிரசுரித்த முதல் புத்தகத்தில் நீட்ஷே நவீன மற்றும் பின்நவீன நாடக இயக்கங்களை பாதித்து பீறிட்டெழும் மூன்று தொடர்ந்த நகர்வுகளால் பின்னுக்குத் தள்ளுகிறார். *The Birth of Tragedy* புத்தகம் வெளியான பிறகு எழுந்த நாடகப் பாத்திரம் பற்றிய

கருத்துகளுக்கு நாடகாசிரியர்களும், விமர்சகர்களும் தெரிவித்த கண்டனங்கள் இதன் உடனடி பாதிப்பு. இவற்றை நான் இங்கே விவாதிக்கின்றேன். அடுத்த பாதிப்பு நீட்ஷேயின் நாடகப் பார்வை. The Birth of Tragedy நீட்ஷே ஒரு சம்பிர தாயமான நாடகக்கலை கோட்பாட்டை குறிப்பிடுவதில்லை. ஆனால் அழகிய லின் முக்கியத்துவத்தை அழகியல் மூலமாக (நாடகத் தன்மையின் முக்கியத்துவத்தை நாடகத்தன்மை மூலமாக என்றும் சொல்லலாம்) அதாவது ஏதாவது நடிப்பு அல்லது பாடல் மூலமாக. நீட்ஷேயின் தத்துவார்த்தமான சூழலியல் அரங்கில் Apolloவுக்கும் Dionysisக்குமான தொன்மைப் போராட்டம், துன்பியலில் அதன் பங்கேற்பு மேலும் அதன் தொடர்ச்சியாக பகுத்தறிவின்பாற்பட்ட தனிமனிதவாதத்தால் பலவந்தமாக முறிக்கப்படும் துன்பியல் ஆகியவை நிகழ்த்தப்படுகின்றன.

இரண்டு நீதி சார்ந்த நிலைப்பாடுகளுக்கிடையிலான மோதலாக ஹெகல் உருவாக்கியது. கிரேக்கத் துன்பியலின் அலை பாயும் உள்ளடக்கத்தை நீட்ஷே மனோத்துவ நாடக வியலாக முதலில் துன்பியலை எழுப்பியும் பிறகு, அழித்தும் மாற்றியமைக்கிறார். ஒரு சுய விழிப்புணர்வுள்ள நாடக மாக்கலை இங்கு மட்டுமல்ல நீட்ஷேயின் பங்களிப்புகள் நிறைந்த இலக்கியச் செயல்பாடு முழுவதும் பார்க்க முடியும். ஈடுபாட்டை தூண்டும் சூழலியல் அரங்க உத்திகள் மூலம். அவையே நவீன அரங்கின் சிறப்பான தன்மைகளாயின.

ஆனால் The Birth of Tragedy சிந்திக்க வேண்டிய இன்னொரு (ஃபூக்கோவுக்குபிறகு) மானுடவியல் மற்றும் தொல்லியல் பார்வை இருக்கிறது. தொன்மை அரங்கின் வளர்ச்சி குறித்த தன்னுடைய புதிய கோட்பாட்டில் நீட்ஷே ஒவ்வொரு காலத்திலும் கலை மாற்றம் குறித்த கோட் பாடுகளைத் தாண்டி கலை சார்ந்த வேறுபாடுகளை மனித அகநிலை சார்ந்த வேறுபாடுகளாகப் பார்க்கவேண்டும் என்றும் அவை சுயம் குறித்த புரிதல்களே என்றும் குறிப்பிடுகிறார். இதன் மூலம் நீட்ஷே கலாச்சார மாற்றம் என்பதை நாம் அறிந்தவைகளில் ஏற்படும் நகர்வுகள் என்று பார்க்காமல் அறிபவனிடமும் அறிதலிலும் ஏற்படும்

நகர்வுகளாகப் பார்க்க வேண்டும் என்கிறார். துன்பியல் மனிதன் அல்லது கலாச்சாரம் என்பது சாக்ரடீஸின் நம் பிக்கை மனிதனால் இடைமறிக்கப்பட்டு அலெக்சாண்ட்ரியன் அல்லது கோட்பாடு மனிதனாக சிதைவடைகிறான். அவன் திரும்பவும் துன்பியல் மனிதனாக மாறக்கூடும்.

ஃபூக்கோ தன்னுடைய *Discontinuous epistones*ன் வரலாற்றுத் தன்மைக்கு நீட்ஷேக்கு நன்றி தெரிவித்தார். பின்வந்த *Geheology of Morals* நூலுக்கும். ஆனால் *The Birth of Tragedy*ல் துன்பியல் என்பது தனிமனிதன் என்ற உருவாக்கம் வந்தவுடனே மடிந்துவிட்டது என்ற வலியுறுத்தல் ஃபூக்கோவின் முக்கிய மானுடவியல் வலியுறுத்தலுக்கு அழைத்துச் சென்றது. அதாவது மனிதன் பற்றிய நவீன மனிதாபிமானக் கண்ணோட்டம் என்பதே கலாச்சார அளவில் குறுக்கலானது. அது ஒரு கடந்து செல்லக்கூடிய வரலாற்றுப் பார்வை. *The Birth of Tragedy*ல் நீட்ஷேயின் அக்காலத்திய மனித அகநிலைக்கும், தொடர்ச்சியற்ற அடிப்படையான பொருளின் தன்மை குறித்த பெருகிவரும் பின்நவீனக் கோட்பாடுகளுக்கும் இடையே உள்ள தொடர்பை ஆராய்வதற்கு இங்கு இட மில்லை. அதே போல் இந்த கோட்பாடுகளுக்கும் பின்நவீன அரங்கத்தில் பாத்திரம் குறித்த தொன்மைச் சித்தரிப்புகளுக்கும் உள்ள தொடர்புகளை ஆராய்வதற்கும் நான் ஒரு நெருக்கமான பொருளுக்கு அதாவது 1890ல் நான் கவனித்த ஒரு மாற்றத்துக்கு, நம்முடைய தலைமுறை விவாதித்த பொருளின் மரணம் என்பது குறியிட்டு இயக்கத்தின் நாடகவியல் கோட்பாட்டில் வெளிவருவது பற்றி,

குறியீட்டுவாதம் என்ற சொல் விமர்சகர் *John Moreas* ஆல் *Le Figaro* பதிப்பிக்கபட்ட 1886 அறிக்கையில் முதலில் பயன்படுத்தப்பட்டது. அவர் சொல்கிறார் - குறீயீடு என்பது கவிதையில் ஒரு கருத்தைத் தெளிவான வடிவத்தில் முன்நிறுத்தும் ஒருமுறை. 10 நாட்களுக்குப் பிறகு பிரெஞ்சு பத்திரிக்கை *La Vogue*ன் ஆசிரியரான *Gustave Khan* இவ்வாறு விளக்குகிறார் - நம்முடைய கலையின் முக்கிய நோக்கம் புறநிலையை அகவயப்படுத்துவதற்கு (தனி மனிதன் பார்வை யில் இயற்கை) பதிலாக அகநிலையை புறவயப்படுத்துவது. (ஒரு கருத்தை ஸ்தூலமாக்குவது)

குறியீட்டு நாடகாசிரியர்களும் அவர்களது கோட்பாட்டாளர்களும் விரைவில் கருத்துக்கு ஆதரவாகத் தனி மனித வாத நீக்கத்தில் ஆர்வம் காட்டினார்கள். இந்த இலக்கை அடைவதில் முக்கியமான தடையாக இருந்தது வாழும் நடிகரின் பாத்திரம்தான். பெல்ஜியன் கவிஞரும் விமர்சகருமான*Albert Mockel, Vanberbrghe*ன் குறுநாடகம் *Les Flaireurs* பற்றி 1889ல் *La Walloine!* எழுதும் போது இவ்வாறு கூறுகிறார். *Le Drame Ideal* என்பது இரண்டு முக்கிய தளங்கள் கொண்டிருக்க வேண்டும். ஒன்று மெய்மைதளம், மற்றொன்று மெய்மையற்ற தளம். அதே போல் அதன் பாத்திரங்கள் இரண்டு சுயங்கள் கொண்டவை. ஒன்று எட்டகூடியது மற்றொன்று தொலைவின் இருப்பது. 1890ல் *Mockel* அதே பத்திரிக்கையில் அந்த கருத்து சார்ந்து ஒரு குறிப்பிட்ட காலத்துக்கு கட்டுபடாத நாடகவியலையும், மேடையில் நடிகரின் இருப்பை அவசியப்படுத்தாத நிகழ்த்துபாணியையும் வலியுறுத்தி நடிகன் மனிதனின் நிரந்தர வரலாற்றைச் சித்தரிக்காமல் சம்பவங்கள் மற்றும் தனிமனிதர்களைக் கவனப்படுத்திப் பார்வையாளர்களைத் திசை திருப்புவதைத் தவிர்த்தார்.

*Mockel*ன் சிறுகதைகள் செலுத்தும் வன்முறையை *Maetorlinck*ம் எதிரொலித்தார். அவர் "பரம்பொருளின் மாயப்பாடலை ஆன்மாவின் அச்சுறுத்தும் அமைதியை அருகில் கொண்டுவந்து நடிகர்களை விளக்குங்கள்" என்று நாடகத்தில் பாத்திரங்களை மாற்றிக் கொள்வது பற்றி குறிப்பிடுகிறார். தன்னுடைய நாடகங்களை மானுட லௌகீகத் தன்மையிலிருந்து விடுவிப்பதற்காக தன்னுடைய முந்தைய ஓரங்க நாடகங்களில் மாயமான பொம்மலாட்டத் தன்மை கொண்ட இரு வார்த்தை பிரயோகங்களைப் பயன்படுத்தியதாக நாடக *Bettina Knapp* குறிப்பிடுகிறார். மற்ற இடங்களில் உடல்சார்ந்த நடிகன் உருவாக்கும் குறியீட்டு புரிதலுக்கான தடைபற்றி பேசுகிறார். ஒரு குறியீட்டின் அழுத்தங்களுக்கும் ஒரு மனிதனின் அழுத்தங்களுக்கும் இடையே ஒரு தொடர்ந்த முரண் உள்ளது. ஒரு கவிதையின் அடையாளம் என்பது அதன் மையம். அதன் வீச்சுகள் முடிவற்று பரந்துள்ளன. இந்த வீச்சுகளின் முக்கியத்துவம் அவைகளை பின்தொடரும்

பார்வையின் வலிமையாலேயே கட்டுப் படுத்தப்படுகிறது. ஆனால் ஒரு நடிகனின் பார்வை சார்ந்த அந்த குறியீட்டு வளையத்தை தாண்டிச் செல்கிறது. தன்னுடைய முழு சுதந்திரத்துடனும், திறன்களுடனும் அவனுடைய குரல் அசைவுகள், மனநிலை எல்லாம் சூழலுக்குப் பொருந்தியிருக்கும் போது, அவன் ஒருகணம் மேடையில் இருந்தாலும் அந்த நிகழ்வுக்கு இணையாக எந்த கவிதையும் இல்லை.

மனித பிம்பத்தை நிராகரிப்பது என்பது பெல்ஜியன் மற்றும் பார்சியன் குறியீடுகளுக்கும் மட்டும் உரித்தானது அல்ல. 1893ல் W.B. Yeats தேசியமும் இலக்கியமும் என்பது குறித்த தன்னுடைய உரையில் ஒவ்வொரு கலாச்சாரத்திலும் பாத்திரம் என்பது காலங்களுக்கு இடைப்பட்ட ஒரு இலக்கிய மாதிரி. செவ்வியல் பிரிவுகளான காவிய நாடகீய மற்றும் இசைக்கூறுகள் ஆங்கில மற்றும் மேற்கத்திய இலக்கியத்தில் இயக்கம் கண்டுள்ளன. முதலில் *Mollory, Chaueer Homer* ஆகியோர் ஆங்கில இலக்கியத்திலும் பிறகு காலங்கள் கடந்தபோது மக்கள் பாத்திரத்தில் ஆர்வம் காட்டி *Queen Elizabeth* காலகட்ட மாபெரும் நாடக இயக்கத்துக்கு தயாராயினர். ஆனால் அப்போதும் நாடகீயம் என்பது இசைக்கு வழிவிட்டது. மாபெரும் ஆளுமைகள் கண்ணாடிக் கோளம் போல் வீழ்ந்து ஆயிரம் வண்ணத் துகள்களாய் சூரிய ஒளியில் ஜொலித்துச் சிதறின. பாத்திரம் என்பது அதன் பொருட்டு நேசிக்கப்படவோ வாழ்க்கையின் உணர்ச்சிக்கு வெளிப்பாடாகக் கொள்ளப்படவோ இல்லாமல் சில உணர்ச்சிகளை அல்லது தீவிரங்களை மறைத்துக் கொள்வதற்கான முகமூடியாக ஆனது. வேறு வார்த்தைகளில் சொல்வதானால் கவிஞர்கள் தனிப்பட்ட ஆண்களையும் பெண்களையும் பற்றி குறைவாகவும் உயர்ந்த மாதிரிகள், உணர்ச்சிகள் மற்றும் தீவிரங்களின் சிறப்பான குறீயீடுகள் பற்றி அதிகமாகவும் எழுதினார்கள். பைரனுடைய நாடகங்கள் போல் பாத்திரத்தை அதன் பொருட்டு அவர்கள் சித்தரிக்க முயற்சித்தபோது தோல்வியடைந்தார்கள்.

ஆண்டன் செகாவ் அவருடைய தலைமுறை குறியீட்டாளர்களை எதிரொலிக்கவில்லை. ஆனால் அவர் *The*

Seagull நாடகம் முதல் *Actல் Treplev* அவர்களுடைய சில கருத்துகளை மதிப்புடன் வெளிப்படுத்த அனுமதித்தார். பாத்திரம் தான் மையப் பிரச்சனை. நாடகம் உயிருள்ள பாத்திரங்கள் இல்லாமல் நடிப்பதற்குச் சிரமமானது என்று *Nina* சொல்லும்போது *Treplev* பதிலுரைக்கிறான். உயிருள்ள பாத்திரங்கள். நாம் வாழ்க்கையை அப்படியே காட்டவேண்டிய அவசியம் இல்லை. எப்படி இருக்கவேண்டும் என்றும் ஆனால் நாம் அதை கனவுகளில் காண்பது போல்.

ஒரு *Halmet* நாடக நிகழ்வின் போது நவம்பர் *1886ல் La Revue Independentsல்* வெளியிடப்பட்ட *Mallermeன்* குறிப்புகளைப் போல் குறியீட்டு அரங்கத்துக்கும் பாத்திர மைய அரங்கத்துக்குமான இடைவெளிகளை யாரும் பேசவில்லை. அவர் எழுதுகிறார் - சிறப்பான தனிமனிதக் குணங்கள் கூட ஒரு கற்பனையான அரூப நாயகன் கொண்ட கதையில் அதிக முக்கியம் பெறக்கூடாது. இல்லையென்றால் குறியீட்டுத்தன்மை கொண்ட ஹால்மெட் உருவாக்கிய உண்மைச் சூழல் கூட ஒரு பனித்திரை போல் மறைந்துவிடும். நடிகர்களுக்கும் அதே தான். ஏனென்றால் ஒரு நல்ல மேடை நிகழ்வில் ஒவ்வொன்றும் பாத்திரங்களுக்கிடையிலான குறியீட்டு உறவுநிலைகளைப் பொறுத்தே மேற்கொள்ளப்பட வேண்டும். ஹாம்லெட் போன்ற அசாதாரண பாத்திரத்தை சுற்றிக் கொண்டிருப்பவனும் ஹாம்லெட்தான்.

ஹெகலின் துன்பியல் பாத்திரத்தின் முக்கிய உதாரணமாக ஹாம்லெட் ஒரு அரூப உருவமாக எல்லா பாத்திரங்களும் குறீயீடுகளாகவும், தன்மைகளாகவும், கற்பனையான அரூப நாயகர்களாகவும் இயங்கும் நிலைக்கு மாறுகிறான்.

இப்படி அரங்க நவீனத்துவத்தின் வாசலிலேயே ஹெகலின் உச்சத்திலிருந்து சுதந்திர இயக்கமுள்ள பாத்திரம் பின்வாங்குகிறது. ஒரு உடனடியான அறிகுறி நடிகன் சில 1890ல் வருட நாடகாசிரியர்கள் மற்றும் இயக்குனர்களின் பொம்மைகள் மனித உருவங்கள் மற்றும் முகமூடிகளை வைத்துச் செய்யப்படும் சோதனைகளைத் தவிர்ப்பது. இது போன்ற சோதனைகளால் இயங்கிக் கொண்டுடிருக்கும் நடிகன்

அதிகமாகப் பாதிக்கப்படா விட்டாலும் நடிகனின் முக்கியக் கவனமான பாத்திரம் என்பது பல அடிப்படை மாற்றங்களைச் சந்தித்துக் கொண்டிருந்தது. அது தன்னுடைய இயக்கவியல் அடிப்படையின் ஒரு பகுதியை தத்துவார்த்த மற்றும் கோட்பாட்டு நிலைகள் கொண்ட அரூப நாடகத்துக்கு கொடுக்கவேண்டியிருந்தது. வேறுவார்த்தைகளில் சொல்வ தனால் அது தன்னுடைய பழைய கருத்துகளையும் நிலை களையும் தாங்குவதற்கு போதுமானதாக இல்லை. அரிஸ் டாட்டிலிய வார்த்தைகளில் சொல்வதனால் கதைப் போக்கு என்பது துன்பியல் நாடகத்தின் ஆன்மாவாக மாறிய பிறகு 20ம் நூற்றாண்டு மாற்றுயதார்த்த அரங்கில் பாத்திரம் என்பது அந்த இடத்தை எடுத்துக்கொண்ட நிலையில் வெளியை உருவக நிலையில் பயன்படுத்துவதின் மூலம் சிந்தனை என்பது ஒரு புதிய நாடகீயத்தன்மை கொண்டது. அதுவரை அது அரிஸ்ட்டாடிலிய பாணியிலான காட்சித் தன்மையே கருத்து என திரையிடப்பட்டிருந்தது.

நாடகப் புனைவுக்குள் பாத்திரங்கள் தங்களை மீறிய சக்திகளால் ஆளப்படுவதாக சித்தரிக்கப்பட்டார்கள் என்று மட்டும் நான் கூறவில்லை. நாடகவியல் மற்றும் நிகழ்த்து உத்திகளின் வரவு பாத்திரத்தின் சுதந்திர இயக்கத்தை வலுக்கட்டாயமாக கேள்விக்குட்படுத்தியதையே குறிப்பிட விரும்புகிறேன்... இந்த அத்தியாயத்தில் என்னுடைய நோக்கம் *John a Henderson* முதல் பரிசோதனை முயற்சி என்று குறிப்பிடும் *fin-de-siecle* இயக்கம் வரையிலான பாத்திரத்தின் கோட்பாட்டு இருப்பைச் சித்தரிப்பதுதான் என்றாலும் நான் அதைக் கடந்து நவீன காலகட்டத்தில் பாத்திரத்தின் சுதந்திர இயக்கம் சிதறுண்டு உருவான மூன்று முக்கிய உருவக ரீதியான விமர்சன ரீதியான மற்றும் நாடக ரீதியிலான பரிமாணங்களைக் குறிப்பிட விரும்புகிறேன். உருவகம் என்கிற வார்த்தைப் பிரயோகம் பற்றி ஒரு வார்த்தை *Mockel*ன் பாத்திரம் என்பதை இரண்டு தளங்களில் அதாவது ஒன்று அருகிலும் (சிறிய கதை சார்ந்து) மற்றொன்று தொலைவிலும் (நிரந்தரமான) வெளிப்படுத்தும் லட்சிய நாடகமென்பது குறீயீட்டு நாடகவியல் மற்றும் *Strindberg*ன் உணர்ச்சிகர

அனுபவ வாதத்தை மட்டுமில்லாமல் 20ம் நூற்றாண்டில் உருவான *Stranger*ன் மாற்றுயதார்த்தவாத சோதனை அரங்கத்தையும் விளக்குகிறது.

இந்த நாடகவியல் பார்வை அடிப்படையில் உருவகத் தன்மை கொண்டது. நான் இங்கு உபயோகப்படுத்தும் சொல்லாடல் இடைக்கால மாயாவாதம் மற்றும் ஒழுக்கவியலுடன் இணைந்த குறிப்பிட்ட வளர்ச்சிப் போக்கையும் நவீன நாடகத்தின் பொதுவான போக்கையும் விளக்குகிறது. ●

11

நாடக உருவாக்க முறைமைகளின் ஒரு பன்மைத்துவம்

Eugenio Barba

(டென்மார்க்கில் வசிக்கும் இத்தாலிய நாடக இயக்குநரான Eugenio Barba உலக மானுடவியல் அரங்கை நிறுவி புதிய அரங்க கல்விமுறைக்கான திறப்புகளை உருவாக்கி வருபவர்)

'எத்தகைய நாடக வடிவாக்கத்தை நீங்கள் இயக்க விரும்பு வீர்கள்?' எனக்கு எந்த தயக்கமும் இல்லை. 'சோபோக்ளிஸ், இப்சன், செகாவ் மற்றும் ப்ரெக்ட்', ஜனவரி 1961ல் வார்சாவில் உள்ள அரசு அரங்க பள்ளிக்கான நுழைவுத் தேர்வில் என் னுடைய பதில் சுலபமாக வந்தது. நாடக வடிவாக்கம் என்பது அப்போது எழுத்தாளர்களின் வேலையாக இருந்தது.

பல வருடங்களாக என்னுடைய தினசரி பயிற்சிகளில் இந்த வார்த்தையை நான் பயன்படுத்தியது இல்லை. என் னுடைய முயற்சிகள் எல்லாம் ஒரு இயக்குநராக என்னுடைய தொழில்திறனை புரிந்து கொள்வதும் அதை வளர்த்தெடுப் பதற்கான வழிகளை அறிவதும்தான். வேறு வார்த்தைகளில் சொல்வதானால் நடிகர்களிடம் எவ்வாறு சுயமான எதிர் வினைகளைத் தூண்டி அவைகளை வாழ்க்கையின் நகலாக இல்லாது தனக்குள் ஜீவன் கொண்ட நிகழ்வாக பிரயோகிப்பது என்பது பற்றித்தான். நான் ஒத்திகைகளின்போது கவனித்த நடிகர்களின் செயல்பாடுகள் மற்றும் என்னுடைய தேர்வுகளின்

போது 'ஜீவன்' என்கிற வார்த்தைதான் என்னுடைய நினைவுக்கு வந்தது.

நடிகர்களின் செயல்பாடுகளும், உறவுநிலைகளும் வாழ்க்கையிலிருந்து வெளிப்படுபவைதானா? அவை இயல்பான உயிர்ப்புத் தன்மை கொண்ட உணர்வைத் தருபவை தானா? நடிகர்கள் ஒரு உறுதியான காட்சித்தன்மையின் இருப்பை பெற்றிருப்பவர்களா? நான் சொன்னேன் - உங்கள் செயல்பாடுகளில் தொழில்திறன் இல்லை. Craft (தொழில் திறன்) என்பது வலிமை, சக்தி, ஆற்றல் என பொருள்படும் ஒரு நார்வே சொல்லாக்கம் - மின் ஆற்றல், மன ஆற்றல் போல அல்லது நாம் ஒரு விளையாடும் குழந்தைக்கு அருகிலோ, மகிழ்ச்சியான இளைஞனுக்கு அருகிலோ இருக்கும்போது பெறும் உணர்வலைகளைப் போல.

1970களின் இறுதியில் சில குறிப்பிட்ட சூழல்கள் நடிகனின் இருப்பு குறித்த என்னுடைய அனுபவத்தை பரிசீலிக்கச் செய்தன. பல்வேறு கண்ணோட்டங்கள் கொண்ட நடிகர்கள் மற்றும் நடனக்காரர்களின் சில தொழில்நுட்ப அணுகுமுறை களை அறிந்து கொண்டு அவைகளை ஒப்பீடு செய்யும் வாய்ப்பு எனக்கு கிடைத்தது. அரங்க மானுடவியல் என்று நான் அழைக்கும் இந்த ஆய்வுப் பகுதி உலக மானுடவியல் அரங்கப் பள்ளியின் சட்டகங்களுக்குள் வளர்த்தெடுக்கப் பட்டது.

"என்னுடைய அரங்கப் பின்புலத்தின் தொழில் நுட்பச் சொல்லாடல்தள அறிவுடன் நான் இதை விளக்க முற்பட்ட போது Dramaturgy (நாடக உருவாக்க முறைமை) என்பதை அதன் சொல் பிறப்பியல் தன்மையுடன் Dramaergon என்ற அளவில் செயல்பாடுகளின் பணி என்பதாக அல்லது நடிகர்களின் செயல்பாடுகள் வேலை நிமித்தம் தயாராகும் பாங்கு என்பதாக வரையறுத்தேன். என்னைப் பொறுத்தவரை நாடக உருவாக்க முறைமை என்பது இலக்கியம் மட்டும் சார்ந்தது அல்ல. ஆனால் ஒரு நிகழ்வின் வளர்ச்சியையும் அதன் பல பகுதிகளையும் வடிவமைத்துச் செல்லும் ஒரு தொழில்நுட்ப செயல்பாடு.

பொதுவாக ஐரோப்பிய மரபில் நாடக உருவாக்க முறைமை என்பது ஒரு இலக்கியப் படைப்பாக்கமாகவே புரிந்து கொள்ளப்படுகிறது. கரு, அதன் வளர்ச்சி, அதன் அக, புறச்சூழல் மற்றும் முடிவு என்பவை அதன் மாதிரி வடிவங்கள். நாடக உருவாக்க முறைமை என்பது ஒரு நேர் கோட்டுத் தன்மையிலான சித்தரிப்புடன் சில கண்ணிகளை இணைத்துச் செல்லும் நிகழ்வெனும் முடிச்சு. இயக்குநராக என்னுடைய பல வருட அனுபவத்தில் நாடக உருவாக்கம் என்பது எழுதப்பட்ட பிரதியுடனோ சித்தரிப்புகளுடனோ, காட்சி அமைப்புடனோ சம்பந்தப்பட்டது அல்ல.

என்னுடைய செயல்பாட்டுக்கு மிகவும் அவசியமான ஒரு துறையை அது குறிப்பிடுவதாக எனக்குத் தோன்றியது. அதே சமயம் அதன் குறிப்பான குணாம்சங்கள் பற்றியும் எல்லைகள் பற்றியும் நான் அறிந்திருக்கவில்லை. அதன் அர்த்தம் என்ன என்பது குறிப்பாக தெரியாவிட்டாலும் அது எனக்கு மிகவும் அறிமுகமான ஒரு பிரயோகமாக இருந்தது. உதாரணமாக ஒரு நிகழ்வைப் பார்த்த பிறகு அது நாடக உருவாக்கக் கண்ணோட்டத்தில் குறைபாடுகள் கொண்டிருந்ததாக நான் விமர்சித்திருந்தேன். நான் எதைக் குறிப்பிடுகிறேன் என்பது எனக்கு தெளிவாகத் தெரிந்தது. நான் வரையறுக்க முற்படும் போதே நாடக உருவாக்க முறைமை என்பது தெளிவற்றதாகிப் போனது. முரண்பட்ட கூறுகளையும், நிகழ்வின் பல்வேறு பகுதிகளையும் சம்பிரதாயமற்ற, வலிமையான மற்றும் ஆச்சரியமான முறையில் ஒருங்கிணைக்கும் ஒரு புலனாகாத வடிவத்தை நான் குறிப்பிடுவதாக எனக்குத் தோன்றியது. ஆனால் அது போதுமானதாக இல்லை. இந்தப் பகுதியைத் தோண்டியெடுத்து வேறு ஏதோ புதையுண்ட செல்வத்தை அடைவது எனக்கு திருப்திகரமானதாக இல்லை.

முடிவுக்கும் முறைமைக்குமான வித்தியாசத்தை உறுதி செய்வது உபயோகமானதாக எனக்குத் தோன்றியது. முறைமை என்கிற கோணத்தில் நாடக உருவாக்கம் என்பது என்ன என்று கேட்பது முக்கியமற்றதாக எனக்குத் தோன்றியது. இந்த பிரயோகத்தின் எளிமையான விளக்கத்தை முறியடிக்க எனக்கு மற்ற கேள்விகள் இருந்தன - ஒரு

இயக்குநராக நடிகர்களின் செயல்பாடுகளில் நான் எவ்வாறு குறுக்கிடுகிறேன்? தன்னுடைய சொந்தப் படைப்புகள் கூட எவ்வாறு சிக்கலான மற்றும் அரூபமான கோட்பாட்டு கட்டமைப்புகளுக்குள் சிக்காமல் திறப்புகளுடன் இயங்குகிறது என்பதையும் அதன் எண்ணற்ற விவரணைகள் ஒரு மாயக் கட்டிட அமைப்பு போல் ஆயிரக்கணக்கான உட்பிரிவுகளாகக் கிளைவிடுகிறது என்பதையும் அறிந்து கொள்வது கடினமானது.

மெதுவாக நாடக உருவாக்கம் என்று நான் அறிந்து கொண்டது சித்தரிப்பு வடிவமைப்பும் கருப் பொருளின் வளர்ச்சியில் அமைந்த பல்வேறு படிநிலைகளும் அல்ல என்பதைப் புரிந்து கொண்டேன். என்னுடைய உருவாக்க முறைமை பற்றிய பணி நிகழ்வின் அடிநாதமான தன்மையை கவனப்படுத்தும் குறிப்பிட்ட பார்வையுடன் துவங்கியது. என்னுடைய நாடக உருவாக்க முறைமை நிகழ்வின் பல பகுதிகளுக்கு இடையிலுள்ள பல்வேறு தொடர்பு நிலை களையும் கவனத்தில் கொண்டது. ஆனால் அது பல்வேறு பகுதிகளுக்கு இடையிலுள்ள தொடர்புநிலைகளை ஒரு செங்குத்து அளவீட்டில் மதிப்பிட்டது. அது படைப்பின் வேறுபட்ட இழைகளையும், மட்டங்களையும் நிகழ்வின் அர்த்த நிலைகளிலிருந்து பிரித்துப் பார்த்தது. நான் இந்த தரநிலைகளை அவை ஒன்றுக்கொன்று தொடர் பற்றது போல் பிரித்துப் பார்த்து வளர்த்தெடுத்தேன்.

என்னுடைய சொந்தப் படைப்பை புரிந்துகொள்ள உயிரியல்வாதியின் சிந்தனைமுறை உதவியது. உயிரி யலில் ஒரு நுண்ணுயிரின் பகுதிகளை மட்டுமின்றி அந்த அமைப்பின் பல மட்டங்களையும் பிரித்துப் பார்க்க வேண்டும் (உதாரணத் துக்கு அதன் தண்டு, இதயம், மூளை போன்ற பாகங்களையும்). முதல் பகுதியில் நாம் நுண்ணுயிரை தலைகீழாகக் கட்டமைக்கப்பட்டுள்ள அதன் பாகங்களாக பிரிக்கிறோம். இரண்டாவதாக நாம் வேறுபட்ட அளவில் பிரிந்துள்ள பாகங்களின் உறவுநிலைகளைப் பிரித்துப்பார்த்து மட்டங்களை கணக்கிலெடுக்கிறோம். இவ்வாறு செல்களின் அமைப்பு என்கிற மட்டத்திலும், செல்கள் திசுக்களின் அடித்தளமாகவும், அவை மறுபடியும் உள் உறுப்புகளின் அடித்தளமாக இருந்து

வாழும் நுண்ணுயிர்களின் ஒருங்கிணைப்பாகவும் இணைந் துள்ளன.

என்னைப் பொறுத்தவரை நிகழ்வு என்பதும் ஒரு வாழும் நுண்ணுயிர். நான் அதன் பகுதிகளை மட்டும் பிரித்துப் பார்க்காமல் அதன் அமைப்பு ரீதியான மட்டங்களையும், பரஸ்பர உறவுநிலைகளையும் பார்க்க வேண்டும். அதனால் நாடக உருவாக்க முறைமை என்பது உடல்கூற்றுவியல் ஆய்வு என்பதற்கு இணையான ஒரு சொற்றொடர், நுண்ணுயிரை அதன் முழுமையுடன் மட்டுமில்லாமல் அதன் பல்வேறு உள் உறுப்புகள் மற்றும் இழைகளை ஆய்வு செய்வதற்கான நடைமுறை சார்ந்த வழி இது.

உயிரியலாளர்கள் செய்யும் பல்வேறு மட்டத்திலான இயக்கம் குறித்த வரையறையில் எனக்கு ஆர்வம் இல்லை. வேறுபட்ட மற்றும் முரண்பட்ட தர்க்கங்களை கணக்கில் கொள்ளும் வலுவான ஒரு வழிமுறையையே நான் எதிர் பார்த்தபடி இருந்தேன். ஸ்தூலமாக தனிமைப்படுத்த முடியாத ஒரு உறுதியான யதார்த்த நிலை. ஒரு ஒற்றை மட்டத்திலான இயக்கம். நாம் உடற்கூறு அட்டவணையில் பார்க்க முடியாதது. அது ஒரு தர்க்கம், சிந்தனை அல்லது பார்வையின் ஒரு உறுதியான வடிவம். ஒரு இசைக்குறிப்பை கிடைநிலையிலும், செங்குத்தாகவும் ஒரே சமயத்தில் பார்க்கக்கூடிய ஒருவனுடையதைப் போன்றது.

நிகழ்வின் நாடக உருவாக்க முறைமையை ஒரு கருப்பொரு ளாகவும், பல்வேறு செயல்பாடுகளாகவும், புனைகதைகளாகவும் நெய்யப்பட்ட பல்வேறு இழைகளின் சேர்க்கையாகவும் மட்டுமில்லாமல் வேறுபட்ட இழைகளின் ஆழ்ந்த இருப்பாக ஒவ்வொன்றும் தனக் கான தர்க்கத்துடனும், வினோதமான வாழ்க்கை வெளிப்பாட்டுடனும் விளங்குவதைப் பார்க்க முடியும்.

ஒரு நிகழ்வில் எனக்கு ஆர்வத்தை உருவாக்கிய அமைப்பு ரீதியிலான மூன்று கட்டங்கள் பின்வருபவை.

1. இயற்கையான, ஆற்றல் கொண்ட நாடக உருவாக்க நிலை - இதுதான் ஆரம்ப நிலை. இயற்கை ஆற்றல்களின்

வடிவாக்கம் மற்றும் இணைப்பு. புலன்களின் வழியாக பார்வையாளர்களின் கவனத்தைக் கவரும் விதமாக நடிகர்களின் ஒத்திசைவு மற்றும் உடல், மன இயக்கங்கள் சார்ந்தது.

2. சித்தரிப்பு சார்ந்த நாடக உருவாக்க நிலை. நிகழ்வின் அர்த்தத்தை அல்லது பல அர்த்தங்களைப் பார்வை யாளர்கள் புரிந்துகொள்ளும் விதமாக சம்பவங்களை இணைத்தல்.

3. அழுத்தமான உணர்வூட்டும் நாடக உருவாக்க நிலை - பார்வையாளரிடம் ஒரு நெருக்கமான இணைவை உருவாக்கும் விதமான நிகழ்வின் தன்மைகள். இந்த நாடக உருவாக்க முறைமை நிகழ்வின் உள்நோக்கமற்ற, மறைமுக மான அர்த்த நிலையை அடைகிறது - ஒவ்வொரு பார்வை யாளருக்கும் தனிப்பட்ட விதமாக. அந்த நிலை நாம் எல்லோரும் அனுபவித்ததுதான். ஆனால் அது தெளிவாக திட்டமிட முடியாதது. என்னுடைய நடிகர்களும், நானும் அதை அடைவதில் எப்போதும் வெற்றி பெற்றதில்லை.

இந்த மூன்று நிலைகளும் தங்களுக்குரிய தர்க்கங்களும், கோரிக்கைகளும், இலக்குகளும் கொண் டவை. என்னைப் பொறுத்தவரை இவைகளை தனிமைப் படுத்துவதும், தனியே பிரித்துப் பார்ப்பதும் அடிப்படையானவை.

இயற்கையான அல்லது ஆற்றல் கொண்ட நாடக உருவாக்க முறைமை என்ற அளவில் நான் உடல் மற்றும் குரல் பயிற்சிகள், உடைகள், பொருள்கள், இசை, ஒலிகள், விளக்குகள், இருப்புநிலைத் தன்மைகள் ஆகியவை களுடன் வேலை செய்தேன். சித்தரிப்பு சார்ந்த நாடக உருவாக்க முறைமை என்ற அளவில் நான் பாத்திரங்கள், கதைகள், பிரதிகள், சம்பவங்கள் மற்றும் படிமவியல் குறிப்புகள் ஆகியவைகளுடன் வேலை செய்தேன். அழுத்தமான உணர் வூட்டும் நாடக உருவாக்க முறைமை என்பது இவை இரண்டி லிருந்தும் வேறுபட்ட தன்மை கொண்டது. அது ஒரு இலக்கு. அது தேவையான வேலைகள் செய்து அதே நிகழ்வை பார்வையாளர்களின் அந்தரங்க பெருங்குகைகளில் வேறுவித

மாக எதிரொலிக்கும்படி செய்ய வேண்டும். அதனுடைய பாதிப்புகளிலிருந்துதான் நான் இதை உணர்ந்தேன். அதாவது அது பார்வையாளர்களின் மூடநம்பிக்கைகள், மனத்தடைகள், காயங்கள் ஆகியவைகளைத் தொடுவதில் வெற்றிகொள்ளும் போது. மட்டுமில்லாமல் முதல் பார்வையாளரான இயக்குநருடையதையும்.

இயற்கையான நாடக உருவாக்க முறைமை என்பது நிகழ்வின் நரம்பு அமைப்பு. சித்தரிப்பு நாடக உருவாக்க முறைமை அதன் மூளை. அழுத்தமான உணர்வூட்டும் நாடக உருவாக்க முறைமை என்பது நமக்கு வெளியே இருக்கும் நம்முடைய பகுதி. இயற்கையான நாடக உருவாக்க முறைமை பார்வையாளர்களை தங்கள் இருக்கைகளில் உணர்வுடன் நடனமாடச் செய்தது. சித்தரிப்பு நாடக உருவாக்க முறைமை அனுமானங்களை, சிந்தனைகளை, சந்தேகங்களை, மதிப்பீட்டு முறைகள் மற்றும் கேள்விகளை விடுவித்தது. அழுத்தமான உணர்வூட்டும் நாடக முறைமை வாழ்க்கை மாற்றத்தை சாத்தியப்படுத்தியது.

பல நிலைகளில் ஒரு நுண்திறன் என்பது தர்க்கமுறைகளை விரிவுபடுத்துவதற்கான வழிமுறையாகவும். நிகழ்வின் ஒற்றைத்தன்மைக்கும், கருப்பொருளின் வெளிப்படையான உறவுநிலைகளுக்கும் எதிரானதாகவும் உள்ளது. அது கதைப் பொருளையும் அர்த்தங்களையும் தாண்டி புலன்கள் வழியிலான தாக்கத்தை முயற்சி செய்ய அனுமதித்தது. இந்த நிலைகளை பிரித்துணரும் தன்மை இவைகளை கலாபூர்வமாக வளர்த்தெடுக்க உதவி செய்யவில்லை. இந்த பிரச்சனையை சரிசெய்யும்போது விருப்பங்கள், நடைமுறைகள், தேர்வுகள் எல்லாம் எப்போதும் அந்தரங்கமானவை மற்றும் சூழ் நிலைகளுக்கு தகுந்தவாறு மாறுபடுபவை.

ஒரு இயக்குநராக, முதல் பார்வையாளராக என்னுடைய வேலை இந்த மூன்று நாடக உருவாக்க முறைமைகளை மையமிட்டே அமைத்து நிகழ்வை மற்ற பார்வையாளர்களின் உணர்வுகளுடனும், கண்களுடனும் பார்க்கச் செய்தது. ஆனால் இந்த முதல் பார்வையாளருக்கு நடிகர்களின் படைப்பாக்க முறைகளில் குறுக்கிடவும் நிகழ்வின் வலிமையை

கூர்மைப்படுத்தி ஆழப்படுத்தவும் தொழில்நுட்பத் திறமை தேவைப்பட்டது. இயக்குநரின் இத்தகைய வலிமையான பங்கேற்பு நாடக உருவாக்க முறைமை என்கிற சொற் றொடருக்கு இன்னொரு பொருள் கொடுத்தது. அது என் னுடைய படைப்பில் உள்ள உறவுநிலைகளைக் கவனப் படுத்துகிற தன்மையைக் குறிப்பிட்டது. நாடக உருவாக்க முறைமை என்பது இயற்கை ஆற்றல் மற்றும் சித்தரிப்பு நாடக உருவாக்க முறைமைகளில் வெளிப்பட்ட உறவு நிலைகளை மறு கட்டமைப்புச் செய்து இணைக்கும் தீர்மானம் சார்ந்தது. இந்த இணைப்பு அல்லது தொகுப்பின் நோக்கம் வெளிப் படையானவைகளைத் திசைதிருப்பும் சிக்கலான உறவு நிலைகளை நெறிப்படுத்துவதே.

இந்த இரண்டாவது அர்த்தத்தின்படி என்னுடைய நாடக உருவாக்க முறைமை அடிப்படையில் வடிவமைக்க வும், இணைக்கவும், பெருக்கவும். பிறகு ஒத்திசைவுகளில் வெளிப் பட்ட உறவு நிலைகளைத் தலைகீழாக்குவதுமான ஒரு தொழில்நுட்பம். இவ்வாறு நான் எளிமையான உரையாடல் களைக் குழப்பமான மற்றும் முரண்பட்ட தொகுப்புகளாக மாற்ற முயற்சி செய்வதின் மூலம் எனக்கு தேவையானதைப் பார்வையாளர்களிடம் உருவாக்கச் சாத்தியப்பட்டது. அதாவது வெளிப்படையான உறவு நிலைகளைத் தலை கீழாக்கும் ஒரு அனுபவம். அது நாடக உருவாக்க முறை மையை ஒரு நெருக்கமான மற்றும் அந்தரங்கமான சொல்லாடலாக மாற்றுவது, நான் தனியாக இருக்கும் என்னுடைய வேலையின் களனைக் காட்டுவது, அது நான் தர்க்கங்களையும், பிரதிகள் உருவாக்கும் தொடர்புகளையும், என்னுடைய நடிகர்களையும், கருப்பொருள்களையும் நாசப்படுத்தும், மாற்றும் அல்லது அழிக்கும் என்னுடைய படைப்பு நிலையின் ஒரு பகுதி. இந்த பூகம்பத்தால்தான் நான் புலப்படாத முடிச்சுகளைக் கண்டுபிடிக்கவும், அவை களைக் குழப்பமான மற்றும் அடர்த்தியான உறவு நிலைகளாக ஒருங்கிணைக்கவும் வெற்றிபெற முடிந்தது.

எப்போதும் வெளிப்படையான உறவு நிலைகளை கவிழ்ப்பதில் எனக்கு துணை நிற்பவை வெளி உலகம்

உருவாக்கும் தடைகள் மற்றும் கட்டுப்பாடுகள், நடைமுறை நிலைமைகள், பொருளாதாரம், நடிகர்கள் மற்றும் எதிர்பாராத சூழ்நிலைகள். மற்ற சமயங்களில் நான் வலுக்கட்டாயமாக என் மேல் சில தடைகளையும், பிரச்சனைகளையும் உருவாக்கிக் கொள்வேன். அவை திட்டமிடாத தீர்வுகளுக்கு என்னை அழைத்துச் சென்றன. இந்தத் தடைகள் சுயமான கண்டுபிடிப்பு களைக் கொண்டுவரவில்லை. ஆனால் என் னுடைய பார்வையில் இவை இன்னும் மதிப்புவாய்ந்தவைகளை வெளிக்கொண்டு வந்தன. ஏற்கனவே இருந்தவைகளிலிருந்து மாறுபட்ட, இதுவரை கற்பனை செய்யப்படாத தொடர்பு களையும், அணுகுமுறைகளையும்.

இங்கு நாடக உருவாக்க முறைமை என்பது எளிமையான தொடர்புகளுக்கு பதிலாக சிக்கலான முடிச்சுகளை உரு வாக்குவது. அது ஒரு குறிப்பிட்ட வகையான சிந்தனைமுறை. அது சந்தர்ப்ப வசமாகவோ, அறிவுபூர்வமாகவோ தொடர்பு முறைகளை விடுவித்து இணைக்கும் குறிப்பிட்ட வகை நடத்தையைக் கோரியது. நிரூபிக்கப்பட்ட உண்மைகளையும், குணாம்சங்களையும் தலைகீழாக்கவும், அவை இனம் காணப்பட முடியாமல் வினோதமாக தோற்றமளிக்கும்படி, நான் அறிந்து கொள்ள முடியாத நிலைமைகளை வலுக் கட்டாயமாக கோடிட்டுக் காட்டினேன். இவ்வாறு நான் இந்த உண்மைகளுக்கும் குணாம்சங்களுக்கும் ஒரு புதிய இசைவைக் கண்டு பிடித்து அதை நடிகர்களின் செயல்கள் மூலமாக பார்வை யாளர்களுக்கு கடத்த நேரிட்டது.

ஒத்திகைகளின்போது உண்மைகளையும், காட்சி மட்டும் ஒலிக்கூறுகளையும், தொடர்புநிலைகளையும் தலைகீழாக்கும் என்னுடைய பயிற்சிமுறை எளிமையான தாக, ஒரு விலகல் புள்ளியில் எந்திர ரீதியாகக்கூட இருக்க முடியும். கடுமையான விதிமுறைகளை வரவேற்கும் அது கட்டுப்பாடுகளையும் தடைகளையும் உருவாக்கியது. உதாரணமாக நான் சொல்ல விரும்பியதற்கு எதிர் நிலையில் துவங்கி இயக்குவெளியைக் குறைப்பது, ஒரு பரந்த பரப்பில் நடிக்கப்பட்ட ஒரு காட்சியை ஒரு மேஜை முன்னால் குறைப்பது, நடிகரின் காலடிகளும், மார்பும் அவருடைய புஜங்களும், கைகளும் செய்ததை

செய்ய வைப்பது என. நடிகரின் செயல் அல்லது காட்சியின் மீது இந்த வலுக்கட்டாயமான குறுக்கீடு புதிய சாத்தியங்களை உருவாக்கி என்னுடைய சாத்தியமான தேர்வுகளை விரிவு செய்தது.

ஆரம்பத்தில் தலைகீழாக்கும் வேலை புத்திசாலித் தனமாக இருக்க வேண்டும் என்பது முக்கியமானதாக இல்லை. ஆனால் கடைசியில் அது அதிசயமான மழைப் பொழிவாக மாறி என்னுடைய உறுதிப்பாடுகளை ஒரு பெருவிலங்காக குலைத்தது. என்னுடைய அல்லது நடிகர்களுடைய விருப்பங்களுக்கு மாறாக இத்தகைய விளைவு ஏற்பட்டது. அது கருத்துக்கள், கோட்பாடுகள், அறிவுப்பூர்வமான அல்லது மனோதத்துவ தர்க்கங்கள் ஆகியவற்றின் நேரடியான தாக்கங்களால் உருவானதல்ல. பெரும்பாலும் என்னுடைய விலகல் புள்ளியில் உண்மையாக நிற்கும் முயற்சியின் விளைவு அது. தலைகீழாக்கிப் பார்க்கும் பார்வை மட்டும் போதுமானதல்ல. ஒருவித உணர்ச்சிப்பூர்வமான இணக்கம் என்னுடைய மன வியலை வழிநடத்தி அதன் அசைவுகளைத் தீர்மானித்து தலைகீழாக்கிப் பார்க்கும் இந்த தேவையை கண்காணிக்க வேண்டும். இணக்கம் எதை நோக்கியது? ஒரு படிமத்தை, ஒரு தொடர்பை, ஒரு நினைவை நிகழ்வில் கண்டுபிடிக்க முடியாத எப்போதும் பிரசன்னமாக உள்ள ஒரு நிழலை நோக்கியது...

என்னை பயமுறுத்திய இந்த முரண்பட்ட இணக்கத்துக்கு உண்மையாக இருப்பது ஒத்திகைகளில் ஒரு சுமையாக இருந்தாலும் அடிப்படையானது. நான் என்னுடைய தொடர்புகளை இழந்தும், நீண்ட உறுதியற்ற நிலையிலும் அதற்கான விலை கொடுத்தேன். ஒரு நிகழ்வில் என்னுடைய வேலையின்போது நான் ஒரு பள்ளத்தில் வீழ்ந்துகொண் டிருப்பதுபோலும், பாரசூட் திறக்காதது போலவுமான ஒரு நிரந்தர மன உளைச்சலில் இருந்தேன். வயது ஏறினாலும் மனத்துயரம் குறையவில்லை. இரவு என்பது 12 மணிநேரம்தான். பிறகு பகல் வந்துவிடும் என்ற நம்பிக்கைதான் ஒரே ஆறுதல். நான் விட்டுக்கொடுக்காமல் வேலை செய்தால் சில மாதங்களுக்குப் பிறகு நிகழ்வு என்ற கிரேக்க நிலையை

சந்திப்பேன் என்பது என் நம்பிக்கை. திரும்பவும் அது தூரத்திலிருந்து சுயமான கம்பீர ஜீவனுடன் நெருங்கிவரும் உணர்வை அனுபவிக்கிறேன்.

உண்மைத்தன்மையும், தலைகீழாக்கிப் பார்க்கும் தேவையும் இணைந்தே செல்கின்றன. ஆனால் என்னுடைய செயல் பாட்டை பார்க்கும் மூன்றாவது பார்வையை நான் பெற்றிருக்கிறேன். நான் இதையும் நாடக உருவாக்க முறைமை என்றே அழைக்கிறேன். சமீப காலங்களில் என்னுடைய நடிகர்கள் ஒரு புதிய நிகழ்வுக்காக மிகவும் சுதந்திரமான முறையில் தர்க்கரீதியாக கயிறுகள், தொடர்புகள், இயற்கை மற்றும் சித்தரிப்பு முறைக்கான பொருள்களை தயார் செய்துகொண்டிருந்தார்கள். பின்னால்தான் நான் அவர்களுடைய முடிவுகளைத் தொடர்புபடுத்தி அவைகளை உணர்வுப்பூர்வமான தூண்டுதல்கள் மற்றும் அர்த்தங்களின் வெளிப்பாடுகளாக ஒழுங்கு செய்தேன். நீண்டகால ஒத்திகைகளுக்குப் பிறகுதான் பல்வேறு பொருள்கள் பார்வையாளர்கள் பிரித்துக் காண முடியாதபடி இணைக்கப்பட்டிருந்தன.

இத்தகைய நடைமுறை மெதுவாக என்னை நிகழ்வு என்பது வெறும் பிரதி, கதை, கருப்பொருள் அல்லது கருத்து அல்ல. ஆனால் பன்மைத்துவ வெளிப்பாடுகளால் உருவாகும் நடிகருக்கான, இயக்குநருக்கான, பார்வையாளருக்கான ஒரு அரங்கப் படைப்பு என்பதை உணர்த்தியது. இந்த வெளிப் பாடுகளை நாடக உருவாக்க முறைமை என்றே வரையறுக்கத் தொடங்கினேன். இந்த சொற்றொடரின் அர்த்தங்களைப் பெருக்கும் விதமாக. இன்று எழுதும்போது பல்வேறு பார்வைகளுக்கும், பல் வேறு செயல்பாட்டுத் தளங்களுக்கும் ஒரே வார்த்தையை உபயோகப்படுத்துவதில் உள்ள குழப்பத்தை நான் அறிவேன். ஆனால் பயிற்சியின் போது அவை எனக்கு மிகவும் தெளிவானவையாக இருந்தன.

அதனால் நான் இதை மூன்றாவது பார்வை என்று குறிப் பிட்டேன். நடிகரின் நாடக உருவாக்க முறைமை, இயக்குநரின் நாடக உருவாக்க முறைமை, பார்வையாளரின் நாடக உருவாக்க முறைமை என. கண்களும், தர்க்கமும் நிகழ்வுக்குக் கொடுக்கும் அர்த்தம் யாருக்கு சொந்தமானது என்பதை

எனக்கு நானே விளக்கிக் கொண்டேன். அது நடிகரின் கண்களும், தர்க்கமுமாகவோ, பார்வையாளருக்கான தாகவோ, இயக்குநருக்கானதாகவோ இருக்கலாம். என்னுடைய இயக்குநரின் நாடக உருவாக்க முறைமை என்பது நடிகரின் நாடக உருவாக்க முறைமையை விரிவுபடுத்தி அதை ஒவ்வொரு பார்வையாளரின் நாடக உருவாக்க முறைமையாக இயங்கச் செய்வதே. நான் உடல் மற்றும் குரல் பயிற்சிகள், இசை மற்றும் ஒளி அமைப்புகள், பாத்திரங்கள், கதைகள் மற்றும் சம்பவங்களில் வேலை செய்தேன். நான் அவைகளின் வெளிப்படையான உறவுநிலைகளைக் குலைத்து ஒவ்வொரு பார்வையாளரின் வேறுபட்ட உலகில் வேறுபட்ட எதிரொலிகளை உருவாக்கும் விதமாக என்னுடைய நிழல் வேலைகளில் உறுதியாக இருந்தேன்.

பார்வையாளரின் நாடக உருவாக்க முறைமை என்பது பற்றி பேசுவது வினோதமானது. அது ஒரு அர்த்தமில்லாத சொற்றொடர் என்று நான் அடிக்கடி விமர்சிக்கப்பட்டேன். நான் உறுதியாக அதை பற்றிக்கொண்டேன். அது என்னுடைய முக்கியமான முயற்சியை சுட்டிக்காட்ட உதவியது. அதாவது ஒரு பகிர்ந்து கொள்ளும் உணர்வையும் அதே சமயம் ஒவ்வொரு பார்வையாளருக்கும் ஒரு வேறுபட்ட நம்பிக்கையையும் தூண்டக்கூடிய ஒரு நிகழ்வை உருவாக்குவது. ஒவ்வொரு முறை அவர்கள் பார்க்கும்போதும் அது வேறுபட்ட உணர்வுகளை தரக்கூடியது. முதல் பார்வையாளரான எனக்கும் அது பொருந்தும். அதேபோல் தாங்களே தங்கள் பார்வையாளர்களாக உள்ள நடிகர்களுக்கும், அவர்களுடைய நண்பர்களுக்கும். நடிகர்கள், பார்வையாளர்கள் மற்றும் எனக்கும் நாம் அறிந்த உலகை தலை கீழாக்கக்கூடியவைகளை தரக்கூடிய நிகழ்வுகளையே நான் விரும்புகிறேன்.

நடிகர், இயக்குநர் மற்றும் பார்வையாளரின் நாடக உருவாக்க முறைமைகள் என்னுடைய அந்தரங்கமான ஒரு உண்மையைப் பேசும் ஒரு வாழ்க்கை வடிவத்தில் சந்திக்கும் போது நான் ஒரு மாறுதலான மனநிலையை அனுபவித்தேன். அந்த நிகழ்வு எனக்கு ஒரு வெற்று சடங்காகத் தோன்றியது. இடைவெளி என்பது ஒரு இன்மை. ஆனால் அது வலிமையும்

கூட. அது பனிப்பாறைப் பிளவின் தெளிவற்ற நிலையாக இருக்கலாம். அல்லது மேற்பரப்பில் குமிழிகள் தோன்றும் ஆழமான நதியின் அசைவின்மை. எதிர்பாராத வாழ்க்கையின் நிழல்கள் மற்றும் குறியீடுகள்.

நான் நாடகம் செய்தேன். நான் நிழல்களை விற்றேன். நான் வாழ விதிக்கப்பட்டுள்ள உலகத்திலிருந்து மாறுபட்ட ஒரு உலகத்துக்கு இந்த நிழல்கள் மூலம் நான் தாவினேன். எனக்கும், என்னுடைய நடிகர்களுக்கும், எங்களுடைய சில பார்வையாளர்களுக்கும் இந்த நிழல்கள் மாடிப்படிகளாக இருந்தன. எங்களுடைய கைத்தொழில் மற்றும் மதிப்பீடுகளின் படிக்கட்டுகள் 'யதார்த்தம்' என்கிற கற்கள் நிறைந்த ஆகாயத்தின் பின்புலத்தில் வெற்றுத் தோற்றங்களாக இருந்தன. என்னை நிலைநிறுத்திக் கொள்ள நான் இலக்குகள், பிசாசுகள், தோற்றங்கள், லட்சியங்கள் ஆகியவைகளை என்னைச் சுற்றியுள்ள கரடுமுரடான யதார்த்தத்தின் மீது திணித்தேன். அவைகளை மூடநம்பிக்கைகள் என்று அழைத்தேன்.

மூடநம்பிக்கை என்பது பொதுவாக ஒரு எதிர்மறை குணாம்சமாக, பகுத்தறிவற்றதாக வெறித்தனமானதாக, ஏமாற்று வேலையாக பார்க்கப்படுகிறது. ஆனால் நான் இந்தச் சொற்றொடரைத் தலைகீழாக்கும்போது அது தன்னுடைய அடிப்படையான முகத்தைக் காட்டுகிறது. அந்த *Latin* வார்த்தையின் *(Superstition)* பொருள் மேலே இருப்பது, நசுக்கவும், வசீகரிக்கவும், உயர்த்தவும் செய்யக்கூடியது. மூடநம்பிக்கைகள் பகிர்ந்து கொள்ளக்கூடியவை என்பதை நான் நம்பவில்லை. இது நடக்கும்போது அவை நுகத்தடியாக, விலங்காக, கோட்பாடுகளாக மாறுகின்றன. அவை வேர்களாகவும், நிழல்களாகவும் என்னுடைய அந்தரங்க நகரத்தில் அலைந்தபடி தோல், நரம்புகள் மற்றும் தசைகளுக்குள் அடைபட்டுள்ள சிறிய எல்லையற்ற பரப்பில் நெருக்க மான, தொடர்புகளற்ற நுண்பொருளாக இருப்பவை, வேகத்தின் நகரம், என்னுடைய உடலாகிய வாழ்க்கை.

என்னுடைய தொழில்ரீதியான அடிப்படை தங்களுடைய கலையின் எல்லைகளில் திருப்தியடையாத 20ம் நூற்றாண்டின் சில ஆண் பெண்களுடன் இணைந்தது. இந்த முன்னணி

ஆட்களுடன் என்னுடைய அரங்க முன்னோடிகள் தூரத்து இலக்குகளுடன் உறுதியையும், தீவிரத்தையும் வெளிப்படுத்தினார்கள். அவர்கள் தங்களுடைய கலையை இந்தக் கசப்பான கேள்வியை எதிர்கொள்ளும் அளவுக்கு வலுப்படுத்தினார்கள், நம்முடைய தியாகங்களும், முயற்சிகளும், ஈடுபாடுகளும் குறுகியகாலமே நீடிக்கும் இலக்குக்காக தகுதியானவைதானா? இவ்வாறு அவர்கள் அரங்கத் தின் கலாச்சாரத்துடனும் நிலைமைகளுடன் போராடினார்கள். ஒரு கலை குறுகிய கால நீடிப்பு என்ற தோற்றத்தில் ஆழ்ந்து விடமுடியாது. அவர்கள் நடிகர்களின் செயல்பாடுகள் மூலமாக பார்வையாளர்களின் உணர்விலும், நினைவிலும் நிகழ்வின் நிரந்தரத் தன்மைக்காகப் போராடினார்கள், அவர்களுடைய இயல்புகளைச் செம்மைப் படுத்தியபடி. சார்பு என்பது வாழ்க்கை. நடிகரின் சார்பு பார்வையாளரின் அந்தரங்க உலகைத் துளைக்கிறது. நிகழ்வின் சார்பு வரலாற்றின் குறியீடுகளை எதிர்கொள்கிறது. கலகம் மற்றும் கடத்தல் தன்மைகொண்ட அரங்கத்தின் சார்பு திசை திருப்பலுக்கும், கலைக்கும் அப்பால் தனிமனிதனின் மூடநம்பிக்கைகளுடன் போராடுகிறது.

நிகழ்வின் பல்வேறு இயக்கங்களுடன் உறவாடும் செயல் பாடுகளாலேயே நாடக உருவாக்க முறைமை என்பது கட்டமைக்கப்படுகிறது. புனைவில் நிலை கொண்டுள்ள இத்தகைய உயிர்ப்புச் செயல்பாடுகள் வாழ்வின் ஆதாரங்களை நோக்கிய வழித்தடங்களாக மாற முடியுமா? உலகின் அநீதிகளின் மூலங்களை நோக்கி? நம்முடைய பல்வேறு அடையாளங்களின் அடிப்படைகளை நோக்கி?

நிழல்களின் படிக்கட்டுகள். குறுகிய கால இருப்புகளுக்கு எதிரான குறுகிய கால கலை நுட்பங்கள். வெற்றுச் சடங்குகள்.

12

புனித ஜெனே: நடிகனும் தியாகியும்

ழீன் பால் சார்த்தர்

ஜெனே ஒரு நாகரிகமற்ற பழமைவாத கூட்டத்தைச் சேர்ந்தவராகப் பார்க்கப்படுகிறார். ஒரு சம்பவம் அவரை ஒரு குழந்தைப்பருவ நினைவுடன் பிணைத்தது, உடனே அந்த நினைவு புனிதமானது. அவருடைய குழந்தைப்பருவ நாட்களில் வழிபாடு சார்ந்த ஒரு நாடகம் நிகழ்த்தப்பட்டது. அவர்தான் அதில் பாதிரியார், சுவர்க்கம் அவருக்குத் தெரியும். ஆனால் அதை இழந்துவிட்டார். அவர் குழந்தைப் பருவத்திலிருந்து விரட்டப்பட்ட ஒரு குழந்தையாக இருந்தார். இந்த விலகலை எளிதாக விளக்க முடியாது. அது அவருடைய பத்து முதல் பதினைந்து வயது உணர்வுகள் மற்றும் கற்பனை களின் வழிகாட்டுதலில் முன்னும் பின்னுமாக நகர்கிறது. ஆனால் அது முக்கியம் இல்லை. அது இன்னும் நிலைத் திருக்கிறது என்பதும் அவர் அதை நம்புகிறார் என்பதும்தான் முக்கியம். அந்தப் புனித நாடகத்துக்கு முன்னும் பின்னும் என்பதாக அவருடைய வாழ்க் கை இரண்டு முரண்பட்ட பகுதிகளாகப் பிரிந்திருக்கிறது. உண்மையில் அந்த நினைவு ஒரு தனிப்பட்ட வரலாற்றின் தற்செயல் நிகழ்வுகளாகவும், தொடரும் மறுதுவக்கங்களாகவும் ஒரு தனித்த கற்ப னையான கணமாக நிலைகொள்கிறது. ஜெனே அது திடீரென நிகழ்ந்தது போல் இந்தக் காலகட்ட வாழ்க்கையை மீண்டும் மீண்டும் வாழ்வதுதான் முக்கியமானது.

உடனடியாக என்று சொல்வது மரணம் போன்ற உடனடித்தன்மை. இந்த உடனடித்தன்மை என்பது தலைகீழ் மற்றும் முரண்பட்ட விதத்தில் பிற்கணம் முற் கணத்தைச் சூழ்ந்திருப்பது. ஒன்று, ஒருவன் இன்னும் ஆகாமல் இருப்பதும் ஏற்கெனவே அடைந்துவிட்ட நிலையும். ஒருவன் தன்னுடைய இறப்பை வாழ்கிறான். ஒருவன் தன்னுடைய வாழ்வை மரணிக்கிறான். ஒருவன் தன்னைத் தன்னுடைய சுயமாகவும் மற்றொன்றாகவும் உணர்கிறான். நிரந்தரம் என்பது நிகழ்லின் துளியில் கலந்திருக்கிறது. முழு வாழ்க் கையின் நடுவில் ஒருவனுக்கு வெறுமனே பிழைத்திருப்பது பற்றிய கெட்ட சகுனம் தோன்றுகிறது. எதிர்க்காலத்தைப் பற்றிய பயம் தோன்றுகிறது. மனவேதனை மற்றும் துணிவுக்கும், சந்தோஷம் மற்றும் அழிவுக்குமான நேரமாக அது இருக்கிறது. அழிக்கவும் மகிழவும் கொல்லவும் கொல்லப்படவும் வாழ்க்கையை உடனே உருவாக்கிக் கொள்ளவும் ஒரு கணம் போதுமானதாக இருக்கிறது. ஜெனே தன்னுடைய இதயத்தில் தன்னுடைய கடுமையை இழக்காத ஒரு கடந்துபோன கணத்தை, மிகச்சிறிய மற்றும் மரணத்தில் முடியும் ஒரு புனித இடை வெளியை, ஒரு பயங்கர உருமாற்றத்தை சுமந்துகொண்டி ருக்கிறார். இந்த வழிபாட்டு நாடகத்தின் விவாதம் இப்படிப் போகிறது - ஒரு குழந்தை அவமானத்தால் இறக்கிறது. அதன் இடத்தில் ஒரு கொள்ளைக்காரன் உருவாகிறான். அந்தக் கொள்ளைக்காரன் அந்தக் குழந்தையால் பேயாக தொடரப் படுகிறான். ஜெனே மீண்டும் உயிர்த் தெழுந்ததை மறுக்கா விட்டால் பேயோட்டும் மதரீதியான சடங்குகளையும், ரகசிய சமூகங்களின் சடங்கு நடைமுறைகளையும் வெளிக்கொண்டு வர உயிர்த்தெழுதல் பற்றிப் பேச வேண்டும். அங்கே மரணம் இருந்தது; அவ்வளவுதான். ஜெனே ஓர் இறந்த மனிதனைத் தவிர வேறில்லை. அவர் இன்னும் உயிரோடு இருப்பதாகத் தோன்றினால், அது சிலர் தங்களுடைய இறந்த மனிதர்களைப் பற்றிக் குறிப்பிடும் லார்வா இருப்புடன்தான். அவருடைய எல்லா நாயகர்களும் வாழ்வில் குறைந்த பட்சம் ஒரு முறையாவது மரணித்திருக்கிறார்கள்.

"தன்னுடைய முதல் கொலைக்குப் பிறகு **Querelle* தான் இறந்த உணர்வை அனுபவிக்கிறான். சதைகளால் மூடப்

பட்டுள்ளதாக அறியப்படும் அவனுடைய மனித வடிவம் பூமிப்பரப்பில் நடமாடத் தொடங்குகிறது."

அவருடைய படைப்புகள் மரணம் குறித்த சிந்தனைகளால் நிரம்பியுள்ளன. இந்த ஆன்மீகமான முயற்சிகளின் விநோதம் என்ன வென்றால் அவை அவருடைய எதிர்கால மரணத்தையோ, அவர் இறக்க வேண்டி இருப்பதையோ, அவர் இறந்ததையோ பற்றிக் கவலைப்படாமல் அவருடைய மரணத்தை கடந்தகால சம்பவமாகப் பார்க்கின்றன.

இந்த உண்மையான நெருக்கடியும் அவருக்கு ஓர் உருமாற்றமாகத் தோற்ற மளிக்கிறது. நன்றாக நடந்து கொண்ட குழந்தை திடீரென்று ஒரு கொள்ளைக் காரனாக மாறுகிறது. Gregor Samsa[1] ஒரு சிறு பூச்சியாக மாறியதைப்போல். இந்த உருமாற்றம் குறித்த ஜெனேயின் மனப் பான்மை தெளிவற்றதாக இருக்கிறது. அவர் அதை வெறுக்கவும் செய்கிறார். அதற்காக ஏங்கவும் செய்கிறார். - இந்த நெருக்கடி திரும்ப வந்துவிடும் என்ற பயத்தில் அவர் இருக்கிறார். காக்காய் வலிப்பு தாக்கு தலுக்கு ஒருவன் பயப்படுவதுபோல் அவர் பயப்படுகிறார்.

"Querelle[2] இந்த யோசனைக்கு பழக்கமாகவில்லை. ஒரு விகார உருவாக மாறுவது குறித்த யோசனை உதிக்கவில்லை. அவர் தன்னுடைய இறந்த காலத்தை ஒரு கேலியான சிரிப்புடன் பார்த்தார். ஒரே சமயத்தில் பயத்துடனும், மென்மையுடனும், இந்த இறந்த காலம் அவருடன் இணைந்து விட்டது போல. முதலையாக உருமாற்றம் பெற்ற ஒரு சிறிய பையனுக்கு அதன் உயிர் அவன் கண்களில் தெரிகிறது, அதன் இரைப் பையோ, பெரிய விலா எலும்போ, செதில் களாலான உடலோ, தண்ணீரைப் பீய்ச்சி அடிக்கும் வாலோ, கடற்கரையோ, மற்ற விகார வடிவங்களோ அந்த அளவு உணரப்படாவிட்டாலும். வாழ்ந்து கொண்டிருக்கும் உலகின் நடுவில் ஓர் அழியாத வசீகரத்துடன் அவர் தனியாக இருப்பதின் பயங்கரத்தை உணர்ந்தார்."

1 Gregor Samsa - காப்காவின் நாவலில் வரும் ஒரு பாத்திரம்
2 Querelle - ஜெனேயின் நாவலில் வரும் ஓர் இளம் மாலுமி..

முதல் சம்பவம் ஜெனேயின் பேரச்சம் குறித்த மனநிலையை தீர்மானித்தது.

"நான் அச்சத்திலிருந்து விடுபட்ட, ஆழ்ந்த பார்வையற்ற மனிதர்களைப் பற்றியும் நிகழ்வுகளைப் பற்றியும் பயம் கலந்த உள்வாங்கல்கள் அற்ற கணங்கள் குறைவு."

இந்தப் பயம் கடந்தகால உருமாற்றங்களாலும் அவை மீண்டும் சம்பவிக்கும் வாய்ப்புகள் குறித்த எதிர்பார்ப்புகளாலும் உருவாவது.

"ஓர் இளைஞன் சிரித்துக்கொண்டும் சில சாதாரண அனுபவங்களைப் பேசிக் கொண்டும் இருந்தான். நான் அவனை மனிதனிலிருந்து உருமாறிய ஒரு மிருகமாகப் பார்த்தேன். தனக்குக் கிடைத்த இந்தச் சலுகையின் இருப்பால் அவன் எந்த நேரத்திலும் வெளியே சொல்லாத ஒரு சிறிய விருப்பத்தின் மூலம் என்னை ஒரு குள்ளநரியாகவோ, மதிப்புள்ள ஓநாயாகவோ மாற்றமுடியும் என்று நினைத்தேன்."

ஒவ்வொரு சந்தர்ப்பத்திலும் ஜெனே ஓர் அதிசயத்தை, தேவதை போல் வரும் பெருந்துன்பத்தின் அச்சத்தை, கணக்கில் ஒரு கேள்வியின் தீர்வு போல் துல்லியமாகப் பார்க்கிறார். இந்தப் பத்திகளின் நோக்கம் அவருடைய பயத்துக்கு ஒரு காவிய குணம் கொடுப்பதுதான். அதனால் ஜெனே ஒரு குள்ளநரியாக மாறுவதற்கு அச்சப்படுகிறார் என்று அர்த்தம் அல்ல. வரும் பத்தியில் ஜெனே எந்த மாற்றமும் இல்லாமல் தன்னை அப்படியே வெளிப் படுத்திக் கொள்கிறார். ஜெனே ஓர் அழகான இளைஞனின் முன் னிலையில் இருக்கும் போது இறப்பதைப் பற்றி பயப்படுகிறார்.

"நான் திடீரென்று ஒரு கூட்டத்தில் நிர்வாணமாகி, அது என்னுடைய நிர்வா ணத்தைப் பார்ப்பது போன்றும் அல்லது என்னுடைய கரங்கள் இலைகளுடன் பெரிதாக வளர்ந்து நான் அவற்றுடன் வாழ்ந்துகொண்டிருப்பது போன்றும், ஷூ நாடாக்களை அவற்றுடன் பிணைப்பது, என்னுடைய சிகரெட்டை வைப்பது, என்னை உரசிக்கொள்வது, அவற் றுடன் கதவைத் திறப்பது, நான் அடிமட்டத்தில் இவ்வாறு

இருப்பதைப் பார்த்து அவை சிரிப்பது அல்லது என்னுடைய ஆண்குறியை மீன்கள் சுவைப்பது, தவளைகளையும் பிணங்களையும் புணர்ச்சிப் பரவசத்துடன் தடவுவது போன்றும் இருப்பதை உணர்வது இவை போன்ற ஒலிகளை நினைவுபடுத்திக் கொள்ளும்போது இந்த நாடகத்தில் வெளிப்படுவது போல என்னுடைய அவமானத்தின் சுமையால் என்னுடைய மரணத்தின் ஆபத்து இருப்பதும் வாழ்வின் நேசமான இருப்பின் முன்னிலையில் வெளிப்படும் அறிகுறிகள்."

மரணத்துக்கும், உருமாற்றத்துக்கும் இடையே உள்ள தொடர்பைப் பார்க்கலாம். "என்னுடைய அவமானத்தின் சுமையால் என்னுடைய மரணத்தின் ஆபத்து உள்ளது."

"முதலையாக மாறிய குழந்தை தன்னுடைய உடல் மற்றும் உள்ளுணர்வில் வெளிப்படும் மங்கிய ஒளியைக் கண்டு அஞ்சுகிறது. அந்த வடிவத்தின் பிரதிபலிப்பு மனிதர்களுக்குத் தெரிந்துவிடும் என்பதற்காக தன்னுடைய செதில் ஓடுகளுக்குள் பதுங்குகிறது." அதை முடிவில்லாமல் பயமுறுத்திய உருமாற்றம் எந்த நேரத்திலும் நிகழும். மற்றவர்களுடைய குறுக்கீடுகளால் அதன் தொடர்ச்சியாக ஒருநாள் வெளிப்பட்டது.

இந்த மாயத்தன்மை சாதாரண மற்றும் உண்மையான அக்கறைகளால் உருவாக்கப்பட்டது. மனிதனாக முதிர்ச்சி நிலைக்கு வந்தபிறகு, தன்னைக் கோழையாக உணரும் ஜெனே தன்னுடைய கோழைத்தனத்தைத் தன்னுடைய இளங் காதலர்களிடம் வெளிப்படுத்த பயப்படுகிறார். "யாருடைய கண்களில் நான் ஒரு தேவதையாக இருக்கிறேனோ, நான் மதிக்கும் அந்த மனிதர்கள் முன்பு நான் கீழே தள்ளப்படுகிறேன். மண்ணைக் கவ்வுகிறேன். கையுறை போல கவிழ்க்கப்பட்டு நான் இருப்பதற்கு மாறாகக் காட்டப்படுகிறேன்."

ஒரு தொழில் ரீதியான திருடன் என்ற வகையில் அவர் பிடிபட்டுவிடுவோம் என்று அஞ்சினார்.

"நீ என்ன திருடினாய் இளைஞனே? என்று ஒரு முதிய பெண் அமைதியாகக் கேட்டாள். ஒரு புதிய உலகம் காதலனுக்கு உடனடியாகத் திறந்து கொண்டது. மீட்க முடியாத ஓர் உலகம். நாம் இருக்கும் உலகத்தைப் போன்றது தான் அது. ஆனால் ஒரு விசித்திரமான வித்தியாசம். நடிப் பதற்கும், நாம் தெரிந்தே நடிப்பதற்கும் பதிலாக நாம் நடிக்க வைக்கப்படுகிறோம் என்பதைத் தெரிந்துகொள்கிறோம். இந்த உலகத்தின் நியதி உள்ளும் வெளியுமாக அதன் தவிர்க்க முடியாத தன்மையில் மறைந்துபோகும் அளவுக்கு முழுமை யானதாகத் தோன்றுகிறது."

ஆனால் இதில் குறிப்பிடும்படியான விஷயம் ஒரு தன்பாலியலாளனின் பாலியல் அவமதிப்புகளும், ஒரு திருடனின் தொழில் ரீதியான அபாயங்களும் ஒருவித புனிதத் தன்மையால் சாயம் பூசப்படுகின்றன. ஒரு சாதாரண தினசரி நிகழ்வை எதிர்கொள்ளும்போது ஜெனே கையுறைபோல தலைகீழாக்கப்படும் நிலையில் முழு உலகமும் தீர்மானமாகிறது. தவிர்க்க முடியாததை ஒருவன் ஸ்பரிசிக்கிறான். இந்த பாலியல் ரீதியான மற்றும் தொழில் ரீதியான விபத்துகள் அவற்றைக் கடந்த நிலையில் அர்த்தம் கொள்கின்றன. அன்பு குறித்துச் சொல்லப் படுபவற்றைவிட அது அதிகமானதாக இருக்கிறது. ஏனென்றால் அவை ஒரு விகார வடிவை எடுத்துக்கொண்டு ஒரு குழந்தையைக் கொன்ற ஓர் அழியாத வசீகரத்தை வெளிப்படுத்துகின்றன.

இந்த உருமாற்றங்கள் அவரை வசீகரிக்கின்றன. அவர் அவற்றுக்குப் பயப்படுகிறார். ஆனால் அவற்றுக்காக வாழ் கிறார். இருப்பின் இந்தத் திடீர் மாற்றங்களைத் தவிர இந்த உலகத்தில் வேறு எதிலும் அவருக்கு ஈடுபாடு இல்லை. இளமையிலேயே இறந்து விட்டதால், ஜெனே தனக்குள் குணப்படுத்த முடியாத குழப்ப நிலையை உள்ளடக்கி மீண்டும் இறக்க விரும்புகிறார். அவர் தன்னை அந்தக் கணத்துக்கும் வசீகரத்தை உருவாக்கும் தூய்மையான நெருக்கடிகளுக்கும் விட்டுக் கொடுத்துவிட்டு அதை மெச்சத் தகுந்த நிலைக்கு எடுத்துப் போகிறார். குற்றம், மரணதண்டனை, கவிதை, புணர்ச்சிப் பரவசம், தன்பால் உறவு போன்று.

ஒவ்வொன்றிலும் நாம் முன்னும் பின்னுமான முரணை, ஏற்றத்தை, இறக்கத்தை, ஒரு தனித்த விஷயத்தில் வாழ்க்கை ஏலம் விடப்படுவதை, நிரந்தரமானதும் ஓடிக்கொண்டு இருப்பதுமான விளையாட்டைப் பார்க்க முடியும். பிம்பங் களும், அவற்றைக் குறிக்கும் வார்த்தைகளும் ஒரே தன்மையில் உள்ளதாக இருக்கின்றன. பிரகாசமான வசந்தகால ரோஜாக் களிலிருந்து 'மரணத்தின் அழகிய பாதிப்பு', கருங்காலி மர வசந்தகால வெள்ளைப் பூக்களிலி ருந்து மரணத்திலிருந்து ஆனந்தம் மலர்வது, ஒரு துண்டிக்கப்பட்ட தலை தலை வெட்டும் எந்திரத்திலிருந்து விழுவது, ஒரு கருப்பு மனிதன் சுருங்கி வளைகிறான். உருமாற்றம் மரணம் என்றால் மரணமும் மகிழ்ச்சியும் உருமாற் றங்களே.

இவ்வாறு ஜெனே வரலாற்றுக்கு வெளியே திணிக்கப்பட்ட பிரதியாக வாழ்கிறார். அவர் தன்னுடைய தனிப் பட்ட சாகஸங்கள் பற்றிக் கவலைப்படு வதில்லை. அவற்றை அவர் வெறுப்புடன் உபகதை என்று அழைக்கிறார். ஒரு தொன்மை யான எகிப்தியன் தன்னுடைய தேசிய வரலாற்றை அழைப் பதற்கு மாறாக, தன்னுடைய வாழ்க்கைச் சூழல்களை அவை இழந்த சுவர்க்கத்தின் உண்மையான நாடகத்தை திரும்பச் சொல்வது போல் தோன்றுவதாகவே கவனத்தில் எடுத்துக் கொள்கிறார். அவர் திரும்பத் திரும்ப செய்யும் ஒரு மனிதன். ஒரு மந்தமான, சுறுசுறுப்பில்லாத தினசரி வாழ்க்கை. அந்தப் புனிதமற்ற வாழ்க்கையில் எதுவும் சாத்தியம். அந்த வாழ்க்கை புனித வாரம் இயேசுவை மீட்டுத்தருவதுபோல் பொறி பறக்கும் புனிதப் பிரகடனங்களால் உண்மையான தீவிர உணர்ச்சிகளை அவருக்கு மீட்டுத் தருகிறது. இயேசு மரிப்பதை கைவிடா திருப்பதுபோல ஜெனேயும் அழுக்கான பூச்சியாக உருமாற்றம் பெறுவதை கை விடாதிருக்கிறார். அதே குறிப்பிட்ட மாதிரியான சம்பவம் அதே குறியீட்டு மற்றும் சடங்குரீதியான வடிவத்தில் அதே உருமாற்றும் காரியங்கள் மூலமாக திரும்பவும் உருவாக்கப்படுகிறது. மத ரீதியான சமூகத்துக்கு விசுவாசமுள்ள ஜெனேவுக்கு புனித காலம் என்பது சுழன்றுகொண்டிருப்பது. அது நிரந்தரமாகச் சம்பவிக்கும் காலம். ஜெனே தான் வாழ்ந்த காலமாக இருக் கிறார். அவருடைய விதியைத் தீர்மானித்த சம்பவம் ஒரு

நினைவாக இருந்து பல காலம் முன்பே கடந்து போய் கதைகள் வகையில் சேர்ந்து விட்டது. அதனால் ஆதிவாசிகள் மனநிலை பற்றி எழுதப் பட்டதெல்லாம் வார்த்தைக்கு வார்த்தை ஜெனேவுக்கும் பொருந்தும். நாம் சொல்லும் அவருடைய வரலாறு என்பது அந்த நேரத்தில் இடம்பெறும் கதை நிகழ்வுகளாக குறைந்து அந்தக் காலத்திலிருந்து நம்முடைய காலம்வரை அவை திரும்பத் திரும்ப நிகழ்வதை நிறுத்தவில்லை. ஜெனேவுக்கு மதத்துக்கு மாறான வரலாறு என்பது இல்லை. அவருக்கு ஒரு புனித வரலாறுதான் உள்ளது. அல்லது பழங்கால சமூகங்களில் இருப்பதுபோல் அவர் தொடர்ச்சியாக வரலாற்றை கதைகளின் வகைமைகளாக மாற்றிக் கொண்டிருக்கிறார் என்று சொல்லலாம்.

நாம் இந்த மனிதரை புரிந்து கொள்ள விரும்பினால், அதற்கான ஒரே வழி அவருடைய உலகம் பற்றிய கதைகள் - சார்ந்த பிரதிநிதித்துவப்படுத்தல்கள் மூலமாக அவர் தொடர்ந்து குறிப்பிடும் உண்மைச் சம்பவத்தையும் அதைப் பற்றி தன்னுடைய ரகசியச் சடங்குகளில் அவர் குறிப்பிடு வதையும் நாம் கவனமாக மறுகட்டமைப்புச் செய்ய வேண்டும். கதைகளை ஆய்வு செய்வதின் மூலம் நாம் அந்த உண்மைகளை அவற்றின் உண்மையான முக்கியத்துவத்துடன் மீண்டும் உறுதிப்படுத்த முடியும்.

ஜெனேவுக்கு ஏழு வயது. தேசிய நிர்மாணக்குழுமம் அவரை மோர்வான் விவசாயிகளின் பாதுகாப்பில் விட்டது. இயல்பில் தடுமாற்ற மனநிலைகொண்ட அவர் "உலகத்துடன் ஓர் இனிய குழப்ப நிலையில்" வாழ்கிறார். அவர் புல்லையும் தண்ணீரையும் அணைத்துக் கொள்கிறார். விளையாடுகிறார். அவருடைய வெற்று வெளியில் முழு கிராமப்புறமும் கடந்து செல்கிறது. சுருக்கமாகச் சொன்னால் அவர் ஒரு வெகுளி.

இந்த வெகுளித்தனம் அவருக்கு மற்றவர்களிடமிருந்து வருகிறது. எல்லாம் நமக்கு மற்றவர்களிடமிருந்துதான் வருகிறது, வெகுளித்தனம் கூட. வளர்ந்த வர்கள் தங்களுடைய உடைமைகளை கணக்கெடுக்கச் சலிப்பதில்லை. இதுதான் மரியாதை என்பது. குழந்தையின் ஒரு தொகுப்பில் உள்ளது.

இரண்டு ஸ்டூல்களுக்கு நடுவே அல்லது ஒரு மேஜைக்குக் கீழே. அவன் அவர்களுடைய மரியாதை மூலமாகத்தான் தன்னை அறிகிறான். அவனுடைய சந்தோஷம் அப்பொருள் களின் பகுதியாக இருப்பதில்தான் இருக்கிறது. இருப்பது என்பது யாருக்காவது சொந்தமாக இருப்பதுதான். சொத்து என்பது இருப்பைத் தீர்மானித்தால், அமைதியான மிதமான இவ்வுலக உடைமைகளின் உறுதித்தன்மை நல்லது என்பதைத் தீர்மானிக்கிறது. நல்ல மண்ணைப்போல, நம்பகமான மண் வெட்டிபோல, தூய்மைப்படுத்தும் கருவி போல பாலினத் தூய்மைபோல நல்ல விதமாக ஜெனே கடவுள் நம்பிக் கையுடன் வளர்கிறார். அவர் ஒரு நல்ல சிறிய பையன். மரியாதை உணர்வுள்ள மென் மையான குழந்தை. தன் னுடைய விளை யாட்டுத் தோழர்களை விட சிறியவனா கவும், பலவீனமானவும் ஆனால் அதிக புத்திசாலித்தன மானவன். அவர்தான் அவருடைய பள்ளியில் தலைவன். கூடு தலாக அவர் தீவிரமானவராக, சிந்தனை வயப்பட்டவராக அதிகம் பேசாதவராக, சுருக்கமாக தங்கம் போன்ற சிறப்பா னவராக இருந்தார். இந்த நல்லதன்மை என்பது எளிமை யானது. வணங்குவதற்கு பெற்றோர்கள் இல்லை. அவர் களுடைய முன்னிலையில்தான் ஒருவர் வீட்டுப் பாடம் செய்ய வேண்டும். இரவு படுக்கப் போகுமுன் பிரார்த்தனைகள் செய்ய வேண்டும். பின்னால் அவர் சில விஷயங்களுக்குச் சொந்தக்காரரர் ஆகிறார். ஒருவர் கடுமையாக உழைத்துச் சேமிக்க வேண்டும். வேலை, குடும்பம், நாடு, நேர்மை, சொத்து இவைதான் நல்லது குறித்து அவர் பார்வை. இது நிரந்தரமாக அவர் இதயத்தில் புதைக்கப்பட்டுள்ளது. பின்னால் அவர் திருடுகிறார். பிச்சை எடுக்கிறார், பொய் சொல்கிறார், தன்னை விபச்சாரத்துக்கு உட்படுத்துகிறார் என்றாலுங்கூட இது மாறுவதில்லை. உள்ளூர் மதகுரு சொல்கிறார். அவர் மதவாத குணம் கொண்டவர் என்று.

இந்தக் குழந்தை ஒரு கொடுமையான தந்திரத்துக்குப் பலியானது. வயது வந்தவர்களிடம் நீங்கள் வெகுளியானவர் என்றால் அவர்கள் வருத்தப்படுவார்கள், ஆனால் அவர்கள் வெகுளியாக இருக்க விரும்புவார்கள். அது ஒரு இடப்பிறழ்வு, உணர்ச்சிக்கான ஒரு தருணம், கோபத்துக் கான பாதை,

எல்லாவிதமான பிற்போக்குச் சிந்தனை மற்றும் துரதிர்ஷ்டமான காலங்களில் ஒரு புகலிடம். ஒருவன் தன்னுடைய வாழ்க்கையைவிட மேலானவன் என்று வலியுறுத்தவும், குறிப்பாகச் சொல்வதற்குமான ஒரு வழி. குழந்தைப் பருவ வெகுளித்தனம் என்ற கதைமாதிரி Paradise Lostன் ஒரு முறையற்ற நேர்மறையான மற்றும் சௌகரியமான வடிவம். மகான்கள், பரிந்து பேசுபவர்கள், இப்பகுதி மதத்தின் கற்புடைப்பெண்கள் ஆகியோர்களுக்காக வயது 1 முதல் 10 வயதிலுள்ள குழந்தைகள் வயது வந்தவர்களுக்காக உண்மையான அழகைக் கோருகிறார்கள். பலர் இந்தப் புனிதபாத்திரங்களாக மாறுவதை சௌகரியமானதாக நினைக்கிறார்கள். குறிப்பாக மிகவும் பாதுகாப்பாக இருப்பவர்கள் உதாரணத்துக்கு பெரிய குடும்பங்களில் உள்ள முதியவர்கள்.

ஆனால் சிலருடைய உண்மையான நிலை அவர்களுக்கு அழகு சேர்த்த கற்பனையான நற்குணங்களுடன் முரண்பட்டதாக இருக்கிறது. ஜெனே இவர்களில் ஒருவர். அவரது ஆன்மா வெண்மையானது என்றும் அதனால் அவர் வெண்மையானவராக உணர்கிறார் என்றும் மற்ற கிராமப்புற இளைஞர்கள் போலவே அவரும் நம்ப வைக்கப்பட்டார். அல்லது அவர் எதையும் பார்க்கவில்லை. ஆனால் வயது வந்தவர்களின் வார்த்தையை எடுத்துக் கொள்கிறார். அவர்களால் அவருடைய ரகசிய பணிகளைத் தெளிவாகப் பார்க்க முடிகிறது. இந்த எளிய பெருமிதம் அவருடைய விதியைத் தீர்மானிக்க இருக்கிறது. அவர் சந்தேகப்படாமலேயே அது புனிதப்படுகிறது.

செய்பவனைவிட செய்வினையின் முன்னுரிமை. ஒருவன் தனக்கு எப்படி இருக்கிறான் என்பதற்கு மேலாக மற்றவர்களுக்கு எப்படி இருக்கிறான் என்பது. எல்லாவற்றையும்விட உண்மை என்ன வென்றால் அவர் தன்னுடைய வெகுளித்தனத்தை வாழ்கிறார். அதை அனுபவிக்கிறார். அது அவரைச் சந்தோஷப்படுத்துகிறது. ஜெனேயின் இளமைப்பருவத்தை அதிகமான கருப்பு வண்ணங்களில் தீட்டுவது தவறானது. ஏனென்றால் அது அவருடைய வாழ்க்கையின் மிகவும் அழகான ஒரு காலகட்டம் என்று அவரே சொல்லியிருக்கிறார்.

இருந்தாலும், இந்தக் கணத்திலிருந்து அவர் ஓர் அசௌகரிய மான நிலையில் வாழ்கிறார். அவர் கற்றுக் கொண்ட கடவுள் நம்பிக்கை சார்ந்த மற்றும் சட்டப்பூர்வமான வார்த்தைகள் அவர் இருப்பதற்கும், உணர்வதற்கும் பொருந்துவதாக இல்லை. தன்னுடைய காரணம் தெரியாத உடல்நலக் குறைப் பாட்டை அவரால் விளக்கவோ, குறிப்பிட்டுச் சொல்லவோ முடியவில்லை. பெயரில்லாத, பெயர் சொல்ல முடியாத, விளிம்பில் உள்ள, வெளியே சொல்லப்படாத இந்தக் கவலை முகமற்றும் சீரான தன்மையற்றும் ஒரு புறக்கணிக்க வேண்டிய உணர்ச்சியாகவே அவருக்குத் தோன்றுகிறது. ஜெனே அதை உணர்வதில்லை. இருந்தாலும் அது அவருடைய ஆழமான உண்மை நிலையை வெளிப்படுத்துகிறது. அது முரண் பாடானது. ஏனென்றால் அவருடைய சுயவுறுதி அவர் மற்றவர்களுக்கானவர் என்ற உண்மையுடன் முரண்படுகிறது. பொதுவாக வெகுளியாக இருந்தாலும் அவர் குறிப்பாகச் சந்தேகத்துக்குரியவர் என்பதை அவர் உணர்கிறார்.

அவர் தவறுதலாகத் தன்னுடையதில்லாத ஒரு மொழியைப் பயன்படுத்த கடமைப்பட்டிருக்கிறார். அந்த மொழி சட்டப் பூர்வமான குழந்தைகளுக்கானது. ஜெனேவுக்கு அம்மாவோ, பாரம்பரியமோ இல்லை. அவர் எவ்வாறு வெகுளியாக இருக்க முடியும்? தன்னுடைய வெறும் இருப்பின் மூலமாகவே அவர் இயற்கை ஒழுங்கையும், சமூக ஒழுங்கையும் குலைக் கிறார். ஒரு மனித நிறுவனம் பிறப்பு ரிஜிஸ்டருடனும், அரசு அமைப்புகளுடனும் அவருக்கும் உயிரின வகைகளுக்கும் இடையே வந்துள்ளது. அவர் ஒரு தவறான குழந்தை. அவர் சந்தேகமில் லாமல் ஒரு பெண்ணுக்குத்தான் பிறந்தவர். ஆனால் இந்தப் பிறப்பு சமூக நினைவால் கவனிக்கப்படவில்லை, அவரையும் மற்றவர்களையும் பொறுத்தவரை அவர் ஒரு நல்ல நாளில் தோன்றினார் எந்த அறிந்த கர்ப்பப்பையினாலும் சுமக்கப்படாமல். அவர் ஒரு செயற்கைப் படைப்பு. அவர்தான் நிர்வாக அமைப்புகளுக்கும், பரிசோதனைச் சாலைகளுக்குமே சட்டப்பூர்வமாக உரியவர் என்பதை மங்கலாக அறிவார். அதனால் சீர்திருத்தப் பள்ளிகளுடனும், சிறைச் சாலைகளுடனும் அவர் வலுவான நேசம் கொள்வதில் ஆச்சரியப்பட ஒன்றுமில்லை. ஓர் இட்டுக்கட்டிய உயிரினமாக

அவர் பொய் வாதத்தில் உண்மையைப் பெறுவார். ஓர் அதிசய குழந்தையாக அவர் ஒரு கனிப்பொருளாக அல்லது ஆவியாக இருப்பார். ஆனால் உடனடியான ராஜ்ஜியத்துக்கு - வாழ்க்கைக்கு அவர் சொந்தமானவர் இல்லை. அவர் ஒரு போதும் விளையாட்டு அல்லது லௌகீக இன்பங்கள் பற்றிக் கவலைப்பட்டதில்லை. அவர் ஒருபோதும் அதிகச் சாப் பாட்டுப் பிரியராகவோ, பாலியல் இன்பம் துய்ப்பவராகவோ இருந்ததில்லை. அவருக்கு ஒருபோதும் உடல் மீது நம்பிக்கை இல்லை. உடல் சார்ந்த தொன்மை 'உறவுநிலைகள் பற்றியும் பெண்ணின் மயக்கும் வளமை பற்றியும் அதிகம் தெரியாததால் தன்னுடைய உடல் பற்றிய ஒரு மென்மையான பரிச்சயம் எதுவுமற்றவர்களிடம் தாய் மற்றும் தாதி பற்றிய மறக்க முடியாத நெருக்கத்திலிருந்து எது விடுபடச் செய்கிறதோ, அது அவருக்கு இல்லை. அவர் 'இயற்கைக்கு விரோதமானவர்' என்று சொல்லப்பட்டார்.

ஆனால் அதற்கான காரணம் அவருக்கு நினைவு தெரிந்த நாள் முதல் இயற்கை அவருக்கு விரோதமாகத் தான் இருந்திருக்கிறது. உயிரின வகைகளிலிருந்து தோன்றிய நாம் எல்லோரும் அதைத் தொடர்வதற்கான அதிகாரம் பெற்றிருக் கிறோம். பெற்றோர்கள் இல்லாமல் பிறந்த ஜெனே வாரிசுகள் இல்லாமல் இறக்கத் தயாராகிறார். அவருடைய பாலியல் தன்மை என்பது மலட்டுத் தனமும் பிடிபடாத இறுக்கமும்தான். இந்தச் சிறிய பையன் தன்னுடைய விதியை எப்படி அனுமானித்தான்? என்னால் சொல்ல முடியாது. ஆனால் அவர் அதை முன்கூட்டியே வாழ்ந்திருக்கிறார் என்ப தில் சந்தேகம் இல்லை. அவருடைய சிறுவயது முதலே முகம் தெரியாத அம்மா அவருடைய கற்பனையான பிம்பங்களில் முக்கியமான ஒருவராக இருந்திருக்கிறார். அவர் அவளை வணங்கவும் செய்கிறார். வெறுக்கவும் செய்கிறார். முத்தங் களால் திணறச் செய்கிறார். ஆனால் அவளுடைய தரத்தைக் குலைக்கிறார். அவர் இளைஞராக இருக்கும்போதே Mattray சீர்திருத்தப் பள்ளியில் அதைத் தன்னுடைய அம்மாவாக நினைத்துப் பேசுகிறார். அது பெண்களுக்குரிய தனித்த குணங்களுடன் இருப்பதாக அவர் கற்பனை செய்கிறார். மென்மை, திறந்த வாயிலிருந்து வெளிப்படும் துர்நாற்றம்,

ஆழ்ந்து பெருமூச்சு விடும் மார்பகங்கள் சுருக்கமாக ஒரு அம்மாவை அம்மாவாக இருக்கச் செய்யும் எல்லா விஷயங்களும். சுருக்கமாக அம்மா தேவதை பசுமையாக, வளமையாக இன்னும் சிறப்புடன், இயற்கையின் வடிவமாக, பின்னால் அவருடைய புத்தகங்களில் எல்லாம் பெண் அம்மாவாகத்தான் வருவாள். ஜெனே பெண்களை வெறுக்கிறார்.

ஆனால் அவர்களை அழகான கொலைக்காரர்களிடம் தற்செயலாக கொல்லப்பட விட்டுவிடுகிறார். உண்மையில் அவர் தன்னுடைய படைப்புகளில் தங்களுடைய இறந்த குழந்தைகளுக்காக வெற்றியுடன் இரக்கப்படும் குற்றவுணர்ச்சி கொண்ட பெண்களையே சித்திரிக்கிறார். ஆனால் சில சமயங்களில் 40 வயதுகளில் உள்ள காமவுணர்ச்சி கொண்ட பெண்கள் வருகிறார்கள். ஆனால் அவர்களும் அம்மாக்கள் தான்.

முறையற்ற பாலுறவு கொள்ளும், புனிதத் தன்மையைக் கெடுக்கும் அம்மாக்கள். அவர்களுடைய மகன்கள் போன்ற இளம் காதலர்களுடன் ஓய்வு எடுப்பவர்கள். ஆனால் குற்றவுணர்ச்சி கொண்ட அம்மா என்ற கருத்து ஜெனேயின் படைப்புகளில் சமீப காலமாகவே உள்ளது. அவர் கடந்த காலத்தில் சீர்திருத்தப் பள்ளி பற்றிக் குறிப்பிட்ட போது அந்தப் பெரிய பெண் கோபப்பட்டார். முதலில் அவர்தான் தவறு செய்தவர். எப்போதெல்லாம் குழந்தை தன்னுடைய உண்மையான பிறப்பிடத்திலிருந்து விடுதலை ஆவதற்கு அரசு அமைப்பைக் கடந்து வெளிப்பட முயல்கிறதோ, அப்போதெல்லாம் அவர் அவருடைய பிறப்பு நிராகரிக்கப்பட்ட தைப் பார்க்கிறார். அவர் இந்த உலகத்துக்கு வரும்போதே வெளியே துரத்தப்படுகிறார். பின்னால் சமூகம் அவரை வெளியேற்று கிறது. ஆனால் இந்தச் சமூக விலக்கல் அம்மாவின் விலக்கலுக்குள் மறைந்துள்ளது. ஓர் அம்மா தன்னிடமிருந்து குழந்தையை உயிருடன், ரத்தம் சூழ பிரித்து அதை உலகத் துக்கு வெளியே வீசியிருக்கிறாள் என்பதை அது உணர்கிறது. அவர் தன்னை ஒரு விலக்கப்பட்டவனாக உணர்கிறார். பிறந்ததிலிருந்து அவர் நேசிக்கப்படாத ஒருவராக, அனு கூலமற்றவராக, மிதமிஞ்சியவராக இருக்கிறார். தன்னுடைய

இருப்புக்கு வேண்டாதவராக. அவர் அந்தப் பெண்ணின் மகன் இல்லை, மலம். எவ்வளவு அழுத்தத் துடனும், வலியின் சுகத்துடனும் ஜெனே தன்னை அசிங்கத்துடன், வீணான பொரு ளுடன் ஒப்பிட்டுப் பேசுகிறார் என்பதை நாம் பார்க்க முடியும். மனோதத்துவ வியலாளர்கள் குழந்தைகள் தங்கள் பெற் றோர்களின் இறப்பை எவ்வளவு கண்டனத்துடன் பார்க்கிறார்கள் என்பதைக் கவனித்திருக்கிறார்கள். அம்மா தன்னுடைய செயற்கையான மகனை இனிமேல் பார்க்க வேண்டாம் என்று போய்விடுகிறாள். ஒரு குழந்தையைக் கைவிட்டுப் போவது என்பது ஒரு வலிமையான எதிர்ப்பின் அடையாளம். பிறந்ததற்காக ஒரு குழந்தையைத் தண்டிப்பது என்பது ஒரு விநோதமான தண்டனை.

எதிர்கால குற்றங்களுக்காக முன்கூட்டியே தண்டனையைச் செலுத்தும் ஒரு தீர்க்கதரிசியின் தீர்ப்பா இது? எப்படியிருந் தாலும் நீதிபதி யார் என்று தெரியவில்லை. குழந்தைக் குக் குற்றங்கள் பற்றியும், சட்டம் பற்றியும் தெரியாது. ஆனால் அந்தத் தண்டனை அவரது இருப்பையே தாக்கி விழுங்கி விடுகிறது. வயதுக்கு வந்தவர்கள் அவருக்கு வழங்கிய வெகுளித்தனம் என்பதின் இடையே நழுவிச்செல்லும் ஒரு தப்பித்தல் மனநிலை இருக்கிறது. யாருடைய மகனும் இல்லை என்பதால் அவர் ஒன்றுமில்லாதவர். அவருடைய தவறால் உலகத்தின் அழகான ஒழுங்கின் மீது ஒழுங்கின்மை தன் வழியை மெது வாக அமைத்துக் கொண்டுள்ளது. இருப்பின் முழுமையில் ஒரு விரிசல் ஏற்பட்டுள்ளது.

ஒன்றுமில்லாத இருப்புடன் அவரிடம் இருப்பதும் ஒன்றுமில்லை. உடைமை அல்லது இருப்பு என்ற கோணத்தில் பார்க்கும்போது அவர் சமமாகத் தவறி ழைத்தவர். தன் னுடைய வளர்ப்புப் பெற்றோர்களுக்கு தான் உரியவர் அல்ல என்பதும் நிர்வாகத்துறை அமைப்பு அவரை அவர்களுக்குக் கடனாகக் கொடுத்திருக்கிறது. அவரைத் திரும்ப எடுத்துக் கொள்ள முடியும் என்பதும், அதனால் அவருடைய பெற் றோர்களுக்குச் சொந்தமான எதுவும் அவருக்குச் சொந்த மாகாது என்பதும் அவருக்குத் தெரியும். மற்ற விஷயங்கள் இதமாக, உயிர்ப்புடன், வளையக்கூடியதாக இருக்கின்றன.

ஆனால் அவர் அவற்றைக் கையில் எடுத்ததும் அவை இறந்து விடுகின்றன.

அவர் அவற்றைக் குறிப்பிடலாம், கணக் கிடலாம். உப யோகிக்கவும் செய்யலாம். ஆனால் அவற்றின் ஆழ்ந்த தெளிவான தன்மை மறைந்து விடுகிறது. மற்றவர்களுக்குத் தான் அவை நட்பான புன்ன கையை வீசுகின்றன. பின்னால் அவரை வசீகரிக்கும் அழகான இளைஞர்களின் முன்னிலை யில் இருக்கும்போது தன்னைத் தூரத்தில் வைக்கும் ஓர் ஆச்சரியமான உணர்வை அவர் அனுபவிக்கிறார். ஏனென் றால் அது அவரை விட்டு விலகுவது இல்லை. “அவர் தொட்ட ஒரு பொருளுக்கு அருகில் இருக்கும்போது, என் னுடைய கை மூன்று அங்குலங்கள் தூரத்திலேயே நின்று விடும். அதனால் என்னுடைய சைகைகளால் குறிப்பிடப்படும் பொருள்கள் அசாதாரணமாகப் பெருக்கமடைந்து கண் ணுக்குத் தெரியாத ஒளிக்கதிர்களால் பிரகாசமாய் அல்லது தெளிவற்ற இரட்டை ஆவியுருவாய் என்னுடைய உணர்ச்சி மயமான விரல்களுக்குத் தோற்றமளிக்கும்." உடல் ரீதியாகப் பொருள்களின் உடைமை அவருக்கு மறுக்கப்பட்டிருக்கிறது. அவருடைய வாழ்க்கை அவற்றை உடல்ரீதியாக விடுவிப்பதற் கான ஒரு நீண்ட முயற்சிதான். காற்றில் அவற்றின் ஆவியுருவ இரட்டைப்படைத் தன்மையை உருவாக்குவது. அதுதான் அவர் உடைமை கொள்ளக்கூடிய அனைத்தும்.

உண்மையில் அவர் அக்கறையற்றவரோ, பசியுடனோ இல்லை. அவருக்குச் சாப்பாடும் தங்க இடமும் உண்டு, ஆனால் அவை அவருக்குக் கொடுக்கப்பட்டதான ஓர் உரசலும் உண்டு. இந்தக் குழந்தைக்கு அளவுக்கதிகமான பரிசுகள் உண்டு. அவர் சுவாசிக்கும் காற்றுடன் ஒவ்வொன்றும் அவருக்குப் பரிசுதான். ஒவ்வொன்றுக்கும் அவர் நன்றி என்று சொல்ல வேண்டும். ஒவ்வொரு நிமிடமும் ஒரு பரிசு அவர்மேல் தன்னுடைய சுவடுகளைப் பதிக்கும் தாராளத் துடன் வழங்கப்படும். ஒவ்வொரு நிமிடமும் ஜெனே தன் னுடைய வளர்ப்புப் பெற்றோர்களிடமிருந்து கொஞ்சம் விலகிச் சென்று கொண்டிருந்தார். இந்தக் கொடைகள் அவரை வளர்க்க வேண்டிய, உணவிட வேண்டிய, பாதுகாக்க

வேண்டிய எந்தக் கட்டாயமும் அவர்களுக்கு இல்லை என்பதையும் அவர்கள் எந்த விதத்திலும் இவருக்குக் கடமைப் பட்டவர்கள் இல்லை என்பதையும் உணர்த்தின. மேலும், அவரும் அவர்களுக்குக் கடமைப்பட்டவர் இல்லை என்பதும் அவருக்கு எதுவும் கொடுக்காமலிருக்கும் சுதந்திரம் அவர்களுக்கு உண்டு என்பதும் வெளிப்பட்டன. சுருக்கமாக அவர் அவர்களுடைய மகன் இல்லை. ஓர் உண்மையானவன் தன்னுடைய நன்றியை வெளிப்படுத்திக்கொள்ள வேண்டிய அவசியம் இல்லை. குடும்பப் பணத்திலிருந்து அவர் எடுத்துக் கொள்கிறார். அவரை வளர்க்க வேண்டிய பொறுப்பு அவருடைய தந்தையுடையது. மற்றவர்களுடைய இரக்கத்தால் எல்லா வற்றையும் இழந்ததால் ஜெனே பின்னாட்களில் வசதியற்றவர்களுக்கு இரக்கம் காட்டுவது குறித்து தன்னுடைய வெறுப் பை வெளிப்படுத்துகிறார்.

"மேடம் கனிவானவர். மேடம் எங்களை மதிக்கிறார். அவர் தன்னுடைய நாற்காலியை நேசிப்பது போல் தன்னுடைய பிங்க் நிற எனாமல் கழிவறை இருக்கை போல. ஆனால் நாங்கள், நாங்கள் ஒருவரை ஒருவர் நேசிக்க முடியவில்லை. அசிங்கம் அசிங்கத்தை நேசிப்பதில்லை. கனிவுடனும் புன்சிரிப்புடனும், இனிமையுடனும் இருப்பது எளிதானது. நீங்கள் அழகாகவும் பணக்காரராகவும் இருந்-தால். ஆனால் நீங்கள் ஒரு பணிப் பெண்ணாக இருந்தால் என்ன ஆகும்?"

ஒரு சீமாட்டி ஒருமுறை அவரிடம் கூறினார்.

"என்னுடைய பணிப்பெண் மிகவும் சந்தோஷப்படுவார். நான் என்னுடைய உடைகளை அவளுக்கு கொடுக்கிறேன்."

"அது சிறப்பானது" அவர் பதிலளித்தார்.

"அவள் தன்னுடைய உடைகளை உங்களுக்கு கொடுத்தாளா?"

இருப்பதை வைத்து இருப்பைத் தீர்மானிக்கும் ஒதுக்கி எறியப்பட்ட சமூகத்தில் ஜெனே இருப்பிற்காக உடைமையை விரும்புகிறார். ஆனால் வழக்கமான முறையில் சரிசெய்து

கொள்வது அவருக்கு மறுக்கப்படுகிறது. அவர் வாங்குவதின் மூலமோ, பாரம்பரியத்தின் மூலமோ எதுவும் பெறுவதில்லை. பரிசுப்பொருள் அவருக்கு ஒப்பீட்டு அளவிலும் தாற்காலி கமாகவுமான ஓர் இருப்பைக் கொடுக்கிறது. ஆனால் உபகாரிகளுக்கு அவரை நிரந்தர அடிமையாக்குகிறது. அங்கே அவருக்கு வேலை இருக்கிறது. ஆனால் பள்ளியில் வேலையும் ஒரு பரிசுதான். பொதுவான கல்விதான் அவருக்குக் கிடைக் கிறது. ஆனால் பின்னால் அவருக்குத் தொழிற்கல்வி கிடைக் கிறது. அவர்கள் அவரை ஒரு 'மனிதனாக்க' விரும்புகிறார்கள். வயல்களில் அவர் உதவி செய்கிறார். வீட்டில் அவர் உதவி செய்கிறார். ஆனால் இந்த உபயோகமற்ற உதவி அவருக்கு எந்த உரிமையும் வழங்குவதில்லை. அவர் செலுத்தும் கவனிப்புக்கு எந்தச் சம்பளமும் இல்லை. அது அவருடைய நன்றியின் ஒரு வெளிப்பாடு மட்டும்தான்.

ஒரு விஷ வட்டம் அது. *Don Juan* பற்றி *Rougemont* சொல்லியதுபோல் சிறுவன் ஜெனே பற்றி ஒருவர் சொல்ல முடியும். அவரிடம் இருப்பதற்குப் போதுமானதாக இல்லை. இதற்கு எதிராகவும் சொல்லலாம். அவரிடம் போதுமானதாக இல்லை இருப்பதற்கு. இதற்கு எதிராகவும். அவரிடம் போதுமானதாக இல்லை இருப்பதற்குத் தேவையானபடி. வேறுபட்ட சூழ் நிலைகள் இந்த வட்டத்தை உடைத்திருக்கலாம். பெறுவதிலிருந்து இருப்பை விடுவித்திருக்கலாம், அவர் ஒரு தொழிலாளி வர்க்க இல்லத்தில் விடப்பட் டிருந்தால், அவர் ஒரு பெரிய நகரத்தின் தொழிற்பேட்டையில் வாழ்ந்திருந்தால் சிறுவயதிலேயே சொந்தம் கொண்டாடும் உரிமையைக் கேள்வி கேட்க முடியும் என்பதை அவர் அறிந்திருந்தால் அல்லது அவருடைய வளர்ப்புத் தந்தை ஒரு தொழிற்சாலையின் தேசியக் கிளையில் வேலை செய்தபடி ஒருவன் செய்வதுதான் அவனாக இருப்பது என்பதை அறிந்திருந் தால். ஆனால் துரதிர்ஷ்டத்தின் உச்சமாக அவர் வயல்களில் வேலை செய்ய அனுப் பப்பட்டார். மனிதனின் முதல் பிம்பத்தை அவருக்கு அளித்தவர்கள் நிலச்சுவான் தாரர்களே. அந்தக் கடுமையான கனிப் பொருள் போட்டியில் விவசாயியும் அவ னுடைய நிலமும் ஒரு பிரிக்க முடியாத இணையாக இருக்கிறார்கள்.

ஒருவன் சட்டப்பூர்வமான வாரிசு என்பதால் அவனிடம் சொத்து இருக்கிறது. வேறுவிதமாகச் சொன்னால், ஒருவனிடம் இருப்பதை வைத்துத்தான் அவன் உருவாகிறான். விவசாயி தன்னுடைய நிலத்தின் மௌமான அசையாத் தன்மையைப் பெறுகிறான். சொத்து குறித்த முழுமரியாதையுடன் நம்முடைய எதிர்காலத் திருடன் கிளம்புகிறான்.

அவருடைய இரட்டைத் தண்டனைக்கு இந்த அறியாக் குழந்தை எப்படிப் பதிலளிக்கும்? இருப்பையும் பெற்றிருப்பதையும் பற்றிய உடல் அசைவுகள் செய்வதின் மூலம், சுருக்கமாக எல்லாக் குழந்தைகளையும் போல விளையாட்டுகள் செய்வதின் மூலம். அவரிடம் இரண்டு பிடித்தமான விஷயங்கள் இருக்கும் - மகான் தன்மையும், சிறு திருட்டுகள் செய்வதும். இருப்பின் போதாமை முன்னதை வாழவும், இருப்பதன் போதாமை பின்னதை வாழவும் அவரைத் தூண்டுகின்றன.

மகான்தன்மை முதலில். இந்த வார்த்தையால் அவர் ஏற்கெனவே வசீகரிக்கப் பட்டிருக்கிறார். ஆனால் மகானாக ஆவது பற்றி அவருக்குத் தெளிவான பார்வை இல்லை. மனிதன் வெட்டுக்கிளிகளை வைத்து வாழவில்லை என்றால் அவனுக்கு அதிக மதிப்பு இல்லை என்று அவர் நினைக்கிறார். அதேபோல் உதடுகளில் சிரிப்புடன் தண்டனைக் கோலில் இறக்கவில்லை என்றால். இந்தப் புகழ்ச்சி அவருடைய ரகசிய ஒழுங்கின்மையைக் குலைக்கிறது. சிறுவர்களுக்கு அதிகபட்ச சுவைகள் இருப்பதில் ஆச்சரியம் இல்லை. முழுமையை விரும்புவது, எல்லாமாகவும் இருக்க நினைப்பது, எல்லாவற்றிலும் முதன்மையாக இருப்பது என்று. ஆனால் அவர்கள் சிறப்பான தலைவராகவோ, மருத்துவராகவோ இருக்க வேண்டுமென்றால், மனிதர்களில் உயர்ந்தவர்களாகவும், மனிதர்களால் அங்கீகரிக்கப்பட்ட உயர்வுடனும் இருக்க வேண்டும். ஜெனேயின் ஆன்மீகவாதத்தில் மனித ஒழுங்கு நிராகரிக்கப்படுவதைப் பார்க்கிறோம். ஒரு கைவிடப்பட்ட குழந்தையாக, இயேசுவைப் பின்பற்ற தாய் தந்தையரைக் கைவிடும் குழந்தைகளைக் கொண்டாடி பழி தீர்க்கிறார். மகான்கள் கடவுளுக்குத்தான் பதில் சொல்ல கடமைப்

கலையும் மனப்பிறழ்வும் 161

பட்டவர்கள் என்பதும், அவர்கள் உயிரின வகைகளிலிருந்து தங்களை விடுவித்துக்கொள்ள விரும்புகிறார்கள் என்பதும், தங்களுக்குள் ஓர் இயற்கைக்கு எதிரான போக்கை அடைய தங்களுடைய நியாயமான ஆசைகளுக்கு விரோதமாக நடந்துகொள்கிறார்கள் என்பதும் அவரைச் சந்தோஷப் படுத்துகிறது. அவருடைய உடல் மீதான வெறுப்பு அவருக்கு சுயமறுப்பை எளிதாக்குகிறது. இதே காரணங்களுக்காக அவர் அன்பை கடும் வேதனையின் வடிவமாகப் பார்ப்பதை நாம் பின்னால் பார்க்க முடியும்.

எல்லாவற்றுக்கும் மேலாக அவர் கடவுளிடம் மனிதர்கள் அவருக்கு மறுக்கும் சரியான இருப்பைத் தர வேண்டுகிறார். அவர் தன்னுடைய அநாதை வாழ்வின் தனிமையிலிருந்து குறைந்தபட்சம் ஒரு லாபத்தைப் பெறுகிறார். அதாவது அவருடைய உள்மன வாழ்க்கை சமூகமயமாக்கப்படவில்லை. எத்தகைய கூர்ந்த கவனிப்பும் அவருடைய தனிப்பட்ட சுதந்திரத்தைப் பாதிக்கவில்லை. ஓர் அம்மா எல்லாம் தெரிந்ததாக நினைக்கிறாள். அவளுடைய குழந்தையின் மனத்தை அவளால் படிக்க முடியும் என்பதை குழந்தைக்கு உணர்த்து கிறாள். அதனால் அவன் தான் தனியாக இல்லை என்பதை உணர்கிறான். ஒரு மாலை உணவுவேளையில் ஒரு சிறிய பெண்ணுக் குத் தன்னுடைய அம்மா முட்டாள்தனமா னவள் என்று தோன்றுகிறது. குழந்தை அம்மாவின் காதில் சொல்லி விட்டு உணவு மேஜையை விட்டு சென்று விடுகிறது. தன்னுடைய பெற்றோர்கள் அவளுடைய உள்மனக் குரலை கேட்டு விட்டார்கள் என்று அவளுக்குத் தோன்றுகிறது. நீண்ட நாட்களுக்கு நம்முடைய கெட்ட எண்ணங்கள் பொது கவனத்துக்கு வந்து விட்டதாக நமக்குத் தோன்றும். நீண்ட நாட்கள் நம்முடைய இருப்பின் ஆழம்வரை நாம் மற்றவர் களிடம் பொய் பேசிக்கொண்டிருப்போம். ஆனால் ஜெ னேயின் சமூகப் பிம்பத்துடனான உறவை எந்தக் குடும்பச் சடங்கும் புனிதப்படுத்தியதில்லை. வார்த்தைகளற்று தனியாக எந்த ரகசியச் சாட்சியும் இல்லாமல் அவர் தன்னுடன் ஒரு துணைவியின் நிலையில் வாழ்கிறார். இந்தத் தனிமை பின்னால் துணை சேர்த்துக் கொள்ளும். அவர் தன்னுடன் பேசுவார், தன்னை வழிபடுவார், தன்னுடைய

உபயோகத்துக்காக இரட்டைத்தன்மை மற்றும் இரட்டையர்களின் பழம்புனைவுகளைப் பயன்படுத்துவார். கொஞ்ச நேரத்துக்கு அவருடைய ரகசிய வாழ்க்கைக்குச் சாட்சியாக கடவுளைத் தேர்வு செய்ய வேண்டும் என்பதை மனத்தில் கொள்வார். கடவுள் அக்கறையற்ற சமூகத்துக்காக இல்லாத அம்மாவின் இடத்தை எடுத்துக் கொள்வார். ஓர் எல்லையற்ற ஆன்மாவுக்காக ஓர் அக்கறைப் பொருளாக மாறுவதில் ஜெனே தன்னிடம் இல்லாத ஓர் இருப்பைப் பெறுகிறார். அவர் ஒரு மகனாக இல்லாததால், ஒரு மகானாகிறார்.

அத்துடன் இன்னும் ஒரு நகைச்சுவையான விளையாட்டு. அவ்வப்போது கடவுள் தன்னுடைய தலையைத் திருப்பிக் கொள்ளும் போது குழந்தையிடமிருந்து மென்மையான, அமைதியான, புலனுணர்வுக்கு அப்பாற்பட்ட செயல்கள் பெருக்கெடுக்கின்றன. திருட்டுகள். எதிர்கால மகான் தன்னுடைய வளர்ப்புப் பெற்றோர்களிடமும், சிலசமயம் அக்கம்பக்கத்தில் உள்ளவர்களிடமும் திருடுகிறார். எல்லா வெகுளித்தனத்துடனும் அவர் திருடுகிறார். எந்த வருத்தமோ, வெட்கமோ இல்லாமல், ஒரு மகானாக விரும்பு கிறோம் என்பதை நிறுத்திக்கொள்ளாமல். அவருடைய பார்வையில் இந்தச் சிறு திருட்டுகள் பெரிய விஷயமில்லை. என்ன செய்கிறோம் என்பதை அறியாமல் அவருடைய கைகள் துழாவுகின்றன. அவருடைய வளர்ப்புத் தாயார் திருடுவது பற்றி வெட்கப்படுவதில்லை. அவள் 'நேர்மையான பெண்' மேலும் திருடும்போது நேர்மையாக இருந்தாள். நேர்மை ஒரு நிரந்தரமான சாரம். அது சந்தர்ப்பவசமான தவறுகளால் மங்குவதில்லை.

மேலும் அவருடைய முதல் திருட்டுகளை யார் அவருக்குத் தெரியப்படுத்தினார்கள் என்பது முக்கியமில்லை. அவர் தனியாகத் திருடினாரா அல்லது விளை யாட்டுத் தோழர்களுடன் சேர்ந்து திருடினாரா என்பதும் முக்கியமில்லை. அவர் திருடுவது என்பதாக நினைக்காமல், சரி செய்வதான கற்பனைச் சோதனைகளில் ஈடுபட்டார் என்பதே முக்கியமானது. விஞ்ஞானிகள் சொல்வதுபோல் 'சும்மா பார்ப்பதற்காக' அவர் சோதனைகள் செய்கிறார். விஷயங்களுடன்

ஒரு சொந்தம் கொண்டாடும் உறவுநிலையை உருவாக்கிக்கொள்ளும் நோக்கிலேயே அவர் தன்னுடைய பாதையை உணர்கிறார். ஏனென்றால் சொந்தக்காரன் மட்டும்தான் நன்றி சொல்லவேண்டிய அவசியம் இல்லாமல் ஒரு பொருளை உபயோகிக்க முடியும். ஜெனே ரகசியமாக அந்த ரங்கப் பாதிப்புகளில், கருவிகளில், பகட்டுப் பொருள்களில் கைவைப்பார். யாருக்கும் நன்றி தெரிவிக்க அவசியமில்லாமல் ரகசியமாக. அவர் தனிமையில் அவற்றை உபயோகிப்பார். இந்தச் சூழ்நிலையில் உபயோகிப்பது என்பது சொந்தம் கொண்டாடுவதற்கான ஒரு வழிதான். பொருளை எடுத்துக் கொள்வது என்பது மட்டும் நோக்கமல்ல. ஆனால் அதன் அறிமுகமான, நுட்பமான மற்றும் அநாயசமான குணாம்சத்தை உள்வாங்குவது. அதனால் முகம் தெரியாத பார்வையாளர்களுக்கு அவர்தான் உண்மையான சொந்தக்காரர் என்பது வெளிப்படும். வேலைக்கார பெண்கள் Solangeயும் Clairம் எஜமானியிடம் திருடுவதில்லை. எஜமானி வெளியே போயிருக்கும்போது அவளுடைய ஆடைகளை எடுத்து அணிவார்கள். அவற்றை ஒழுங்கு செய்வார்கள், மேலே துணி வைப்பார்கள். சிறிய மாறுதல்கள் செய்வார்கள், ஒப்பனை செய்துகொள்வார்கள், கண்ணாடி முன்னால் தங்களைப் பாராட்டிக் கொள்வார்கள். பட்டு மற்றும் சாடின் துணிகளின் இதத்தை பட்டமாகக் கொள்வார்கள். அவர்களுடைய உணர்ச்சிகளும், அசைவுகளும், அவர்களுடைய பார்வையில் அவர்களை எஜமானியாக கருத வைக்கும். எஜமானியின் பிரதிபலிப் பைத்தான் அவர்கள் கண்ணாடியில் பார்க்கிறார்கள். ஒவ்வொருவரும் பதிலுக்கு வேலைக்காரி போன்றும் மற்றவர் எஜமானி போன்றும் உணர்கிறார்கள். அது ஒரு விளையாட்டுதான். ஆனால் அந்த உடை கண்டுபிடிக்கப்பட்டால், சாம்பலால் எரிக்கப்பட்டால் அதன் கற்பனையான உபயோகம் உண்மையான பயன்பாட்டில் முடியும். அவர்கள் அதைச் சுருட்டி எடுத்துச் சென்று அழித்துவிடுவார்கள். இப்படித்தான் திருடர்கள் ஆகிறார்கள். ஜெனே விளையாட்டிலிருந்து திருட்டுக்குப் பசியினாலோ, உடைமையாக்கிக் கொள்ளும் ஆசையினாலோ உருவாகவில்லை என்பது முக்கியமானது. அவை எனக்கு, உனக்கு என்று கவலைப்படாத

தேவைகள். திருப்தி செய்யவே அவை கோருகின்றன. அவற்றின் அழுத்தத்தில் பசித்தவன் உத்தேசமாகவோ, நிச்சயமாகவோ மற்றவர்கள் பெற்றிருக்கும் உரிமையைக் கேள்வி கேட்கிறான். ஜெனேயைப் பொறுத்தவரை அவருடைய திருட்டுகள் சொந்தத்தைக் கேள்வி கேட்பதைவிட உறுதிப்படுத்துகின்றன.

சாப்பிடுவதற்குப் போதுமானதாக உள்ள இந்தக் குழந்தையைச் சமூகம் தூரத்தில் வைப்பதால் அது ஒரு தனிப்பட்ட செயல் மூலம் மக்கள் சமூகத்தில் இணைந்துவிட விரும்புகிறது. அவர் முடியாததை முயல்கிறார். அவருடைய இருப்புக்கான எளிமையான தீவிரமான தேடல் ஒரு கற்பனையான திருப்தியை மட்டும் உள்ளடக்கியுள்ளது. இவ்வாறு ஒரு விநோதமான தன்மை உருவாகி அது ஓர் உண்மையான செயல்பாட்டை முன்னெடுக்கிறது. ஆனால் அதன் நோக்கமும், அர்த்தமும் உண்மையற்றதில் அடங்கி யிருக்கிறது.

இந்தச் செயல் இரு கட்டங்களாக நிகழ்கிறது. முதலாவது யாருக்கும் பயனில் லாதது. அதைச் செய்பவருக்குக்கூட. மனம் இருளாகிறது. ஒவ்வொருவரும் அப்படியே இறக்கி றார்கள். சிறிய திருடன்கூட. "உன்னுடைய கைதான் குற்ற வாளி." மனிதர்கள் இல்லாத நிலையில் ஒரு கை பாலை வனத்தில் அசைந்து செல்கிறது. மக்கள் மீண்டும் உயிர் பெறும்போது, ஒன்றும் மாறவில்லை. ஒரு பர்சில் நூறு பிராங்குகள் குறைவாகவும், ஒரு பாக் கெட்டில் நூறு பிராங்குகள் அதிகமாகவும் இருப்பதைத் தவிர. இதற்கு மாறாக இரண்டாவது கணம் மிகவும் தீவிரமான விழிப்புணர்வு கொண்டது. ஜெனே தன்னுடைய ஆத்மார்த்த முயற்சிகளைத் தொடங்குகிறார். நுகர்வுச் சமூகத்திலிருந்து விலக்கப்பட்ட அவர் ரகசியமாக கொண்டாடும் சடங்குகள், எந்தச் சமூகம் அவரை விலக்கியதோ, அந்தச் சமூகத்தின் முக்கியமான செயல்களை மறுஉற்பத்தி செய்கின்றன. அவர் தியாகம் செய்கிறார். அவர் எடுத்துக் கொள்கிறார். அதாவது அவர் அழிக்கிறார். ஒரு பொருள் புகையில் மேலே போகிறது. ஒரு பழத் துண்டு அவருடைய வாயில் கரைகிறது. அவருடைய

கலையும் மனப்பிறழ்வும்

சந்தோஷம் மலர்ந்து பின் வாடுகிறது. அது இறக்கப் போகிறது. இந்தக் கரைதல் முறைதான் முழு சடங் கையும் வடிவமைக்கிறது. ஒரு கற்பனையான பகிர்தல் மூலம் திருடிய உணவு குறித்து, மறையக்கூடிய ரகசியமான இன்பம் குறித்து, நல்ல தலைமுடியும் உடலும் கொண்ட அவருடைய கற்பனை இருப்பைக் குறித்து, இந்த நிலத்தின் பயன் களைச் சரியாகப் பெற்று அவர் அவற்றைக் கிரகிக்கிறார். இந்த வகையில் சேரமுடியாத ஊசலாடும் இளைஞனைப் போல தனக்குள் பாலாடைக்கட்டியில் புரட்டிய ரொட்டித்துண்டாக, குன்றின் பனியாக, லில்லிப்பூ அல்லது இறக்கைகள் கொண்ட வெண்ணிற வடிவமாக அவர் தனக்குள் நுழைந்து தன்னைப் பார்க்கிறார். அந்தச் சந்தோஷம் உண்மையானது. மெல்லு வதும், விழுங்குவதும் உண்மையானது. ஆனால் அவர் களுடைய உண்மைநிலை தனக்குள் எந்தச் சுவையும் கொண்டதில்லை, அது சரிகட்டும் நம்பிக்கையற்ற முயற்சி களுக்கு ஒரு வடிவம் கொடுக்கத் தான் உள்ளது. முக்கியமான விஷயம் இந்த உண்மைகளைக் குறியீடுகளாகப் பயன்படுத்து வதுதான். சட்டப்பூர்வமான சொந்தக்காரர். தன்னுடைய கையை நீட்டி ஒரு பழத்தை எடுத்து நிம்மதியாகச் சாப் பிடுகிறார். ஜெனே சொந்தக்காரருடைய சைகைகளையும், உணர்ச்சிகளையும் தனக்கு மாற்றிக் கொள்கிறார், ஒரு மனத்தின் முயற்சியால் தன்னை அவரு டன் இணைத்துக் கொள்வதற்காக. தனக்கு அதற்கான உரிமை இருக்கிறது என்பதை உறுதி செய்துகொள்ளவே அவர் இதை எடுத்துக் கொள்கிறார். அவர் ஒரு நடிகர் மேடையில் சாப்பிடுவதைப் போலச் சாப்பிடுகிறார். அவர் உடைமையாக்கு வதை நடிப்பாக்குகிறார். *Barrault Hamleta*[3] வசமாக்கிக்கொள்வதைப் போல அவர் சொந்தக்காரரை வசப்படுத்துகிறார். அதே சமயத்தில் அவர் தானே தன்னுடைய பார்வையாளனாக வசப்படுத்தும் செயலில் தன்னைச் சிக்கவைக்கும் முயற்சியில் ஈடுபடுகிறார். அவர் வெற்றி பெறப் போகிறார். ஆனால் அப்படி ஆவதில்லை என்பதை நான் சொல்ல வேண்டுமா? அது முக்கியமில்லை. *Marquis de Sade*[4] குறிப்பிடும் "எளிதில்

3 *Barrault - French Actor*

4 *Marquis de Sade - French philosopher and writer*

அலங்கரிக்கக்கூடிய நிலை பற்றிய கோட்பாடு" போல அவர் தனக்குள் உணர்கிறார். அது அவரை இருப்பிற்குப் பதிலாக இன்மையை, யதார்த்தத்துக்குப் பதிலாகக் கற்பனையை, அனுபவித்தலுக்குப் பதிலாக இறுக்கத்தை விரும்பும்படிச் செய்கிறது. சுருக்கமாக இந்தச் செயல்பாடு கவிதைச் செயல் பாட்டில் வருகிறது. இயலாதது குறித்த முறையான முயற்சி. *Chimera*[5]இன் பூமிதான் வாழ்வதற்குரிய ஒரே நிலம் என்று அவர் பிற்காலத்தில் எழுதியதில் ஆச்சரியமில்லை. மேலும் போப்பின் இந்த வாக்கியத்தையும் அவர் குறிப் பிட்டார். "எதுவும் அழகில்லை. அப்படி இல்லாததைக் காப்பாற்றுங்கள்" ஆனால் முதல் திருட்டுடன் இணைந்ததாக ஜெனேயின் உள்மன உணர்வாக அடையாளப்படுத்தப்படும் ஆன்மாவின் உண்மை கடந்த வலி என்பது மட்டுமல்லாமல் அவருடைய கவிதை முறையின் ஒரு குறிப்பிட்ட குணாம்சம் அது. அவர் ஒருபோதும் கனவு காண்பதில்லை. அவர் மேலான உலகங்களைக் காண உலகத்திலிருந்து திரும்பிச் செல்லவில்லை. பிம்பங்களுக்காகவும், சிந்தனைகளுக்காகவும் அவர் தன்னைக் கைவிடவில்லை. அவருடைய கற்பனை ஒரு சிதைக்கும் செயல். அது உண்மை நிலையின் மீது செலுத்தப்படுகிறது. தப்பிக்கும் செயலாக அல்ல. ஆனால் உண்மையைக் கடந்து செல்லும் முயற்சியாக, அதை ஆன்மீகப்படுத்துவதற்காக. மற்ற குழந் தைகள் சொந்தம் என்பதைக் கற்பனையான பொருள்கள் கொண்டு விளையாடி இருப்பார்கள். ஒரு கூழாங்கல் தங்கமாக மாறிவிடும். அவர்கள் வாங்குவது போலும் சாப்பிடுவது போலும் நம்ப வைப்பார்கள், ஆனால் நம்முடைய குட்டித் திருடன் உண்மையாகச் சாப்பிட வேண்டும் என்றும் அவனுடைய வாய்க்கு உண்மையான சந்தோஷம் கிடைக்க வேண்டும் என்றும் விரும்புகிறான். இந்த உண்மையான சந்தோஷம் என்பது அதற்காக என்று விரும்பப்படுவதோ, உணரப்படுவதோ இல்லை. அது ஒரு முடியாத முயற்சிக்கான செயல்பாட்டில் கற்பனை உலகத் துடன் பொருள்களின் சொந்தக்காரரர் என்ற அடிப்படையில் ஏற்படுகிறது. இதன் விளைவாக முழு முறைமையும் உணரப் படாமல் அனுபவித்தல் என்பது கற்பனைப் பொருளாகிறது.

5 *Chimera - Mythical creature*

ஒரு திருடனின் உண்மையான சந்தோஷம் ஒரு பொய்யான சொந்தக்காரனின் புனைவான சந்தோஷமாகிறது. உண்மை என்பது மிகவும் மெலிதாக நெய்யப்பட்டு அதன் வழியாக ஒளி ஊடுறுவுகிறது. கற்பனை செய்வது என்பது கற்பனைக்குக் கொஞ்சம் உண்மையை மெல்லக் கொடுக்க வேண்டும். இந்த காரணத்தால் ஜெனே கற்பனையான *Ernestine* பற்றி இவ்வாறு சொல்வார்.

“அவள் ஒருபோதும் உண்மையைக் கைவிட்டதில்லை.” உண்மை இல்லாமல் கற்பனை இல்லை. தன்னை முற்றிலும் அழித்துக்கொள்ளும் உண்மையின் இயக்கத்தில்தான் கற்பனையின் மங்கிய நிழல்கள் பொதிந்திருக்கின்றன. அதனால் பல வித்தியாசங்களுக்கிடையிலும் ஜெனேயுடைய திருட்டுகள் சர்ரியலிசம் உரு வாக்கிய சமூகக் கவிதைகளிலிருந்து இதுவரை நீக்கப்படவில்லை. அவற்றின் உள்முரண்பாடுகள் உருவகிக்கும் வெறு மைக்கு அடிபணிதல் என்பதன் மூலமாக மற்றோர் உலகத்தின் நிரந்தர இன்மை எதிர்கொள்ளப்படுகிறது.

திருட்டுகள் பரவி அதிகரிக்கின்றன. ஜெனே இப்போது அக்கம்பக்கத்தில் உள்ளவர்களிடம் திருடுகிறார். எதையாவது சொந்தமாக்கிக்கொள்வது என்பதை விட எல்லாவற்றையும் பெறுவது என்கிற வசீகரத்துக்கு எதிராக எந்த வலிமையான தற்காப்பும் இல்லை. உங்களிடம் உள்ள சிறு ரொட்டித்துண்டு மேஜையிலிருந்து கீழே விழுந்தால் அந்த ரொட்டித்துண் டுக்கு ஆதரவாக ரொட்டித்துண்டுகளிலே அது சிறந்தது என்பதை மற்றவர்களிடம் நிரூபிப்பதற்காகவே உங்கள் வாழ்க்கை செலவழிக்கப்பட்டும் அதற்குள் உலகம் இருக்கிறது என்பது இறுதி முடிவு. ஜெனேயிடம் ஒன்றுமில்லை என்பதால் அவருக்கு ஒவ்வொன்றின் மீதும் சிறப்பான உரிமை இருக்கிறது என்று சொல்லலாம். இந்த இடத்தில் நேர்மறையை எதிர்மறையாகவும், எதிர்மறையை நேர்மையாகவும் பார்க்கும் ஒரு முறையான திருப்பம் உருவாகிறது. அது இறுதிக்குச் செல்லும்போது ஜெனேயை ‘மகான் தன்மைக்கு’ அழைத்துச் செல்கிறது. “*Chimera* இன் பூமி”யில் குறிமாற்றம் மட்டுமே வறுமையைச் செல்வமாக மாற்ற போதுமானது. உலகம்

புறந்தள்ளும் இந்த விலக்கப்பட்டவன் ரகசியமாக ஒவ்வொரு பொருளுக்கும் சிறப்பான சொந்தம் பெறுகிறான்.

நமக்கு வெற்றிப்பார்வையும், வெகு ளிச்சிரிப்பும் கொண்ட புத்திசாலித்தன மான ஆரோக்கியமான குணம்கொண்ட குழந்தையைத் தெரியும். அதைக் குட்டி தேவதை என்போம். ஒருநாள் அவன் பொருட்களைத் திருடுகிறான் என்பது தெரிகிறது. முதலில் நமக்குப் புரிவதில்லை. அவன் அவ்வளவு நல்லவனாக இருந்தான். பிறகு நாம் புண்படுத்தப் பட்டோம். அவன் நம்மை முட்டாளாக்கினான். அவன் கொஞ்சம் வேஷக்காரன். அவனுடைய நல்ல குணங்களைக் குற்றங்களாக பார்க்க ஆரம்பித்தோம். அவன் நம்மை ஏமாற்ற நேர்மை என்ற தோற்றத்தை நன்றாக எடுத்துக் கொண்டான்.

அவனுடைய நல்ல குணங்களையும் சிறு திருட்டுகளையும் எடுத்துக் கொண்டான். எந்திரரீதியான பிரிவை நாம் ஏற்பதில்லை. அவர் ஒரே சமயத்தில் இரண்டு கட்டங்களிலான வாழ்க்கை வாழ்கிறார் என்பதையும் ஏற்கமுடியாது. உண்மையில் ஜெனே திருட்டைக் கண்டிக்கிறார். ஆனால் அவர் தனியாக இருக்கும்போது செய்யும் சிறுதிருட்டு களின்போது அதன் கண்டிக்கும் அந்தக் குற்றத்தை அவர் அங்கீகரிப்பதில்லை. அவர், திருடினாரா? விதியின் பிடியில் அவர் முயற்சி செய்தது எல்லாம் ஓர் ஒழுங்கான அந்தஸ்து, பெற்றோர்கள், சொத்து இவற்றைப் பெறத்தான். தன்னுடைய ரகசிய குற்றத்தை மறைத்துதான் போற்றுபவர்களுக்கு அருகில் போக அவர் முயன்ற போதெல்லாம் உண்மையில் அவர் என்ன விரும் புகிறார்? மற்றவர்களைப் போல இருக்க வேண்டும். அதற்கு மேல் ஒன்றுமில்லை. ஏனென்றால் மற்றவர்கள் நல்லவர்களாகவும், நேர்மையானவர்களாகவும் இருக்கிறார்கள். ஏனென்றால் அவர்களுக்கு அப்படி இருக்க உரிமை இருக்கிறது. உண்மை என்னவென்றால் அவர் ஆர்வத் தால் தூண்டப்படுகிறார். தெளிவில்லாமல் தனக்குள் ஒரு மனவலி உருவாவதை உணர்கிறார். சில சமயங்களில் திரை கிழிக்கப்பட்டு அவர் தெளிவாகப் பார்க்கப் போகிறார் என்றும் தன்னுடைய ஆதரவற்ற நிலை, கைவிடப்படுதல், அடிப்படையான குற்றம் ஆகியவற்றை அவர் அறிய முடியும்

கலையும் மனப்பிறழ்வும் 169

என்றும் உணர்கிறார். அதனால் அவர் திருடுகிறார். அவர் தனக்குள் உருவாகும் மனவலியை குறைக்கத் திருடுகிறார். அவர் கேக்குகளையும் பழங்களையும் திருடிய பிறகு, அவற்றை ரகசியமாகச் சாப்பிட்ட பிறகு அவருடைய மனவலி மறைந்து அவர் தன்னைச் சட்டத்திற்கு உட்பட்ட ஒளிரும் நேர்மையான உலகின் ஒருவராகப் பார்க்கிறார். அவருடைய நடத்தை பிறருக்குத் தெரியால் பதுங்கிச் செல்லும் நடத்தையாகப் பார்க்கப்படாது. அவர் உண்மையில் நல்ல நடத்தையும் நேர்மையும் கொண்டவராக இருக்கிறார். வயது வந்தவர்கள் நடுவில் அவர் நடத்தும் இந்த ஒரு வாழ்க்கைதான் அவருக்குப் பொருட்படுத்தக்கூடியதாக இருக்கிறது. அதைத் தாண்டி வாழ்க்கை அவருக்கு ஒரு கெட்ட கனவுதான். ஒரு பெயரற்ற கோரக்கனவு. அதில் அவர் சில சமயம் மிகவும் சந்தோஷமற்று இருப்ப தாகவும், அதிலிருந்து சீக்கிரம் விழித்துக் கொள்வதாகவும், ஒரு தெளி வற்ற அபாயத்திலிருந்து மீள அவர் இரண்டு பேய் ஓட்டுதல் களை அதாவது மகான் தன்மை மற்றும் திருட்டு ஆகிய விளையாட்டுகளை வைத்திருப்பதாகவும் தோன் றும். நான் ஒன்றுமில்லாததின் எல்லை யில் தூக்கத்தில் இயங்கும் இந்தக் குழந்தைத்தனமான மந்திரத்தை மற்ற எல்லாவற்றையும் விட சுயமைதுனக் கற்பனைகளுடன் ஒப்பிடுவேன். திருடும் குழந்தைக்கும் சுயமைதுனம் செய்யும் குழந்தைக்கும், இருப்பது என்பது வயது வந்தவர்களால் பார்க்கப்படுவது. இந்த ரகசியச் செயல்பாடுகள் தனிமையில் நடப்பதால் அவை இருப்பது இல்லை. உண்மை என்னவென்றால் சிறுவன் ஜெனேவுக்கு ஒரு நன்னெறி கற்பிக்கப்படுகிறது. அது அவனைக் கண்டனம் செய்கிறது. அவன் முழுமனத்துடன் அதை நம்புகிறான். ஆனால் அதே அடையா ளத்தால் தன்னை அழித்துக் கொள்கிறான். ஏனென்றால் இந்தச் சொந்தம் குறித்த நன்னெறி அவனை இரண்டு மடங்கு வெறுமையில் தள்ளுகிறது, அழுக்கான வனாகவும், முறையற்ற குழந்தையாக வும், இதுதான் அவருடைய நடத்தைக் கும், தொந்தரவான நிலைமைக்குமான திறவு கோல். பகற்பொழுதில் அவர் பிரகாசமாகவும், நேர்மையானவராகவும், சந்தோஷ மானவராகவும் இருக்கிறார். ஆனால் வெளிச்சத்தில் தன்

னுடைய சந்தோஷத்தை அவர் வலியுறுத்தும்போது திருட்டில் தன்னை அழித்துக்கொள்கிறார். வதைத்துக் கொள்கிறார். அவர் துன்பத்துக்குத் தன்னை இழக்கிறார். அவர் திருடினால், மகான்தன்மையைக் கனவு கண்டால் அது விவசாயியின் நெறிகளுக்கு விரோதமாக அல்ல. ஆனால் அதன் காரணமாகத் தான். அவர் இந்த இரட்டையைச் சரிக்கட்டும் செயலுக்குத் திரும்புகிறார். ஏனென்றால் அவருக்குப் பகலில் அவருடைய இடத்தை மறுக்கும் மதிப்பீட்டு அமைப்பை முறியடிக்க முடியவில்லை.

அவர் சந்தோஷமாக இல்லை என்று சொல்லலாமா? இன்னும் இல்லை. உண்மையில் ஒருவன் இந்தக் குழந்தையை உருவாக்கும் நம்பிக்கையையும், சந்தோஷத்துக்கான விருப்பத்தையும் தன்னுடைய இதயத்தின் ஆழத்திலிருந்து வலியுறுத்த வேண்டும். ஒரு கணம்கூட இந்த நிலையிலிருந்து வெளிவர வழியில்லை என்று அவர் நினைக்கவில்லை. ஒரு கணம்கூட அவர் வறுமைக்கும் ஒழுக்கக்கேட்டுக்கும் விதிக்கப் பட்டவர் என்று அவர் நினைக்கவில்லை. அது நேர்மை யாகாது. சரியாகாது. இல்லாத அம்மா வுக்குப் பதிலாக கடவுள் இருப்பார். சொத்துக்குப் பதிலாக திருட்டு இருக்கும். இங்கே ஒரு சிறுதிருட்டு. அங்கே கொஞ்சம் பரவசம். இவை அவருடைய உள்மன சமனை ஒழுங்கு செய்ய போதுமானவை. விரைவில் அவர் இனிய இயல்பான குழப்பத்துக்குத் திரும்பு கிறார். ஆனால் அவர் வெகுளித்தனமாய்த் திருடும் போதும், தியாகியின் கரத்துக்குப் பணி வுடன் ஆசைப்படும் போதும் அவர் தன்னுடைய விதியை வடிவமைக்கிறார் என்பதை அறியவில்லை. ●

13

சமகால தமிழ் சினிமாவும் மைய நீரோட்ட போக்குகளிலிருந்து அதன் விலகல்களும்

மனுசங்கடா மற்றும் டுலெட் படங்களை முன்வைத்து...
சொர்ணவேல் ஈஸ்வரன்

1970களில் மலையாளம் அல்லது கன்னட மொழி திரைப்படங்களைப் போல் தமிழில் கலைப்படம் அல்லது மாற்று சினிமா என்பது போன்ற பிரிவுகள் இல்லை, தென்னிந்தியாவின் முக்கிய மொழிப்பிரிவு என்கிற வகையில் தெலுங்கு சினிமாவில் புகழ்பெற்ற இயக்குனர்களால் எடுக்கப் பட்ட கலைப்படங்களைப் போல (மிருணாள் சென்னின் ஒகஊரிகதா 1977இல் ஷியாம் பெனகலின் அனுகிரஹா 1978இல் கௌதம் கோஷ் மற்றும் நர்சிங் ராவ் ஆகிய இயக்குனர்களால் கொண்டுரா (தெலுங்கு, 1979), மாபூமி (1979) என்றும் தாசி (தெலுங்கு, 1988) என் மட்டி மனுசுலு (1990) என்றும் - இந்தியில் மொழிமாற்றம் செய்யப்பட்டன) தமிழில் அத்தகைய கலைப்பட இயக்குனர்கள் இல்லை. பிரபல ஜான் ஆப்ரஹாம் 1977ல் அக்ரஹாரத்தில் கழுதை திரைப்படத்தை எடுத்திருந்தாலும் அது கலை உணர்வு குறைவான தமிழ் சினிமா என்கிற விமர்சனத்துக்கு தனி ஒரு படமாக பதிலளிப்பதாக இல்லை. பிரதான போக்கு களுக்கு இடையிலேயே அவ்வப்போது அந்த நாள் (எஸ். பாலச்சந்தர் 1954) போன்ற சோதனை முயற்சிகளும் உதிரிப்பூக்கள் (மகேந்திரன் 1979) போன்ற கலைப்பிரிவுக்கும் வர்த்தகப்பிரிவுக்கும் இடையிலான முயற்சிகளும் வெளிப் பட்டன. சமீபத்தில் வந்த தமிழ்ப்படங்களில் மைய நீரோட்ட

சினிமாவுக்குள்ளேயே ஒரு முக்கியமான இடையீடாக மாரி செல்வராஜின் பரியேறும் பெருமாள் (2018)ஐச் சொல்லலாம். ஆனால் கடந்த இரண்டு வருடங்களில் அம்ஷன் குமாரின் மனுசங்கடா (2017), செழியனின் டு லெட் (2017) மற்றும் லெனின் பாரதியின் மேற்குத் தொடர்ச்சி மலை (2018) ஆகிய திரைப்படங்களின் மூலமாக பிரதான சினிமாவின் போக்கு களை கேள்விக்குப்படுத்தும் முயற்சிகள் வெளிப்பட்டன. முதல் இரண்டு திரைப்படங்களும் - இங்கு விரிவாக விவாதிக்கப்படுகின்றன. தனிமரம் தோப்பாகாது என்றாலும் இந்த இரண்டு திரைப்படங்களும் தமிழில் ஒரு தீவிரமான மாற்று சினிமாவின் துவக்கத்தை அடையாளப்படுத்துகின்றன.

தமிழ்சினிமா வழக்கமாக பாடல் காட்சிகள் கொண்ட ஒரு கதையாடல் முறையையே கையாள்கிறது. இந்த அமைப்புக்குள்ளேயே சில சோதனைகள் நிகழ்த்தப்பட்டு சில காலகட்டங்கள் தனித்துவம் கொண்டவையாக - இருந்திருக்கின்றன. உதாரணத்துக்கு 1970களில், தமிழ் சினிமா அதன் பிரதான அம்சமான ஸ்டுடியோ படப்பிடிப்புகளிலிருந்து விடுபட்டு வெளிப்புற. படப்பிடிப்புகளை நேக்கி நகர ஆரம்பிக்கிறது. முக்கியமாக சென்னைக்கு அப்பால் வசிக்கும் மக்களின் வாழ்க்கைச் சூழலை யதார்த்தமாக சித்தரிப்பதற்காக உண்மையான கிராமப்புற சூழல்களை நாடியது. அதிக சினிமா ஸ்டுடியோக்களும் தென்னிந்திய சினிமாவின் தலைமையிடமாகவும் உள்ள சென்னையின் புறநகர்ப்பகுதியான குன்றத்தூர் போன்ற இடங்களில் உருவாக்கப்பட்ட கிராமப் புற செட்டுகளிலிருந்து படப்பிடிப்புக்கான இடங்கள் நகர ஆரம்பித்தன. ஆயினும் மைய நீரோட்ட சினிமாவிலிருந்து முற்றிலும் மாறுபட்ட, சமரசம் செய்யாத ஒரு மாற்று சினிமாவில் முதலீடுகள் செய்யாமல் இருப்பதாக அன்றைய தீவிர சினிமா விமர்சகர்கள் தமிழ் சினிமாவை குற்றம் சாட்டினார்கள். உதாரணமாக சிதானந்த தாஸ்குப்தா இவ்வாறு எழுதுகிறார்:

10 வருடங்களுக்கு முன்பே எழுத்தாளர் ஜெயகாந்தனின் "உன்னைப்போல் ஒருவன் (1966)" போன்ற செறிவான இலக்கியப் படைப்பு உருவாக்கிய நம்பிக்கைகளை கணக்கில்

கொள்ளாமல் தமிழ் சினிமா பம்பாயைவிட மோசமான தமிழ் வர்த்தக சினிமாவைத்தாண்டி எந்தவிதமான சிறப்பான திறனையும் வெளிப்படுத்தவில்லை. நடிகரும் முதலமைச் சருமான எம்.ஜி.ஆரால் சினிமா மீதான வரிகள் குறைக்கப் பட்டு வர்த்தக சினிமா வளர்ச்சியடைந்த நிலையிலும் இங்கு எந்த மாற்றுசக்தியும் உருவாக அனுமதிக்கவில்லை. தெலுங்கு போன்ற மற்ற தென்னிந்திய மொழிகளில் கூட அரசு சலுகைகள் இருந்தும் குறிப்பிடத்தகுந்த பங்களிப்புகளை செய்தவர்கள் என்றால் மிருணாள் சென், ஷியாம் பெனகல் போன்ற வெளிமாநிலத்தவர்கள் தான்.

1980ல் தாஸ்குப்தா இதை எழுதும்போது அவர் 1977ல் தமிழ்நாட்டின் முதலமைச்சராக இருந்த எம்.ஜி. ராமச் சந்திரனையே குறிப்பிட்டார். வரிச்சலுகைகள் கொடுத்து சிறிய பட்ஜெட் படங்களை ஊக்குவித்த அண்டை மாநில மான கர்நாடகத்தைப் போல அல்லாமல் தமிழ்நாட்டின் கேளிக்கை வரி மற்றும் சலுகைகள் சீரமைப்பு குறைவான பார்வையாளர்களும் குறைவான கேளிக்கை அம்சங்களும் கொண்ட சிறிய பட்ஜெட் படங்களைவிட அதிகபார்வை யாளர்கள் கொண்டவர்த்தக சினிமாவுக்கே பயனளிப்பதாக இருந்தது. 1976ல் பீம்சிங் இயக்கிய ஜெயகாந்தன் நாவலைத் தழுவி அமைந்த சில நேரங்களில்சிலமனிதர்கள் போன்ற படங்களின் இலக்கிய குணாம்சங்களை தாஸ்குப்தா குறிப்பிடு கிறார். ஆனால் தமிழ் திரைப்பட வரலாற்று ஆய்வாளரான தியடோர் பாஸ்கரன் அந்தப் படத்தின் அதிகமான வசனங் கள் கொண்ட போக்கை விமர்சிக்கிறார். ஆரம்பத்திலிருந்தே பார்ஸி நாடக வடிவத்தால் உத்வேகம் பெற்ற தமிழ் சினிமா காட்சித்தன்மை கொண்ட ஒரு சொல்லாடல் முறையை வளர்த்தெடுக்காதது பற்றிபாஸ்கரன் அவர்கள் தொடர்ந்து விமர்சித்து வந்திருக்கிறார்.

அதேபோல் தமிழின் பிரபல ஓவியரான மருது 1930கள் வரை தமிழ் சினிமா தயாரிப்பாளர்கள் தமிழ்நாட்டின் தலைநகரமான சென்னையில் அதிக ஸ்டுடியோக்கள் இல்லாததால் மகாராஷ்டிராவின் ஸ்டூடியோக்களையே சார்ந்திருந்ததையும் அதனால் மராத்தி சினிமாவின் புராணப்

பின்புலம் கொண்ட ஓவிய பாணியையே தமிழ் சினிமா பின்பற்ற நேர்ந்தது என்றும் குறிப்பிடுகிறார். உதாரணமாக இந்தியாவின் முன்னோடி இயக்குனர் தாதாசாஹிப் பால்கே யின் முதல் இந்தியப் படமான ராஜா ஹரிச்சந்திர (1913) மற்றும் காலிய மர்தன் (1919) படங்களின் சித்தரிப்பு போல. ஆரம்பகால தமிழ் சினிமாவின் இந்தப் போக்கு ஒரு நீடித்த பாதிப்பை உருவாக்கி தமிழ் கலாச்சாரத்தின் தனித்தன்மைகளை வெளிப்படுத்தத் தவறியது என்று மருது குறிப்பிடுகிறார். திரைப்பட சங்கங்கள் (FilmSocieties) யதார்த்த அழகியல் பற்றியும் விளிம்புநிலை மக்களின் சூழல் சார்ந்த சமூகவியல் குறித்தும் விழிப்புணர்வு ஏற்படுத்தும் வரை கிட்டத்தட்ட 1970-கள் வரை இந்தப் போக்கு நீடித்தது.

தாஸ்குப்தா போன்ற விமர்சகர்கள் வெளிநாட்டு திரைப் பட விழாக்களில் சத்யஜித் ரேயின் பதேர் பாஞ்சாலி (1955) போன்ற இந்திய கலை சினிமாக்கள் உயர்த்திப் பிடிக்கப்பட காரணமாக இருந்தார்கள். 1980கள் வரை கலை சினிமாவுக்கு கிடைத்த இத்தகைய உலகளாவிய பிரபலத்தால் இந்திய வர்த்தக சினிமா போக்குகள் குறித்து இந்தியாவுக்கு வெளியே அதிகம் தெரியாமல் இருந்தது. சினிமாவைமையமாகக் கொண்டு ஆய்வுகளை மேற்கொள்ளும் பிலிம் ஸ்டடீஸ் எனும் பல்கலைக்கழக படிப்பு மேற்கே பிரபலமான பிறகு 1990களில் பல பிரபல சினிமா வல்லுனர்கள் ஹிந்தி ஜன ரஞ்சக சினிமாவின் முக்கியத்துவத்தை பிரச்சாரம் செய்யத் துவங்கினார்கள். அதற்கு இருபது வருடங்கள் கழித்து இந்தப் பத்தாண்டுகளில், சமீபகாலமாகத்தான் தமிழ் மராத்தி வங்காளம் போன்ற பிராந்திய மொழிப் படங்கள் அறிவுஜீவி களின் கவனத்தைப் பெற்று வருகின்றன-அதற்குமுன்னர் உதிரியாக சிலகட்டுரைகள் சலனத்தை ஏற்படுத்தியிருந்த போதும். ஆயினும், உலக திரைப்படவிழாக்களை பார்க்கும் போது 1970 காலகட்ட தமிழ் சினிமா பற்றிய பேச்சே இல்லை. பிற்காலத்திய சினிமா ஆய்வுகளின் போதே இந்த விஷயம் அதிக கவனம் பெற்றது. அருணா வாசுதேவ் போன்ற திரைப்பட ஆய்வாளர்கள் 1970 காலகட்டத்தை புதிய இந்திய சினிமா எழுச்சியின் காலகட்டமாக பார்த்தார்கள். ஏனென் றால் அப்போதுதான் இந்திய கலை சினிமா போலித்தனங்கள்

நிறைந்த ஒரே மாதிரியான பிரதான சினிமா போக்குகளுக்கு சவாலாக இருந்தது. பல சினிமா அறிவுஜீவிகளுக்கு புதிய இந்திய சினிமா என்பது அரவிந்தன், ஷியாம் பெனகல், மணிகௌல், குமார் சஹானி, அடூர் கோபாலகிருஷ்ணன் போன்றவர்களின் படைப்புகளில் தென்பட்ட புதிய அழகியல் கொண்ட ஒரு மாற்று சினிமாதான்.

ஆனால் அவள் அப்படித்தான் (ருத்ரையா 1978) அக்ரஹாரத்தில் கழுதை (ஜான் ஆப்ரஹாம் 1978) 16 வயதினிலே (பாரதிராஜா 1977) உதிரிப்பூக்கள் (மகேந்திரன் 1979) போன்ற படங்களின் கருமை பூசப்பட்ட குழப்பமான கதாநாயகர்கள் வித்தியாசமானவர்கள்.

கதையாடலில் க்ளிஷேக்களும் தூய்மைவாதமும் தவிர்க்கப் படுதல், ஒளிப்பதிவிலும் எடிடிங்கிலும் படப்பிடிப்பு இடத் தேர்விலும் சோதனைகள் செய்தல், மற்றும் புதியசுய ஆளுமைத்தன்மைகள் ஆகியவைகளின் மூலமாக பழமையான ஸ்டூடியோத்தன்மையிலிருந்து விடுபட்ட ஒரு புத்துணர்வை 1970களின் தமிழ் சினிமா வெளிப்படுத்திய நிலையிலும் அருணா வாசுதேவின் புத்தகத்தில் தமிழ்சினிமாவின் இத்தகைய முயற்சிகளைப் பற்றிய எந்த குறிப்பும் இல்லை.

அதேபோல லாரிடிரைவர் ரங்கனுக்கும் குப்பை பொறுக்கும் ரங்கம்மாவுக்கும் (ஷோபா) திருமணமில்லா உறவுநிலையை சித்தரித்த பசி (துரை 1979) போன்ற படங் களும் தமிழில் எடுக்கப்பட்டிருந்தன. சென்னையின் உண்மை யான குடிசைப் பகுதிகளில் ஒரு யதார்த்த நிலையை அது பதிவு செய்ய முயன்றபோதும் கதையாடல் மிகையுணர்வு நிறைந்த நிகழ்வுகளினால் அடுக்கப்பட்டிருந்தது. சமீபத்திய படங்களில் இலங்கைத் தமிழர்களின் இடப்பெயர்வு சூழலில் காணாமல் போகும் மீனவர்களைப் பற்றிய லீனா மணிமேகலையின் செங்கடல் (2011) ஒரு முக்கியமான படம். அண்மையில் எடுக்கப்பட்ட வெற்றிமாறனின் விசாரணை (2015) மிகவும் யதார்த்தமாக சிறைச்சூழலில் போலீஸ் அத்துமீறல்களை படம் பிடித்திருந்தது. இந்த தொடர்ச்சியில் புகழ்பெற்ற இயக்குனர் பாலுமகேந்திராவின் வீடு (1988)

செழியனின் டு லெட்க்கு உத்வேகமாக அமைந்ததை பார்க்க முடியும். பாலுமகேந்திராவின் அழகியலில் உருவத்திற்கான, குறிப்பாக ஒளிப்பதிவின் மூலம் யதார்த்தத்திற்கான தேடல் இருக்கும்.

தமிழில் மாற்று சினிமாவுக்கான எளிய வரலாற்றை சற்று சிந்திப்போம். நிமாய்கோஷின் பாதை தெரியுது பார் *(1960)* படத்துடனேயே தமிழின் மாற்றுசினிமா இயக்கம் துவங்கியது எனலாம். ஏனென்றால் பிரதான சினிமாவுக்கு தேவையான சமரசங்கள் செய்துகொள்ளக்கூடாது என்பதற்காகவே படத்துக்கு தேவையான பணத்தை அவர் நண்பர்களிடமே திரட்டினார். வழக்கமான சினிமா பைனான்சியர்களை நாடாமல் நிதி உதவி அளித்தவர்கள் எல்லாம் அதன் தயாரிப்பில் பங்குகொள்ளும் ஒரு கூட்டு முயற்சியாகவே அது இருந்தது. இசையமைப்பாளர் எம்.பி. சீனிவாசனும் அதிலொரு பங்குதாரரர். படத்தின் கதை தொழிலாளர்கள் ஒரு கடுமையான சூழலில் தங்களை ஒருங்கிணைத்துக் கொள்வது பற்றியது. ஆனால் உண்மையில் நிஜவாழ்க்கையிலும் இயக்குனர் நிமாய்கோஷ் சினிமா தொழிலாளர்கள் மற்றும் தொழில்நுட்பக் கலைஞர்களின் நியாயமான சம்பளத்துக்காக போராடியவர். அவர்களை ஒன்றுதிரட்டி அவர்களுக்கான தொழிற்சங்கத்தை தென்னாட்டில் உருவாக்கியவர். இது போல் தனிப்பட்ட பைனான்சியர்களை அணுகாத நடை முறை ஜெயகாந்தனாலும் பின்பற்றப்பட்டு தற்போது அம்ஷன் குமாரும் செழியனும் அதையே தொடர்ந்தனர். இங்கு விவாதிக்கப்படும் மனுசங்கடா மற்றும் டு லெட் படங்களில் பட இயக்குனர்களின் குடும்பங்களும் தங்களை பங்குதாரரர்களாக இணைத்துக் கொண்டு இந்த முயற்சிகளில் பங்கெடுத்தனர்.

*1970*களில் மாற்று சினிமாவில் வேலை செய்துகொண்டே சில சினிமா இயக்குனர்கள் சினிமா சார்ந்த ஒரு புதிய அழகியலையும் உள்ளடக்கத்தையும் உருவாக்க முயற்சி மேற் கொண்டார்கள். ஆனால் பெரும்பாலான சினிமா என்பது பிரதான போக்குகளுடனேயே மைய நீரோட்ட சினிமாவுடன் தன்னை இணைத்துக்கொண்டது. பல ஆண்டுகளாக

உருவான அதன் வெகுஜன வடிவம் பிரதான சூத்திரங்களான நட்சத்திர ஈர்ப்பு மற்றும் மசாலா விஷயங்களான பாட்டுகள், நடனங்கள் நடிப்பு இவற்றின் கலவையான ஒரு மெலோட்ராமா, காதல், சச்சரவு மற்றும் நகைச்சுவை நிறைந்தது. இந்தக் கட்டுரையில் நான் தமிழ் சினிமாவின் தவிர்க்க முடியாத போக்குகள் குறித்த இத்தகைய முன் அனுமானங்களை சில மறு ஆய்வுகள் மூலம் கேள்விக்குட்படுத்த விரும்புகிறேன். மனுசங்கடா (அம்ஷன் குமார் 2017) மற்றும் டு லெட் (செழியன் 2017) ஆகிய சமீபத்திய இரு படங்களை நான் இங்கு கவனப்படுத்த விரும்புகிறேன். தமிழ் சினிமாவின் நூற்றாண்டில் வெளிவந்துள்ள தமிழின் கலை சினிமாக்கள் இவை. தமிழின் முதல் படம் என்பது கீசகவதம் (ஆர். நடராஜ முதலியார் 1917),

இந்த இரண்டு படங்களும் அவைகளின் உள்ளடக்கம் உணர்ச்சிகரமானதாக இருந்தபோதும் வழக்கமான தமிழ் சினிமாவின் மிகையான நாடகத்தன்மையை அனுமதிக்கவில்லை. கடந்த நூற்றாண்டின் பிரதானமான தமிழ் சினிமாவானது மிகை உணர்ச்சியும் அதீதமான நாடகத் தன்மையும் கொண்டதாக மட்டுமில்லாமல் ஹாலிவுட் படம் போன்ற விறுவிறுப்புத்தன்மையையும் விரும்புகிறது. பெரும்பாலான தமிழ்ப்படங்களில் கதையை உள்வாங்கவும் பாத்திரங்களின் பிரச்னைகளை சிந்திக்கவும் தேவைப்படும் இடைப்பட்ட அமைதி என்பது இல்லாமல் இருக்கிறது. மாற்று அல்லது வித்தியாசமானவை என்று சொல்லப்படும் பிரபல இயக்குனர்களான பாலச்சந்தர் மற்றும் பாரதிராஜாவின் (சில) படங்கள் கூட இதற்கு விதிவிலக்கு அல்ல.

அவர்களது சில படங்கள் வழக்கமான மையநீரோட்ட படங்களைப் போலவே உரத்துப் பேசுபவையாகவும் இறுதிக்காட்சிகள் அதிகமான நாடகத்தன்மை கொண்டதாகவும் இருக்கின்றன. கலைப்படங்களில் பாத்திரங்களின் யதார்த்த வாழ்நிலையின் வெளிப்பாடாக சித்தரிக்கப்படும் நீண்டநேரக் காட்சிகளை தமிழ்ப் படங்கள் பொதுவாக விரும்புவதில்லை. மேலும் அணுக்கக் காட்சித்துண்டுகளையும் (க்ளோஸப் ஷாட்டையும்) அவை தவறாக பயன்படுத்துகின்றன.

1970களில் நிகழ்த்தப்பட்ட சோதனை முயற்சிகளில் கூட ஜூம் ஷாட்டுகள் சரியாக பயன்படுத்தவில்லை. ஹாலிவுட் படங்கள் போன்று பாத்திரங்கள் மீதான கவனக்குவிப்போ அல்லது கலைப்படங்கள் போன்ற ப்ரெக்ட் பாணியிலான விலகல் பார்வையோ அவைகளில் இல்லை. நான் இங்கு விவாதிக்கும் இரண்டு படங்களும் பிரதான மற்றும் மாற்றுப் படங்களின் இத்தகைய யந்திர ரீதியான அணுகுமுறையை மறுத்து வழக்கமான ஸ்டீரியோடைப்புகளுக்கு எதிராக அவர்களுடைய கதையமைப்புக்குத் தேவையான வடிவத்தை தேர்வு செய்துள்ளன. உதாரணமாக, மனுசங்கடா மற்றும் டு லெட் படங்களில் மற்ற தமிழ் சினிமாக்களைப்போல் பாத்திரங்கள் பாடல் மற்றும் நடனத்துக்குத் தகுந்தபடி உதடுகளை அசைப்பதில்லை. மனுசங்கடா படம் அதன் தலைப்பாக வரும் பாடலை தலித் எழுச்சி அரசியலுக்காக பயன்படுத்துகிறது. 'டு லெட்' படம் 1980-களின் பழைய தமிழ்ப்படப் பாடல்களை, கடந்த கால நினைவு மற்றும் காதல் உணர்வுகளை வெளிப்படுத்த பயன்படுத்துகிறது.

மனுசங்கடா மற்றும் டு லெட் படங்கள் பிரபலமான தமிழ்ப்படங்களின் நடைமுறைகளை கேள்விக்குட்படுத்தி னாலும் தங்களுக்குள் கதை அமைப்பிலும் பாணியிலும் வேறுபட்டிருக்கின்றன. உதாரணமாக மனுசங்கடா படம் இத்தாலிய நியோரியலிச அழகியலைபின்பற்றி அதைலத்தீன் அமெரிக்கபடங்களின் மூன்றாம் உலக அரசியல் மொழியில் சாதி என்கிற பிரச்சினையின் அஸ்திவாரமாக இருக்கும் மேல்சாதி இந்து அமைப்புக்கு எதிரான குரலாக முன்நிறுத்து கிறது. அதன் கதையமைப்புக்கேற்ற ஒரு பாணியை கையாண்டு ஒரு சமகாலப் பிரச்னையை கவனப்படுத்துகிறது. டுலெட் படம் உலகம் முழுவதும் சிதறிக் கொண்டிருக்கும் கூட்டு குடும்ப அமைப்பிற்கு பிந்திய தற்காலம் குறித்த கவனம் கலைப்படங்களில் முன்னிறுத்தப்படுவதை உத்வேக மாக எடுத்துக் கொண்டு சென்னை போன்ற பெருநகரங்களில் வாடகைக்கு வீடு கிடைப்பதில் ஒரு கணவன் மனைவி எதிர்கொள்ளும் சிக்கல்களை சித்தரிக்கிறது. காலத்தை முடிவற்று விரித்துச்செல்லும் முயற்சியாக இப்படம் அமைந்திருந்தது.

யதார்த்தம்:
நீண்ட நேர காட்சிகள்
மற்றும் இந்திய கலைசினிமா

இந்திய கலை சினிமா உள்ளடக்கத்திலும் வெளிப்பாட்டு முறையிலும் யதார்த்தத்தை தேர்வு செய்வதின் மூலமே தன்னை சிறப்பாக வேறுபடுத்திக் கொள்கிறது. பிமல்ராயின் தோ பீகா ஜமீன் (1953) போன்ற படங்கள் முன்னதாகவே வெளிவந்திருந்தாலும் சத்யஜித் ரேயின் பதேர் பாஞ்சாலி' தான் அவருடைய தொடர்ச்சியான யதார்த்தவாத அணுகு முறைகளால் இந்திய கலைசினிமாவின் துவக்கமாக அமைந்தது. அவருடைய முதல்படம் எடுக்கப்பட்ட 5 வருடங்களுக்குள் அதாவது 1960லேயே அவருடைய மேலும் 5 படங்கள் வெளிவந்தன. அபராஜிதோ (1956) பரஸ் பத்தர் (1958) ஜல்ஸாகர் (1958) அபுர் சன்ஸார் (1959) தேவி (1960) ஆகியவை. இந்த ஒரு சாதனைக்காகவே அவர் புகழ் என்றும் அழியாததாக இருக்கும். இத்தாலிய நியோரியலிசம் முக்கிய மாக விட்டோரியா டிசிக்காவின் பைசைக்கிள் தீவ்ஸ்(1948) தன்மீது பாதிப்பு செலுத்தியதை ரே ஒப்புக்கொள்கிறார்.

நாடகப் பின்னணி கொண்ட சில முக்கிய கலைஞர்களைத் தவிர பெரும்பாலும் அமெச்சூர் நடிகர்களையே பயன் படுத்துதல், படப்பிடிப்புக்கான வெளிப்புற யதார்த்த இடங்களைத் தேர்வு செய்தல், பின்னணி இசையை குறைந்த அளவு பயன்படுத்துதல், வேகமற்ற கதைசொல்லல், மற்றும் நீண்ட நேரக் காட்சிகளை பயன்படுத்தி மிதமான ஓட்டத்தில் கதையை நகர்த்துதல் போன்ற நடைமுறைகள் ரேயை இத்தாலிய நியோரியலிஸ்டுகளுக்கு இணையாக விமர்சகர் களை கருதவைத்தன. உரையாடல்களை விட காட்சிப்படுத் தலையே அவர் விரும்பியதின் அடையாளமாக பதேர் பாஞ்சாலியில் பாட்டி அல்லது துர்க்காவின் மரணத்தை மிகுந்த நுட்பத்துடன் அவர் காட்சிப்படுத்தியிருப்பதைச் சொல்லலாம்.

பல இந்திய திரைப்பட இயக்குனர்களிடம் ரேயின் பாதிப்பு இருந்தது. அந்த பாதிப்பு இன்றைய இயக்குனர்களான

கிரிஷ் காசரவள்ளி மற்றும் அடூர் கோபாலகிருஷ்ணன் ஆகியவர்களிடமும் தொடர்கிறது.

தமிழ் சினிமாவைப் பொறுத்தவரை அத்தகைய ஒரு அழகியல் யதார்த்தம் செழியனின் டுலெட் படத்தில்தான் பார்க்க கிடைக்கிறது. சமீபத்திய பேட்டியில் செழியன் பைசைக்கிள் தீவ்ஸ்'ன் பாதிப்பை நினைவுகூர்ந்து தன்னுடைய தாத்தா பற்றி கூறுகையில் அவருடைய தாத்தா ஒருவாடகை சைக்கிள்கடை நடத்தி வந்ததாகவும், ஆகையினால் அடிக்கடி பல நாட்கள் அவர்கண்ணிலேயே தென்படாமல் திரும்ப வராத ஒரு சைக்கிளைத் தேடி அலைந்து திரிந்துகொண் டிருந்ததாகவும் கூறுகிறார்.

செங்கடல் மற்றும் விசாரணை போன்ற படங்கள் தற் காலத்தைய சமூக நிகழ்வுகளை/ பிரச்சினைகளை உள்ளடக் கமாகக் கொண்டிருந்தன. உதாரணமாக, செங்கடல் தமிழக மீனவர் மீதான அரசு அடக்குமுறையை தீவீரத்துடன் கவனப்படுத்துகிறது. விசாரணை மிதமான சம்பவ அடுக்குகள் மூலம் சித்திரவதைகளுக்கு உள்ளாகும் அப்பாவி கைதிகளின் நிலைமையை ஒரு யதார்த்த அழகியலுடன் கையாள்கிறது. ஆனால் மனுசங்கடா தமிழின் சமூக அக்கறை கொண்ட படங்களில் மேலும் ஒருபடி முன்னே போய் எந்தவித துணைக்கதையும் இல்லாமலேயே தலித்துகளுக்கு அடக்கம் செய்வதற்கான இடம் மறுக்கப்படுவதை நேரடியாகப் பேசுகிறது. அழகியலின் மூலம் உந்தப்பட்ட தனது அரசியலுக் காக மனுசங்கடா கைகளில் ஏந்தப்பட்ட காமிரா மூலம் நீண்ட தொடர்ச்சியில் பாத்திரங்களின் இயக்கங்களை பின்தொடர்கிறது.

இதுபோல் நீண்டநேர தொடர்ச்சியில் காட்சிகளை வடிவமைப்பது என்பது இந்திய சினிமாவுக்கு புதிதல்ல. உதாரணமாக கேதன் மெஹ்தாவின் ஹோலி (1984) படத்தில் கலகம், வன்முறை, மற்றும் அடக்குமுறை எல்லாம் ஒரேயடி யாக நீண்டநேர தொடர் காட்சித்துண்டுகளின் (ஷாட்டுகளின்) மூலமாகவும் காட்சிக் கோர்வையின் (சீக்குவென்ஸ்களின்) மூலமாகவும் காட்சிப்படுத்தப் படுகின்றன. காசிராம் கோத்வால் (1976) கே.ஹரிஹரன். மணிகௌளல். கமல் ஸ்வரூப்,

மற்றும் சையத் மிர்சாவின் இயக்கத்தில் ஒரு சோதனை முயற்சியாக வரலாறும் சமகால அரசியலும் கலந்த ஒரு கதையாடலை நீண்டநேர தொடர்காட்சியாக வடிவமைத்தது. இந்தப்படத்தை நீண்ட நிலவெளியின் பின்புலத்தில் வரலாற்றை கேள்விக்குட்படுத்தும் ஹங்கேரி இயக்குனர் மிகிலோஷ்யான்ஸோவின் (Miklas Jansso) வின் அழகியல்தன்மைக்கான அஞ்சலியாகவும் கொள்ளமுடியும். மனுசங்கடா படம் ஒரு பற்றி எரியும் சமூக பிரச்னையை அதன் சாதிய ஒடுக்குமுறை மற்றும் இந்து ஆதிக்க மனப்பான்மையை சாடும் விதமாக கவனப்படுத்துகிறது. விளிம்புநிலை அரசியலை எடுத்துக்கொள்வதின் மூலம் இந்தப்படம்மிருணாள்சென் போன்ற இடதுசாரி சிந்தனை யாளர்கள் மற்றும் அர்ப்பணிப்புமிக்க படத்தயாரிப்பாளர்களின் வரிசையில் இணைகிறது இப்படத்தின் பாணி மிருணால் சென்னின் அழகியல்பாணி, குறிப்பாக அவருடைய கல்கத்தா முப்படங்களாக (கல்கத்தா ட்ரிலொஜியாக) கருதப்படும் இன்டர்வியு (1971) கல்கத்தா 71 (1972) மற்றும் பதாதிக் (1973) ஆகிய படங்களில் வெளிப்பட்ட அழகியலிலிருந்து பெரிதும் வேறுபட்டதாக இருந்தபோதும். மனுசங்கடா படம் தன்னுடைய யதார்த்த அழகியலையும் தலித் அரசியலையும் சமன்படுத்தும் நோக்கில் 1960களில் துவங்கிய லத்தீன் அமெரிக்காவின் மூன்றாம் உலக சினிமா இயக்கத்தை நினைவுபடுத்துகிறது. முக்கியமாக மனுசங்கடா படத்தில் அடிக்கடி பயன்படுத்தப்படும் நீண்ட நேரக் காட்சிகள் படத்தின் நாயகனான கோலப்பனின் பிடிவாதத்தையும் இயக்குனரின் சாதி அடிப்படையிலான சமூக அநீதியை எதிர்க்கும் உறுதிப்பாட்டையும் எதிரொலிக்கின்றன.

மனுசங்கடா:
தலித் ஒடுக்குமுறைக்கு எதிரான ஒரு மனிதநேய அவலக்குரல்

அம்ஷன்குமாரின் மனுசங்கடாவின் கதையாடல் 2016ல் தமிழ்நாட்டில் நடந்த உண்மைச்சம்பவங்களை அடிப்படை யாகக் கொண்டு கோலப்பன் (ராஜீவ் ஆனந்த்) என்கிற தலித் இளைஞன் தன்னுடைய இறந்த தந்தையின் உடலை அடக்கம்

செய்வதற்கு எதிர்கொண்ட அவலங்கள் பற்றியது. பக்கத்தில் வசிக்கும் மேல்சாதி இந்துக்கள் அவன் தந்தையின் பிணத்தை மயானத்துக்கு செல்லும் பொதுவழி வழியாக எடுத்துச் செல்வதை தடுக்கிறார்கள். கோலப்பன் இந்துக்களின் (மேலாதிக்க) முறைப்படி ஒடுக்கப்பட்ட தலித் என்பதால் அவனுக்கு இந்த உரிமை மறுக்கப்படுகிறது. இயக்குனர் அம்ஷன் குமார் சமூகப் பிரச்சினைகளில் அக்கறை கொண்ட ஒரு சிறப்பான ஆவணப்படத் தயாரிப்பாளர் மனுசங்கடா படம் அவருடைய 'ஒருத்தி' (2003)க்குப் பிறகான இரண்டாவது புனைவுப்படம். ஒருத்தி தமிழின் அதிமுக்கிய நாவலாசிரியரான கி.ராஜநாராயணின் 'கிடை குறுநாவலைத் தழுவிகாலனீய ஆட்சிக்காலத்தில் அமைந்த ஒரு படம். அதில் தலித் எழுச்சி என்பது ஒரு துணைக்கதையாக செவனி என்கிற இளம் தலித் பெண்ணின் வாழ்க்கைச் சூழலைப் பின்பற்றி உருவானது.

அவள் ஆலம்பட்டி என்கிற வறட்சியால் பாதிக்கப்பட்டக் கிராமத்தில் ஆடுகள் மேய்க்கும் எல்லப்பன் என்கிற உயர்சாதி இந்துவைகாதலிக்கிறாள். சாதி அவர்களுடைய திருமணத் துக்குக் குறுக்கே வந்தாலும் எல்லப்பன் அவளை இரண்டாம் மனைவியாக ஏற்றுக்கொள்ள சம்மதிக்கிறான். செவனியும் அதுதான் வழக்கம் என்பதால் ஏற்றுக்கொள்கிறாள். ஒருபுறம் செவனி எழுதப்படாத சட்டமாக அப்போது அமுலில் இருந்த பலதார திருமண அமைப்பை ஏற்றுக்கொண்டாலும் அவள் கிராமமக்களிடம் அநியாயமாக வரிவசூல் செய்துவந்த நிலச்சுவான்தார்களின் கொடுமைகளை பிரிட்டிஷ் அதிகாரி களின் கவனத்துக்கு கொண்டுவந்து அமைப்புக்கு எதிராக கலகம் செய்கிறாள்.

அதன் காரணமாக அந்த அதிகாரி மக்களை நேரடியாக அரசுக்கு வரி செலுத்தும்படி உத்தரவிடுகிறார். இந்து பத்திரிகையின் விமர்சகரான மாலதிரங்கராஜன் இவ்வாறு எழுதுகிறார்: "நிலச்சுவான்தார்களின் கொடுமையிலிருந்து தங்களைவிடுவித்ததற்காகநன்றி பாராட்டும் கிராமமக்கள் எல்லப்பனுக்கு இரண்டு பெண்களுடன் திருமணம் நிச்ச யிக்கப்பட்ட போது செவானிக்கு ஆதரவாக வெளிப்படையாக குரல் கொடுக்காதது ஒரு பெரிய முரண்."

இவ்வாறு 'ஒருத்தி' படத்தில் செவனியின் எதிர்ப்புக்குரல் ஒலிக்கிறது ஆனால் தணிந்த குரலாக. காலனிய ஆட்சியில் செவனி அடையாளப்படுத்தும் தலித் கலகக்குரல் 'ஒருத்தி' படத்தில் அதிகம் வலியுறுத்தப்படாமல் பின்னணியில் ஒலிக்கிறது; பல முரண்பாடுகளுக்கிடையிலும் அவள் தன்னுடைய மனதிற்கினிய வாழ்க்கையைத் தொடர்வதிலேயே அதிக கவனம் செலுத்துகிறாள். ஆனால் சமகாலச் சூழலில் உருவாக்கப்பட்டுள்ள மனுசங்கடாவில் தலித் எதிர்ப்புக்குரலும் அநீதிக்கு எதிரான போராட்டமும் சமத்துவத்துக்கான கோரிக்கைகளும் வெளிப்படையாக எழுப்பப்படுகின்றன. இங்கு ஒருத்தி படத்துக்கு மாற்றாக பிரதான பாத்திரமாக கோலப்பன் உயர்சாதி இந்துக்களின் எதிர்ப்பையும் அவர் களுடைய நியாயமற்ற செயல்களையும் வெறுப்பு அரசியலை யும் போலீஸ் அதிகாரிகளின் துணையுடன் அவர்கள் மேற்கொள்ளும் சட்ட மீறல்களையும் எதிர்ப்பதற்கான வலிமையை நண்பர்களின் துணையுடன் அடைவது என்பது ஒரு துணைக்கதையாக வருகிறது.

மனுசங்கடா படம் கோலப்பன் என்ற சென்னையில் ஒரு கம்பெனியில் வேலை பார்க்கும் 25வயது இளைஞன் தன்னுடைய நண்பர்களுடன் ஒரு அபார்ட்மென்டில் தங்கி இருப்பதுடன் தொடங்குகிறது. அவனுக்கு அவனுடைய மைத்துனரிடமிருந்து (சசிகுமார்) அவனுடைய அப்பா திடீரென மாரடைப்பால் இறந்துவிட்டதாக போன் அழைப்பு வருகிறது. அவன் தன்னுடைய அப்பாவுக்கான இறுதிச்சடங்கு ஏற்பாடுகளுக்காக உடனே கிராமத்துக்கு புறப்படுகிறான்.

அங்கு வந்ததும் தந்தையின் மரணம் மட்டுமில்லாமல் மேல்சாதி இந்துக்களின் கடுமையான எதிர்வினைகளும் சுடுகாட்டுக்கு செல்லும் ஒரே பொதுப்பாதையில் தந்தையின் உடலை எடுத்துச்செல்ல அவர்கள் மறுப்பதும் அவனை துயரத்தில் ஆழ்த்துகின்றன. அவர்கள் தங்களுடைய சமூக பலத்தாலும் சட்டத்தை புறக்கணித்து அதிகாரிகளை சரிக் கட்டும் திறமையாலும் சவ ஊர்வலத்தை தடுக்க நினைக் கிறார்கள்.

கோலப்பனும் அவனுடைய நண்பர்களும் அண்ணன் (சேதுடார்வின்) என்று அழைக்கப்படும் சமூக செயல் பாட்டாளரின் ஆலோசனைப்படி காவல்துறையையும் அரசு அதிகாரிகளையும் சந்திக்கிறார்கள். ஆனால் பயன் ஏதும் இல்லை. இந்த சமயத்தில் கோலப்பனின் பெண் நண்பரான ரேவதியும் (ஷீலா ராஜ்குமார்) அவனுக்கு ஆதரவாக அங்கு வந்து சேர்கிறார். அடுத்த நாள் கோலப்பன் தன்னுடைய தந்தையின் உடலை கௌரவமாக புதைப்பதற்காக எடுத்துச் செல்லும் உரிமையை மேல்சாதி இந்துக்கள் மதிக்க வேண்டும் என்று உத்தரவிடக்கோரி சென்னை உயர்நீதிமன்றத்தில் வழக்குப் பதிவு செய்கிறான். கோலப்பனின் நியாயமான மனிதாபிமான கோரிக்கையை ஏற்று நீதிமன்றம் கோலப்பனுக்கும் அவனுடைய உறவினர்களுக்கும் மேல்சாதி இந்துக்களின் வன்முறையிலிருந்து பாதுகாப்பு அளிக்கும்படி அரசு யந்திரத்துக்கு உத்தரவிடுகிறது

ஆனால் மறுநாள் கோலப்பனும் அவனுடைய நண்பர்களும் சவ ஊர்வலத்துக்கு ஏற்பாடு செய்யும்போது போலீஸ் பொதுவழியில் அவர்கள் பிணத்தை எடுத்துச்செல்வதை தடுக்கிறது. வன்முறை வெடிக்கும் என்றுகாரணம் காட்டி கோலப்பனும் அவனது நண்பர்களும் நீதிமன்ற தீர்ப்பை அமுல்படுத்தும்படி போலீஸை வலியுறுத்துகிறார்கள். ஆனால் போலீஸ் பிடிவாதமாக இருக்கிறார்கள். அவர்கள் அமைதியாக அடக்கம் செய்ய விரும்பும் கோலப்பன் மற்றும் நண்பர்களின் கோரிக்கையை ஏற்காமல் பலவந்தமாக உடலைக் கைப்பற்ற முயற்சிக்கிறார்கள். வேறு வழியில்லாமல்கோலப்பனும் அவனுடைய நண்பர்களும் உறவினர்களும் உடலை அவனுடைய சிறிய வீட்டுக்குள் எடுத்துச்சென்று வீட்டை உள்ளிருந்து பூட்டிக் கொள்கிறார்கள். போலீஸ் வலுக்கட்டாய மாக நுழைந்தால் தீயிட்டுக் கொள்வதாக எச்சரிக்கிறார்கள்.

கோலப்பனும் அவனுடைய நண்பர்களும் குறுகிய வெளி யில் மூச்சுத்திணறும் விதமாக நகர்வதற்கு இடமில்லாதபடி இறந்த உடலுடன் அடைபட்டுக்கிடக்கும் அத்தருணத்தில் அவர்களது தற்கொலை அபாயம் மற்றும் அதன் சட்டரீதியான விளைவுகள் குறித்த பயத்தை போலீசுக்கு உருவாக்குகிறது.

இறுதியில், அங்குவரும் வருவாய் மேலதிகாரி (மீனாட்சி சுந்தரம்) உடலை கிராமத்திலுள்ள பொதுப்பாதை வழியாக எடுத்துச்செல்லலாம் என்று வீட்டுக்குள்ளிருந்த கோலப்பனுக்கு உறுதி அளித்ததும் போலீஸ் பின்வாங்குகிறது.

இதைக் கேட்டதும் கோலப்பன் வெளியே வந்து வழக்கப்படி உடலை எடுப்பதற்கு முன்னால் தலையை மொட்டையடித்துக்கொள்ளும் காரியத்தில் ஈடுபடுகிறான். சடங்குப்படி பாடையையும் உடலையும் அலங்கரிக்கும் வேலைகள் தொடங்குகின்றன. ஆனால் கிராமத் தெருவில் பாடை எடுத்துச் செல்லப்படும்போது தெருமுனையில் காத்திருக்கும் போலீஸ்காரர்கள் கோலப்பனையும் அவனுடைய ஆட்களையும் வழிமறிக்கிறார்கள். அவர்களைக் கைது செய்து அவர்களிடமிருந்து உடலைப் பறிக்கிறார்கள். உடலை முட்களும் புதர்களும் நிறைந்த மாற்றுப்பாதையில் ஊருக்கு வெளியே எடுத்துச்செல்கிறார்கள். கோலப்பனும் அவனுடைய ஆட்களும் பிறகு நடுஇரவில் விடுவிக்கப் படுகிறார்கள். அடுத்தநாள் கோலப்பனும் அவனுடைய உறவினர்களும் அவனுடைய தந்தைக்கு இறுதிச்சடங்குகள் செய்ய மயானத்துக்கு செல்லும்போது இரவில் பெய்த மழை புதைத்த இடத்தை மறைத்துவிட்டிருந்தது. ஈரமான நிலத்தில் முட்கள் நிறைந்த புதர்களுக்கு நடுவே உத்தேசமான ஒரு இடத்தைத்தான் அவர்களால் கண்டுபிடிக்க முடிகிறது. உணர்ச்சிவயப்பட்ட நிலையில் கோலப்பன் அலறி தரையில் வீழ்கிறான். புதைத்த இடத்தை சரியாக அனுமானிக்க முடியவில்லை. இது கோலப்பனின் விதிவிலக்கான வழக்கம் மீறிய அசாதாரணமான கதை இல்லை. தினசரி வாழ்க்கையில் இதுபோன்ற வழக்கமான சம்பவங்களைப் பற்றி இயக்குனர் அம்ஷன்குமார் இவ்வாறு கூறுகிறார் :

"மேல்சாதியினரின் உத்தரவுகளை தலித்துகள் கீழ்ப்பணிந்து நிறைவேற்றுவது என்பது இந்தியாவில் நீண்டகாலமாக நடைபெற்றுவருகிறது. இறந்தவர்களை அடக்கம் செய்வதற்கு இடம் மறுக்கப்படுவது மட்டுமில்லாமல் அதை மேல்சாதியினர் வசிக்கும் தெருக்கள் வழியே எடுத்துச் செல்வதும் எதிர்க்கப் படுகிறது. சமீபகாலமாக அவர்கள் பொது இடங்களில்

தங்கள் உரிமைகளை மறுக்கும் காலம் காலமான நடைமுறைகளையும்பழக்கவழக்கங்களையும் கேள்வி கேட்க ஆரம்பித்திருக்கிறார்கள். ஆயினும் அதுபோன்ற (ஒடுக்கப் பட்ட) குரலை எழுப்பும் சந்தர்ப்பங்கள் மிகவும் குறைவு".

மனுசங்கடாவின் கதையாடல் இந்தியாவின் தென்கிழக்கு கடற்கரைப் பகுதியான நாகப்பட்டிணத்தில் உள்ள ஒரு கிராமத்தில் 2016-ல் நடந்த தலித் எதிர்ப்பு சம்பவங்களின் பின்புலத்தில் உருவாக்கப்பட்ட ஒரு புனைவு. படத்திலுள்ள கதையாடல் நடைபெறும் புனையப்பட்ட கிராமமான சிதம்பரத்துக்கு அருகிலுள்ள அம்மையப்பன் கிராமம் பெரும் பாலும் மூலக் கிராமிய சூழலை ஒத்திருந்ததாலும் அதுபோன்ற சாதிய மேலாண்மைச் சூழல் அங்கும் நிலவியதாலும் தேர்வு செய்யப்பட்டது. கோலப்பனுடைய எளிமையான வீடு அமைந்துள்ள பகுதி மயானத்துக்குப் போகும் தெருவை ஒட்டியும் தெருமுனையில் போலீஸ் திடீரென சவஊர்வலத்தை தடுத்து நிறுத்துவதற்கு ஏதுவாகவும் அமைந்துள்ளது. முக்கியமாக இயக்குனர் அம்ஷன் குமார் இதுபோன்ற தலித் ஒடுக்குமுறை சார்ந்த கதையை அதன் உண்மையான சுற்றுப்புறங்களில் எடுப்பதை ஆபத்தானதாக கருதுகிறார்.

"ஒவ்வொரு கிராமமும் இதுபோன்ற சாதீய சூழல் அமைப்புடனேயே இருப்பதால் பகலில் படப்பிடிப்பை நடத்துவது சிரமமானது. ஒவ்வொருகணமும் படப்பிடிப்பு தடுக்கப்படுவதற்கும் நடிகர்கள் மேல்சாதிக்காரர்களால் தாக்கப்படுவதற்குமான சாத்தியங்கள் அதிகமாக இருந்தன. மிகுந்த சிரமங்களுக்கிடையே படம் தேவையான எல்லா விவரங்களுடன் எந்த சமரசமும் இல்லாமல் முடிக்கப்பட்டது."

அம்ஷன் குமாரின் இலக்கு சமகால இந்தியாவில் பரவலான மனிதஉரிமை மீறல்களுக்கிடையே வளர்ந்து வரும் தலித் எழுச்சியைகவனப்படுத்துவதுதான்; ஆனால் அதில் அவர் மேற்கொண்ட சிரமங்கள் கிராமப்புற மேல்சாதி ஆதிக்கத்தையும் பலவிஷயங்களை அவர்கள் கட்டுப்பாட்டில் வைத்திருப்பதையும் விளக்குபவை, ஆதலால் தலித்

ஒடுக்குமுறை குறித்த யதார்த்தத்தை சித்தரிப்பது அவருக்கு இலகுவான பதட்டமற்ற அனுபவமாக அமையவில்லை.

மனுசங்கடா படமும் நேரத்தின்/ காலத்தின் அழுத்தமும்

மனுசங்கடா கதை கவனமாக வடிவமைக்கப்பட்டுள்ளது. கதைப்போக்கு உடல் அடக்கம் செய்யப்பட வேண்டியதின் அவசரத்தை ஒட்டி நேர ஓட்டத்துடன் பயணிக்கிறது. வழக்கமாக கிராமங்களில் நிகழும் மின்தடை அல்லது மின் சேவை பாதிப்பு ஆகியவை ஏழை மக்களுக்கு சவஅடக்கத்தை தாமதப்படுத்தலாம். கதைநிகழ்வைத் தாண்டி மனுசங்கடா படத்தில் நேரம் என்பது ஒரு முக்கியமான அம்சமாக இருக்கிறது. ஏனென்றால் தலித் பிரச்னைகளைத் தீர்க்கவேண்டியது ஒரு அவசரமான உடனடித் தேவை என்பதை படம் வலியுறுத்துகிறது. தலித்துகள்தான் அன்றிலிருந்து இன்றுவரை தண்டிக்கப்பட்ட மற்றும் உரிமைகள் மறுக்கப்பட்ட சமூகமாக இருக்கிறார்கள். சவ அடக்கத்தின் பின்புலத்தில் உருவாக்கப் பட்ட இப்படத்தின் கால அழுத்தம் என்ற கருத்து அந்த கதையினால் மட்டும் உருவாக்கப்பட்டதல்ல. அது அம்ஷன் குமாரின் நீண்டநாள் உதவியாளரான சினிமாடோகிராபர் பி.எஸ்.தரனின் கையிலுள்ள கேமரா மூலம் நுட்பமாக வடிவமைக்கப்பட்ட காட்சித் தளத்தாலும் உருவானது.

அம்ஷன் குமாரின் சினிமா இலக்குகள் கேமராவுக்கு முன்னும் பின்னும் இயங்கும் நடிகர்கள் தொழில் நுட்பக் கலைஞர்கள் மற்றும் தயாரிப்பாளர்கள் மேல்சாதியைச் சேர்ந்தவர்களாக இருக்கும் சென்னை ஸ்டூடியோக்கள் மற்றும் அதன்படத்தயாரிப்பு வரலாற்றை கேள்விக்குட்படுத்து கின்றன. கதாசிரியர்களுக்கும் இயக்குனர்களுக்கும் முக்கிய கதாபாத்திரங்களில் தலித்துகளை வைத்து மேல்சாதி ஒடுக்குமுறை பற்றிய கதையாடல்களை முன்வைப்பது என்பது சமீப காலங்களில்தான் சாத்தியமாகி இருக்கிறது.

இந்தியா முழுவதும் இந்துத்வா இயக்கத்தின் வெறுப்பு அரசியல் வளர்ச்சியால் பாதிக்கப்பட்டுள்ளது. தலித்துக்கள் முஸ்லீம்கள் கிறித்தவர்கள் ஆகியோர்மீது கொலைவெறி

தாக்குதல் நடத்தும் குண்டர் படைகளை இந்த அரசியல் வாதிகள் ஆதரிக்கின்றனர். குறிப்பாக பொது இடங்களில் கட்டிவைத்து அடித்தல் மற்றும் வன்முறையில் ஈடுபடுதல் போன்ற தங்களுடைய திட்டப்படி கௌரவக் கொலைகளிலும் ஈடுபடுகிறார்கள். இது தலித்துகளுக்கும் வேறுசாதியில் திருமணம் செய்து கொள்ளும் மேல்சாதி இந்துப் பெண்கள் மற்றும் ஆண்களின் உயிர்களுக்கும் ஆபத்தை விளைவிக்கிறது. இந்த வன்முறைக்குழுக்கள் பசுக்கொலை மற்றும் மாட்டுக்கறி சாப்பிடுவதற்கு எதிராக ஒரு ஜனநாயக விரோத தடையையும் விதிக்கிறார்கள். 1970களில் இந்திய ஜனநாயகத்தை சிறுமைப் படுத்திய அவசரநிலை காலகட்டம் அமிதாப்பச்சன் என்கிற சினிமாகதாநாயகனை கோபம்கொண்ட இளைஞனின் வடிவமாக *(Angry Young Man)* பிரபலப்படுத்தியதுபோல் இந்தியாவின் இப்போதைய மத சர்வாதிகார அரசியல் சமகாலக் கலைஞர்களின் எதிர்ப்புக் குரலுக்கான இலக்காக அமையமுடியும்.

கைகளில் ஏந்தப்பட்ட *(HandheldCamera)* கேமராவின் உறுதியான மற்றும் துல்லியமான தன்மையையும் சவத்தின் இறுகிய வடிவத்தையும் நேர அழுத்தம் மற்றும் சிதைவு குறித்த மனித எதிர்பார்ப்புகளின் படிமங்களாகப் பார்க்கமுடியும். ஆனால் பிரதான பாத்திரம் தொடர்ந்து சிறுமைப்படுத்தப் படுவதால் இங்கே அந்தப்படிமங்கள் தலித்துகளின் உரிமைகள் குறித்த கேள்விகளாக மாறுகின்றன. கிராமத்தில் தங்களுக்கென ஒதுக்கப்பட்ட நிலத்தில் தந்தையை அடக்கம் செய்யும் தன்னுடைய சுதந்திரம் பறிக்கப்படுவதை எதிர் கொள்வதற்காக அவன் வீட்டுக்கு திரும்பிவருகிறான் (கேமரா தொடர்ந்து ஓடிக்கொண்டிருக்கிறது). இயக்குனர் பல இடங்களில் அகல கேமரா லென்சை உபயோகிப்பதின் மூலம் வழக்கமான நாடகத்தின் முன்புறத்தோற்றம் போன்ற ஒரு வடிவத்தை தவிர்க்கிறார். அத்தகைய நாடகீய அழகிய லுக்கு மாற்றாக, கேமராவை தொடர்ந்து ஓடவிட்டு ஒரு இனக்குழு சார்ந்த பாத்திரங்களை ஒருமுகமாக வைத்து அவர்களுடைய போராட்டத்தை படம் பிடிக்கிறார். நாடகக் குழுக்களில் நல்ல அனுபவம் கொண்ட அந்த நடிகர்கள் தங்கள் இயக்கத்தை நிறுத்தாது தங்களை நிழல்போல்

தொடரும் கேமராவைக் கொண்டு கட்டமைக்கப்படும் ஆழமான நீண்ட காட்சிகளில் ஒரு குழுச்செயல்பாட்டின் தோற்றத்தை தங்கள் தேர்ச்சிபெற்ற நடிப்பினால் யதார்த்தத் தன்மையுடன் உருவாக்குகிறார்கள்.

இந்த படத்தில் இயக்குனர் அம்ஷன் குமார் தன்னுடைய 'பாதல் சர்க்காரின் மூன்றாம் அரங்கம்' பற்றிய ஆவணப் படத்தை நினைவுகூர்ந்து அதுபோன்ற ஆவணப்பட அனுபவங்கள் எவ்வாறு சினிமாவின் அயர்ச்சிதரும் வார்ப் பான முகப்புறத்தோற்றத்தின் *(Frontality)* அழகியல் குறித்த பார்வையை மாற்றி அமைத்தன என்பதை குறிப்பிடுகிறார்:

"பாதல் சர்க்கார் நம்முடைய மரபான அரங்கத்தின் ப்ரொஸீனிய வடிவம் குறித்த விமர்சனம் கொண்டவர். அந்த வடிவத்தில் நடிகர்கள் அரங்கத்தில் உள்ள சகநடிகர்களுடன் நேரிடையாக பேசிக்கொள்வதைவிட பார்வையாளார்களை நோக்கியே பேசுவார்கள். நான் கல்கத்தாவில் பாதல் சர்க்காருடைய நாடகத்தைப் பார்த்த போது நடிகர்கள் தங்களுடைய பாத்திரங்களுக்கான பகுதிகளை அரங்கத்தில் பெஞ்சுகளுக்கு நடுவே நிகழ்த்திக்கொண்டிருப்பதைப் பார்த்தேன். சில சமயங்களில் நாங்கள் உட்கார்ந்து கொண் டிருந்த இடத்திலிருந்து வெவ்வேறு தளங்களில் பாத்திரங்கள் பரஸ்பரம் உரையாடிக் கொண்டிருந்தார்கள். அவர்கள் எங்களைப் பார்த்து பேசி செயற்கையாக நடிக்கவில்லை. அதைப் பார்த்தபோது பார்வையாளர்களாகிய நாம்தான் நாடகத்தை பார்ப்பதற்காக நம்முடைய இடத்தை சரிசெய்து பார்வையைக் கூர்மையாக்கிக் கொள்ளவேண்டும் என்று தோன்றியது."

மக்கள் அரங்கம் அல்லது இனக்குழு அரங்கம் என்று கருதப்படும் மூன்றாம் அரங்கத்தின் இத்தகைய அழகியலை மனுசங்கடா படத்திலும் பார்க்க முடிகிறது. கோலப்பனும் அவனுடைய நண்பர்களும் போலீசுடன் கடுமையான விவாதத்தில் இறங்கும்போது கோலப்பன் அவனது நண்பர்கள் மற்றும் உறவினர்கள் இடையிலான பிணைப்பு தொடர்ந்த சம்பவங்கள் வாயிலாகவும் நீண்ட நேரக் காட்சிகள் மூலமும் சித்தரிக்கப்படும் விதம் பலவருடங்களுக்கு முன்னால்

இத்தாலிய நியோரியலிசம் பற்றிய ஆந்த்ரே பஜானின் ரியலிசம் குறித்த எதிர்வினை போன்றதாக உள்ளது. அதிகாரத்தில் இருப்பவர்களது தீய நோக்கங்களையும் மேல்சாதி இந்துக்களுக்கும் அரசுக்கும் உள்ள கூட்டு பற்றியும் கோலப்பன் தன்னுடைய பயங்களை முன்னிறுத்தி போலீஸ் மற்றும் வக்கீலுடன் உரையாடும்போது அழகியலில் ஒரு யதார்த்த பாணி கடைப்பிடிக்கப்படுகிறது. ஓடிக்கொண்டிருக்கும் கேமரா கோலப்பனை ஃப்ரேமுக்குள் கொண்டு வரும்போது அவனுடைய தடுமாற்றமும் அமைதியின்மையும் பல்வேறு இழைகள் கொண்டதாக அவனது மனநிலையின் தனித்துவம் பல்வேறு விதங்களில் வெளிப்படுகிறது. அவன் தன்னுடைய கலாச்சார சூழலுக்கேற்ப தன்னுடைய தந்தையின் உடல் கௌரவமாக அடக்கம் செய்யப்பட வேண்டும் என்று கவலைப்படுகிறான். இறந்த உடலை தூக்கிக் கொண்டு மயானத்துக்கு செல்லும்போது பறை அடித்துக் கொண்டு செல்வது தலையை மொட்டை அடித்துக்கொள்வது போன்ற சடங்குகள் ஒரு இறந்த உடலுக்கு குடும்பம் செய்யும் அத்தியாவசியக் கடமைகள். ஆனால் அவைகளை சரியாக செய்யமுடியாத நிலை அங்கே இருந்தது. இவை எல்லாம் ஆரம்பத்திலிருந்தே கோலப்பன் காலத்துடன் போட்டி போடும்போது அவன் மனதில் கேமராவுடன் இணைந்து ஓடிக்கொண்டிருகின்றன. படம் முழுவதும் அவனுடைய கவலைபடிந்த முகபாவம் அவனுடைய மன ஓட்டங்களை வெளிப்படுத்துவதாக உள்ளது.

படத்திலிருந்து விலகிய ஒரு பாணியில் கோலப்பனுடைய அழுத்தப்பட்ட உணர்வுகளும் பயங்களும் அவன் கோர்ட்டிலிருந்து திரும்பி வந்த இரவின் போது ஒரு கருங்கனவாக வெளிப்படுகின்றன. அந்தத் துர்க்கனவில் அவன் தந்தையின் உடலுக்கு அருகே படுத்துக் கொண்டிருக்கிறான். திடீரென அருகாமையிலிருக்கும் ஒரு பள்ளத்தில் விழுந்துவிடுகிறான். அவன் மேலே வர யத்தனித்து உதவி கேட்கும்போது அவனுடைய பார்வைக்கோணத்திலிருந்து பல சிதைந்த உடல்களுக்கு நடுவே அவன் கிடப்பதுபோலவும் மேல்சாதிக் காரர்கள் மேலே இருந்துகொண்டு அவன் பள்ளத்திலிருந்து மேலே வரமுடியாமல் தடுப்பதாகவும் காட்சிப்படுத்தப்படுகிறது.

தன்னுடைய மரணத்தை தானே காண்பது போன்ற ஒரு கொடுங்கனவாக அவனது ஆழ்ந்த பயங்களும் கவலைகளும் வெளிப்படுகின்றன. அந்த மண்சுவர்கள் சூழ்ந்த பள்ளத்திலிருந்து அவன் ஏற முயன்று வழுக்கி விழும் நிலையில் மேலே இருப்பவர்கள் கைகொடுப்பதற்கு பதிலாக அவன்மேல் மண்ணை வாரிவீசி அவனை உயிரோடு புதைக்க நினைக்கிறார்கள். இங்கும் மனுசங்கடா படம் கனவுகளை காதலுடனேயே இணைத்துப்பார்க்கும் மையநீரோட்ட சினிமாவின் பொதுவான போக்குக்கு மாற்றாக கனவை அரசியல் அவலத்தின் ஒட்டுமொத்த வெளிப்பாடாக பயன்படுத்துகிறது.

மனுசங்கடா படத்தின் கதையும் சம்பவங்களும் நான்கு நாட்களுக்குள் நடக்கின்றன. இறந்த உடலை கௌரவமாக மயானத்துக்கு எடுத்துச்செல்வதற்காக அரசு அமைப்புகளுடன் போராடுவது போன்ற முக்கியமான சம்பவங்கள் ஒன்றன்பின் ஒன்றாக அடுக்கப்படுகின்றன. நேரம் கடந்து கொண்டிருக்கிறது என்கிற விஷயம் பாத்திரங்களின் உரையாடல்கள் மூலமாகவும் தொடர்ந்து நினைவுபடுத்தப்படுகிறது. குடும்பமாக இறந்த வருக்காக வருத்தப்படுவதற்கு நேரம் செலவழிப்பதைவிட போலீஸ் ஸ்டேஷனுக்கும் அரசு அதிகாரிகளிடம் அனுமதி கேட்பதற்குமே நேரம் வீணாகச் செலவாகிறது. சட்டம் அவன்பக்கம் இருந்தபோதும். முக்கியமாக இறந்த உடலைக் குறிப்பிட்ட நேரத்துக்குள் அதாவது இரண்டு நாட்களுக்குள் அடக்கம் செய்யவேண்டும் என்ற கிராம வழக்கத்தால் படத்தில் கால அழுத்தம்/அவசரம் என்பது ஒரு முக்கிய அம்சமாகிறது. சில சந்தர்ப்பங்களில் அதாவது பிரேத பரிசோதனை செய்யப்படும்போது அல்லது நெருங்கிய உறவினர் நீண்ட தூரத்திலிருந்து வருவதற்காக காத்திருக்கும் போது காலதாமதம் ஏற்படலாம். மற்றபடி சவ அடக்கத்தை தாமதப்படுத்துவது என்பது இறந்தவருக்கு செய்யப்படும் அவமரியாதை.

இந்தப் படத்தில் நேரத்துக்கு இணையாக கோலப்பனின் ஓட்டம் அமைந்திருப்பதை பார்க்கமுடியும். விடிவதற்கு முன்னால் தந்தையின் மரணச்செய்தி அவர் இறந்தவுடனேயே

கோலப்பனின் மைத்துனரிடமிருந்து செல்போனில் வருகிறது. கோலப்பன் அதிர்ச்சியுடன் அவர்காலை 4.30க்கே இறந்து விட்டாரா என்று கேட்கிறான். அதனால் அவனுக்கு தெரிவிக்கப்பட்டது காலை 5 மணிக்குள் என்பதை ஊகிக்க முடியும். அவனுடைய அறை நண்பன் அவனுடைய மோட்டர் பைக்கில் அவனை பஸ்ஸ்டாண்ட் அழைத்து வருகிறான். அவர்கள் மோட்டர்பைக்கில் வரும்போது தெருக்கள் இருட்டாகவே இருக்கின்றன. ஹெட்லைட் வெளிச்சத்தில் வருகிறார்கள் - இன்னும் விடியவில்லை என்பதைச் சுட்ட. அறை நண்பன் அவனுடைய கிராமம் வரை அவனை கொண்டுவந்து விடுவதாக சொல்லும்போது கோலப்பன் சிரமப்படவேண்டாம் என்று மறுக்கிறான். கிராமத்துக்கு செல்லும் பஸ்ஸைப் பிடித்து அதில் பயணிக் கிறான். அவனுடைய கிராமம் கணிசமான தூரத்தில் இருப்பது சொல்லப்படுகிறது. அங்கு வந்தவுடனேயே மேல்சாதி இந்துக்கள் மயானத்துக்கு செல்லும் பொதுப் பாதையை அவர்களுக்கு மறுப்பதை அறிகிறான். கோலப்பனும் அவனுடைய மைத்துனரும் நண்பர்களும் அவர்களுடைய ஆலோசகர் அண்ணனைத் தேடி அவர் வீட்டுக்கு வருகி றார்கள். அவர் கலெக்டர் ஆபீசுக்கு ஒரு வேலையாக சென்றிருப்பதால் அவரை சந்திப்பது தாமதமாகிறது.

அண்ணனின் மனைவி அவர்கள் ஒரு 5 நிமிடத்தில் அவரை தவறவிட்டதாக கூறுகிறார், அண்ணனுடைய சமூக அக்கறைகளை அவர்கள் அறிவார்கள். அவர் திரும்பிவர குறைந்தது 2 மணிநேரமாகும் என்று நினைக்கிறார்கள். இந்த நிகழ்வுகளின் போது கைகளில் ஏந்தப்பட்ட கேமரா கோலப்பனின் அமைதியற்ற மன ஓட்டங்களை படம்பிடிக் கிறது. அதற்குள் அவர்கள் போலீஸ் இன்ஸ்பெக்டரையும் ரெவினியூ அதிகாரியையும் சந்திக்கிறார்கள். ஆனால் ஒன்றும் பயனில்லை. அதனால் திரும்பிவந்து அண்ணனுக்காக காத்திருக்கிறார்கள். அண்ணன் வரும்போது நேரமாகிவிடுகிறது. அவர் அன்று வேறு ஒன்றும் செய்யமுடியாது என்று சொல்கிறார். மறுநாள் காலை சீக்கிரம் சென்னைக்கு கிளம்பி அவருடைய வக்கீல் நண்பரை சந்திக்கும்படி சொல்கிறார். அவர்கள் சமூக அக்கறைகொண்ட அந்த வக்கீலை (கருணா

பிரசாத்) சந்திக்கும் போது அவர் கோலப்பனுக்காக தயாரித்து வைத்திருந்த ரிட்மனுவை படித்துக்காட்டுகிறார். கோர்ட் வழக்குகளில் சாதாரணமாக தீர்ப்பு கிடைக்க தாமதமாகும் என்பதால் இதிலும் அதிக நேரம் வீணாகும் என்று கோலப்பன் அச்சப்படுகிறான். இது ஒரு அவசரத் தீர்வுக்கான ரிட் என்பதால் அதாவது ஒரு நீதிமன்றம் கீழ் நீதிமன்றத்துக்கோ அல்லது அரசுத் துறைக்கோ தங்கள் நிர்வாக கடமையை சரிவர செய்யும்படியோ அல்லது சட்ட மீறலை நிவர்த்தி செய்யும்படியோ கோரக்கூடிய அவசர ரிட் என்பதால் தீர்ப்பு அன்றேகிடைக்கும் என்று அவர் உறுதியளிக்கிறார். அவர்களை நீதிமன்றத்தில் சரியாக காலை 10 மணிக்கு ஆஜராகும்படி சொல்கிறார்.

அவருடைய அலுவலகத்தில் உள்ள கடிகாரத்தில் அப்போது மணி காலை 7.40. அவர்கள் கோர்ட்டுக்கு சரியான நேரத்துக்கு செல்கிறார்கள். அங்கே அலுவலர்களுடன் பேசிய பிறகு வக்கில் அவர்களுடைய வழக்கு பிற்பகலில் எடுத்துக்கொள்ளப்படும் என்கிறார். வருத்தத்தில் இருக்கும் கோலப்பன் தந்தையின் உடல் அடக்கம் செய்யாமல் கிடப் பதை கூறுகிறான். வக்கீல் தேவையானதை அவர் செய்வதாக அவனுக்கு ஆறுதல் அளிக்கிறார். இதற்கு முன் நிகழ்ந்த சம்பவங்களின்போது இல்லாதபடி கேமரா இந்தக் காட்சியில் கோர்ட்டுக்குள் நிலையாக ஒரு முக்காலியில் (ட்ரைபாடில்) இருத்தப்பட்டுள்ளது. இந்தக் காட்சியின் உறுதியான நிலைத்த தன்மை ஒரு ஊழல்மிகுந்த அமைப்பில் நீதிக்கான ஒரு சிறிய நம்பிக்கையை வெளிப்படுத்துவதாக உள்ளது. முக்கியமாக மனிதாபிமானம் மிக்க அந்த வக்கீலின் இருப்பால் அது உருவானதாக உள்ளது. அவர் விளிம்புநிலை மக்களுக்கான குடியுரிமைகளுக்காக போராடும் ஒரு சிறுபான்மை வக்கீல் சமூகத்தின் பிரதிநிதியாக இருக்கிறார். அந்த உறுதித்தன்மையும் வக்கீலுடைய இருப்பும் கோலப்பனுக்கு ஆறுதல் அளிப்பதாக இருக்கின்றன. வேகமாக நகர்ந்துகொண்டிருக்கும் கைக் கேமராவில் வெளிப்பட்ட கோலப்பனின் பயங்கள் கோர்ட்டுக்குள் சமனப்பட்டு சட்டமும் நீதியும் ஒரு சமநிலைக்கான சாத்தியங்களை உருவாக்க முடியும் என்பதை வெளிப்படுத்தும் விதமாக கேமரா நிலையாக கோர்ட்டுக்குள்

நிறுத்தப்பட்டிருக்கிறது. சாதகமான தீர்ப்புக்குப் பிறகு ஒரு நல்லெண்ண அடையாளமாக அண்ணன் வக்கீலை காப்பி சாப்பிட அழைக்கிறார். ஆனால் வக்கில் அதை மறுத்து அவர்களை நேரத்தை வீணாக்காமல் விரைந்து செல்லும்படி சொல்கிறார், அழைப்புக்கு நன்றி தெரிவித்தபடி.

அதற்கடுத்து மூன்றாவது நாளில் கிராம மக்கள் அடக்கத்துக்கான ஏற்பாடுகளை செய்ய ஆரம்பிக்கிறார்கள். நீதிமன்றத்தில் வெற்றி கிடைத்ததை அறிவிக்கும் விதமாக எங்கும் போஸ்டர்கள் ஒட்டப்பட்டு அடக்கம் எப்போது நடைபெறும் என்பதும் அறிவிக்கப்படுகிறது. போலீஸ் இன்ஸ்பெக்டர் கோலப்பனின் குடும்பத்தாரிடம் அவர்கள் மூன்று நாட்களாக பிணத்தை புதைக்காமல் இருப்பதை நினைவுபடுத்தி அந்த தாமதத்துக்கு அவர்களையே குற்றம் சாட்டுகிறார். பிறகு போலீஸ் பேச்சை மாற்றி உடலை வலுக்கட்டாயமாக அங்கிருந்து எடுத்துச்செல்லப்போவதாக மிரட்டுகிறது. கிராமத்துக்காரர்கள் உடனே உடலை வீட்டுக்கு உள்ளே எடுத்துச்செல்கிறார்கள்.

கதவை உடைத்துக் கொண்டு வீட்டுக்கு உள்ளே வர 5 நிமிடங்கள் கூட பிடிக்காது என்று போலீஸ் உள்ளே இருப்பவர்களை எச்சரிக்கிறது. கோலப்பனின் வீட்டுக்கு வெளியே ஒரு தொலைக்காட்சி பெண் நிருபர் ஒரு புகைப்படக்காரருடன் தன்னுடைய அறிக்கையை கேமராவில் பதிவு செய்து கொண்டிருக்கிறார். பெண் நிருபர் அவர்கள் மூன்றுமணி நேரமாக வீட்டுக்கு உள்ளே இருக்கிறார்கள் என்று சொல்கிறார். வீட்டுக்குள்ளே கோலப்பனின் தோழி ரேவதி மூச்சுத்திணறலால் மயக்கமடைகிறார். அதிகாரிகள் 2 மணி நேரமாக மின்சேவையை நிறுத்தியிருக்கிறார்கள். அதனால் பெட்டிக்குள் வைக்கப்பட்டுள்ள உடல் அழுக ஆரம்பிக்கும் என்று கோலப்பனின் உறவினர்கள் பேசுவது கேட்கிறது. உடல் அழுகிவிட்டதை காரணம்காட்டி போலீஸ் வலுக்கட்டாயமாக உடலை எடுத்துச்செல்லலாம் என்று அவர்கள் பயத்தை வெளிப்படுத்துகிறார்கள்.

கடைசியில் அந்த நாளின் முடிவில் அவர்கள் உடலை ஊர்வலமாக மயானத்துக்கு எடுத்துச் செல்லும்போது

போலீஸ் அவர்களை வழிமறிக்கிறது. ஒரு போலீஸ்காரர் அவர்கள் காலையிலிருந்து டீ கூட குடிக்கவில்லை என்றும் உடலை வேறுவழியில் எடுத்துச் செல்லும்படியும் கெஞ்சுகிறார். அதன்பிறகு உடல் அவர்களிடமிருந்து பறிக்கப்பட்டு கோலப் பனும் அவனுடைய உறவினர்களும் கைது செய்யப்பட்டு அழைத்துச் செல்லப்படுகிறார்கள். நடு இரவில் (மூன்றாம் நாள்) அவர்கள் விடுவிக்கப்படுகிறார்கள். கைது செய்யப்பட்ட ஒரு பெண் உறவினர் அவர்கள் காலை 1 மணிக்கு (நான்காம் நாள்) விடுவிக்கப்பட்டதாக கூறுகிறார். நான்காம் நாள் காலையில் ஈரமான சாலைகள் முந்தைய இரவில் மழை பெய்திருப்பதை உணர்த்த கோலப்பன் சட்டவிரோதமாக போலீஸ் புதைத்த அந்த இடத்தைக் கண்டுபிடிக்க சிரமப் படுகிறான்.

அவன் தலித் என்பதால் நீதிமன்றம் அவனுக்கு வழங்கிய அடிப்படை உரிமை கூட அவனிடமிருந்து பறிக்கப்படுகிறது. இத்தகைய ஒரு நிலையில் அம்ஷன் குமார் அவர்களின் படம் தலித்துகளின் அவலம் மற்றும் அவர்களுக்கு இழைக்கப்படும் அநீதி குறித்த ஒரு ஆழ்ந்த பதிவாக உள்ளது. அந்த அநீதி அவர்களது மரணத்துக்குப் பிறகும் நீடிக்கிறது. இந்த இறுதிக் காட்சிகளில் கேமரா கைகளில் பிடிக்கப்பட்ட நிலையில் ஆனால் முந்தைய காட்சிகளைவிட சற்று தூரத்தில் உள்ளது. மூன்றாம் சினிமா அழகியலை நினைவுபடுத்தியபடி, அதாவது ஒடுக்கப்பட்ட சமூகத்தின் நிலையை அணுக்கமாக கவனப் படுத்தியும் அதே சமயம் பார்வையாளர்களை அதை சிந்திப் பதற்கான சற்று தொலைவில் நிறுத்தியபடியும் கேமராநிலை கொண்டுள்ளது. ஆனால் கடைசியில் கோலப்பன் தரையில் விழுந்து கதறும் நிலையில் இந்த உத்தி சற்று மாற்றமடைகிறது. அங்கு நிலக்காட்சியிலிருந்து அணுக்கக்காட்சிக்குப் பாய்ந்து அவனது கொந்தளிப்பை, ஆற்றாமையை ஒருசேர சட்டகப்படுத்துகிறது.

நேரத்துடன் போட்டியிடுவது போன்ற கதையாடல் பாணி தமிழ் சினிமாவில் பரவலாக உள்ளது. உதாரணத்துக்கு மறைந்த இயக்குனர் மணிவண்ணனின் 24 மணி நேரம் (1984) படத்தில் கதாநாயகன் சபதம் செய்து தன்னுடைய

தந்தையைக் கொன்றவர்களை 24 மணி நேரத்தில் பழி வாங்குகிறான். அதேபோல் மிகவும் பாராட்டப்பட்ட மலையாளப் படம் 'டிராஃபிக் (இயக்கம் ராஜேஷ் பிள்ளை 2011)-ஐ தழுவி அமைந்த சமீபத்திய சென்னையில் ஒரு நாள் (இயக்கம் ஷகீத் காதர் 2013) படம் சென்னையில் (செப்டம்பர் 16 அன்று) ஒரே நாளில் நடக்கும் சம்வங்களை காட்சிப் படுத்தியது. ஆனால் எது 'மனுசங்கடா படத்தை வேறுபடுத்து கிறது என்றால் கடந்து கொண்டிருக்கும் நேரம் மட்டுமல்ல நாம் வாழும் காலத்தின் மீதும் அது உருவாக்கும் கவனம். கிராமத்திலிருந்து துவங்கும் கோலப்பனின் பயணத்தை அதாவது கிராமத்திலிருந்து அண்ணனின் வீட்டுக்கும் பிறகு சென்னைக்கும் பிறகு கிராமத்துக்கும் என கிராமம் எப்படி இப்போது மாறிவிட்டிருக்கிறது என்பதை நுட்பமாக சித்தரிக்கிறது. தலித்துகள் கிராமத்திலிருந்து பிரிக்கப்பட்டு வெளியே சேரிகளில் வாழ நிர்ப்பந்திக்கப்பட்ட பழையகால கிராமம் அல்ல அது.

தமிழ் கிராமத்தின் வரைபடம் என்பது தற்போது பெரிதும் மாறியுள்ளது. நிலங்கள் என்பது அரிதாகவும் அதிகவிலை கொண்டதாகவும் மாறிவிட்ட நிலையில் கிராமத்தின் நடுவில் அமைந்துள்ள ஒரே சாலையானது எல்லா வீடுகளையும் இணைக்கும் விதமாக அதே சமயம் பக்கம் பக்கமாக (சாதி வாரியாக) வரிசைப்படுத்தும் விதமாகவும் அமைந்துள்ளது. ஊரின் ஒதுக்குப்புறமாக இருந்த சேரிகள் மறைந்தாலும் சாதிப்பிரிவுகள் என்பது இன்றும் உக்கிரமாகவே உள்ளது. ஒரே தெருவில் செல்ல வேண்டும் எனும்போது அத்தெரு சாதிய மேலாதிக்கத்தின், மேல்சாதியினரின் திமிரின் உருவக மாக உள்ளது. மேல்சாதி இந்துக்கள் சாலையை மறித்து மற்றவர்களுக்கு வழி இல்லாமல் செய்யக்கூடிய ஆற்றல் கொண்டவர்களாக இருப்பதால் தலித்துகளுக்கு வீதிகளுக்குள் செல்ல சுதந்திரம் இல்லாமல் அவர்களுடைய இயக்கம் இடர்கள் நிறைந்ததாக உள்ளது. இந்த சந்தர்ப்பத்தில் கோலப் பனும் அவனுடைய நண்பர்களும் தங்களுடைய மோட்டர் பைக்குகளை நெடுஞ்சாலையில் ஓட்டிச் செல்வது புதிய அர்த்தங்கள் கொண்டதாக உள்ளது. நண்பர்கள் இணைந்த குழு என்பது இங்கு அவர்களின் இயங்கு வெளியை

கட்டமைத்து காலத்துடன் போட்டியிட அவர்களுக்கு சமனை உருவாக்குகிறது.

நவம்பர் 4, 1948-ல் தலித் அறிஞரும் நிகரில்லாத தலைவருமான பாபாசாகேப் அம்பேத்கர் இவ்வாறு கூறுகிறார்: "கிராமம் என்பது குறுக்கல்வாதம், அறியாமை, குறுகிய மனப்பான்மை மற்றும் சாதீய வாதத்தின் கூடாரமாக இருக்கிறது."

அவர் அன்று கூறியது சுதந்திரம் அடைந்து 60 வருடங்களுக்குப் பிறகும் கோலப்பனின் கிராமத்தில் எதிரொலித்தபடி உள்ளது. மேல்சாதியினரின் வக்கிரமான சிந்தனைகள், சாதீய வன்முறை மற்றும் பகைமை உணர்வுகளில் எந்த மாற்றமும் இல்லை. பல சமகால தலித் அறிவுஜீவிகள் நகரங்களில் நிலவும் பிராம்மண மற்றும் மேல்சாதி மனப்பான்மைகளை குறிப்பிட்டு அரசு நிறுவனங்களில் அவர்களது ஆதிக்கம் எவ்வாறு தலித்துகளுக்கு கல்வியையும் வேலை வாய்ப்புகளையும் மறுக்கிறது என்பதைக் குறிப்பிடுகிறார்கள். உதாரணமாக, சமகால தலித் அறிவுஜீவியான ஆனந்த் தெல்தும்ப்டே குஜராத் கலவரத்தின் போது முஸ்லீம்கள் மற்றும் தலித்துகள் மீது இந்துத்வ சக்திகள் வன்முறை நிகழ்த்தியபோது நிலவிய பனியா-பிராம்மண நெருக்கத்தை குறிப்பிடுகிறார். மனுசங்கடா படம் வளர்ச்சிப்போக்கில் சிறிய நகர்ப்புறமாக மாறவிருக்கும் ஒரு கிராமத்தை அதன் கதையாடலுக்கு பயன்படுத்துகிறது. தலித்துகளின் அவலக் கதையை சென்னை போன்ற பெருநகரத்துக்கும் தென் தமிழ்நாட்டில் உள்ள ஒரு கிராமத்துக்கும் இடையே ஊடாட விடுவதின் மூலம் சமகால இந்தியாவில் மேல்சாதியினரின் பாசிச மனப்பான்மைக்கும் தலித்துகள் மீதான ஒடுக்கு முறைக்கும் இடையிலான போராட்டத்தை (விலக்கி வைக்கின்ற) விளிம்புநிலை மக்களின் உள்ளடங்கலற்ற தனியார்மயம் தாராளவாதம் மற்றும் முன்னேறும் இந்தியா என்கிற வெற்று கோஷங்களுக்குகிடையே மையப்படுத்தி செல்கிறது.

மனுசங்கடா படத்தில் நண்பர்கள் அணி

பொதுவாக தமிழ்ப்படங்களில் கதாநாயகனின் நண்பன் முக்கிய பங்காற்றுவான். அவன் கதாநாயகனுக்கும் அவனுடைய காதலிக்கும் இடையே தூதுவனாக இருப்பான். கதாநாயகன் ஏதாவது சிக்கல் அல்லது தவறான புரிதலில் இருக்கும்போது அவன்தான் அதற்கு தீர்வு காண்பான். பல தமிழ்ப்படங்களில் அவன் நல்லவனாகவும் கதாநாயகனுக்கு ஆதரவு அளிப்பவனாகவும் இருப்பான். நட்சத்திர கதாநாயகன் என்றால் நிறைய நண்பர்கள் இருப்பார்கள். உதாரணமாக கமல்ஹாசன் படங்களில் அவர்கள் நகைச்சுவை பாத்திரங்களாக இருப்பார்கள். வீரதீரக் கதாநாயகர்களான ரஜனிகாந்த், விஜய் மற்றும் அஜித் படங்கள் என்றால் வில்லன் கும்பலைத் தாக்கும் நண்பர்கள் கூட்டமாக இருப்பார்கள். மனுசங்கடா படமும் ஒரு நண்பர்களின் அணியை பயன்படுத்துகிறது. ஆனால் அது ஆதிக்கசாதியினரின் ஒடுக்குமுறை சமூகத்துக்கு எதிரான ஒரு இனக்குழுவின் வலிமையின் அடையாளமாக சித்திரிக்கப்படுகிறது. இங்குநண்பர்களின்குழுவெளியை நிரப்பும் தன்மை கொண்டதாக மிகவும் தீர்க்கமானதாகவும் தவிர்க்கமுடியாததாகவும் வடிவமைக்கப்பட்டுள்ளது. உண்மையில் மனுசங்கடா படம் ஒரு சுற்றுப்புற வெளியைவிட ஒரு இனக்குழு வெளியை கட்டமைப்பதில் அதிக கவனம் செலுத்தியுள்ளது.

எதிர்ப்புணர்வின் அடையாளமாக படம் அநீதியையும் சமத்துவமின்மையையும் கேள்விக்குட்படுத்தும் பாடலுடன் முடிகிறது, இடதுசாரி தமிழ்க் கவிஞர் அமரர் இன்குலாபின் மனுசங்கடா' பாடல்:

"மனுசங்கடா நாங்க மனுசங்கடா
உன்னைப் போல அவனைப் போல
எட்டுசாணு உசரமுள்ள மனுசங்கடா நாங்க மனுசங்கடா
எங்களோட மானம் என்ன தெருவிலே கிடக்கா
உங்க இருப்புக்லெலாம் பணியிறது
எங்களின் கணக்கா?

பெத்த மகளை சாதிவெறி வெட்டி சாய்க்குது-ரயில்
பாதையிலே எங்க உடம்பு கொட்டிக் கிடக்குது
மனுசங்கடா நாங்க மனுசங்கடா
அறுவடைக்கு மிதிச்ச நிலம் தீட்டுப் படலையே-நீங்க
ஆக்கி அதை தின்னபோதும் தீட்டுப் படலையே
உங்க பாடை போனபோதும் தீட்டு வரலையே-எங்க
பாடை கொண்டு போனாமட்டும் தீட்டு வந்திடுமா?
(மனுசங்கடா...எட்டுசாணு உசரமுள்ள மனுசங்கடா)
மனுசங்கடா நாங்க மனுசங்கடா
கழிவுநீரு தொட்டியிலே மலம் மிதக்குது-நாங்க
கண்ட கனவும் எங்க உசிரும் சேந்து மிதக்குது
குப்பையோடு குப்பையாக குடுசை போகுது- எங்க
கூக்குரலை எந்த காதும் கேக்க மறுக்குது
(மனுசங்கடா... எட்டுசாணு உசரமுள்ள மனுசங்கடா)
மனுசங்கடா... நாங்க மனுசங்கடா'

இன்குலாபின் பாடல் படத்தின் தலைப்பையும் மேல்சாதி ஆதிக்கம் மற்றும் அரசு அமைப்பை எதிர்கொள்வதற்கான படத்தின் உணர்வையும் மட்டும் உத்வேகப்படுத்தவில்லை, படத்தின் கதையாடலையும் காட்சித்தளத்தையும் கூட உத்வேகப்படுத்தியுள்ளது. கோலப்பனிடம் வழக்கமான ஹீரோத்தனங்கள் இல்லை. ஆனால் சென்னையிலும் அவனுடைய கிராமத்திலும் உள்ள நண்பர்கள் அணி அடையாளப் படுத்தும் ஒரு இன உணர்வை அவனிடம் நாம் காண்கிறோம்.

இந்த முடிவைநோக்கி அது தன்னுடைய எல்லா பாத்திரங்களையும் மூவர் அல்லது நால்வர் கொண்ட குழுவாகவும் எதிரணியில் பின்வரும் இடங்களில் உள்ள ஒடுக்கும் சக்திகள் எனவும் சமன்படுத்தி பிரிக்கிறது. அதாவது அரசு அலுவலங்களில் மயானத்துக்கு செல்லும் பொதுவழிப்பாதையில் கோலப்பனின் வீட்டுக்கு உள்ளும் வெளியிலும் மற்றும் ஒரு தீய சக்தியாக வீட்டுக்கு உள்ளிருப்பவர்களை சுற்றி வளைக்கும் போலீஸ் என எதிர் அணிகளை படம் பாகுபடுத்திக்

காட்டுகிறது. ஒடுக்கும் சக்தி கொண்ட மேல்சாதிக்காரர்கள் மற்றும் அரசு அமைப்புகளின் ஆதிக்க குரல்களுக்கு எதிராக மனுசங்கடா படம் ஒரு மனிதாபிமான வெளியை உருவாக்கு கிறது. ஒவ்வொரு சிக்கலின்போதும் நண்பர்கள் மற்றும் உறவினர்கள் ஒன்று சேர்வதை பார்க்கமுடிகிறது. மேல்சாதிக் காரர்களின் மிகையுணர்வுடன் கூடிய தற்காப்பு எனும் பின்னணி தலித்துகளின் கூட்டுக்குரலை வீரியத்துடன் முன்னிறுத்த ஏதுவாகவிருக்கிறது. அக்கூட்டுக்குரலை ஒரு எதிர்கால சமூக அரசியல் சக்தியாக அடையாளம் காட்டு வதோடு முன்பு போல இந்த கூட்டு எழுச்சியை அடக்கமுடியாது என்பதையும் மனுசங்கடா உணர்த்துகிறது. சமூக ரீதியாகவும் பௌதீகரீதியாகவும் காலத்துக்கு கட்டுப்படுவது என்பது கோலப்பனையும் அவனுடைய ஆட்களையும் நேரத்தின் அழுத்தத்தில் நேரடியான சாதீய ஒடுக்குமுறைக்கு அடிபணிய வைத்தாலும் நண்பர்களும் உறவினர்களும் கொண்ட ஒரு வெளி கோலப்பனுக்கு ஆறுதலையும் ஆதரவையும் அளித்து அநீதிக்கும் சமத்துவமின்மைக்கும் எதிராக போராடத் தூண்டுகிறது.

சினிமாதொழில்நுட்ப கோணத்திலிருந்து பார்க்கும் போது அகலமான வைட் லென்சை அடிக்கடி உபயோகிப்பது ஒன்றிரண்டு நண்பர்கள் தொடர்ந்து பிஃரேமில் இருக்க வகை செய்து, அத்தகைய (கூட்டு சினிமா) அழகியல் அடக்கம் செய்வதில் எதிர்ப்புகளை சந்திக்கும் கோலப்பனுக்கு உதவி செய்யும் பொது நோக்கத்துக்காக அவனது நண்பர்களும் குடும்பமும் இணைந்திருப்பதை வலுப்படுத்துவதாக உள்ளது. மனுசங்கடா கதை இரண்டு விதமான நண்பர்களை முன் நிறுத்துகிறது. ஒரு சாரார் சென்னையில் உள்ள அவன் அறைநண்பர்கள். அவர்கள் கோலப்பனின் தந்தை இறந்ததை அறிந்தவுடன் அவனிடம் அடக்கம் செய்வதற்கு பணம் இருக்கிறதா என்று கவலைப்படுகிறார்கள், ஒருவன் அவனை பைக்கில் கொண்டு வந்து பஸ் ஸ்டாண்டில் விடுகிறான். பின்னால் இரண்டு நண்பர்கள் சென்னையிலிருந்து அவ னுடைய கிராமத்துக்கு வந்து சவ அடக்கத்தில் கலந்து கொள்கிறார்கள். மாறாக, கிராமத்தில் உள்ள கோலப்பனின் இரண்டு நண்பர்கள் அவன் கிராமத்துக்கு வந்ததும் அவன்

அருகிலேயே இருக்கிறார்கள். அவனை நிழல் போல பின் தொடர்கிறார்கள். முருகன் என்ற ஒரு நண்பனின் அம்மா சில மாதங்களுக்கு முன்னால்தான் இறந்து போனார். முருகனும் பொதுப்பாதை வழியாகவே அம்மாவின் உடலை எடுத்துச்செல்லவிரும்பினான். ஆனால் போலீஸ் குறுக்கிட்டது. இரண்டாம் நாள் உடல் சரியாக பதனம் செய்யப்படவில்லை என்றுகூறி போலீஸ் அத்தாயின் உடலை எடுத்துச்சென்று விட்டார்கள். அதனால்தான் கோலப்பன் உடல் பதனம் செய்யும் பெட்டி சரியான நேரத்தில் வந்து சேர்வதை உறுதி செய்து பதட்டமாக இருக்கிறான். அந்த முருகனும் கோலப்பன் கூடவே இருக்கிறான்.

நண்பர்கள் ரெவினியு அதிகாரியையும் போலீஸ் அதிகாரி யையும் நலம் விரும்பி அண்ணனையும் சந்திக்க கோலப் பனுடன் சேர்ந்தே செல்கிறார்கள். அவர்கள் கோர்ட்டுக்கு கோலப்பனுடன் செல்லவில்லை. ஏனென்றால் தலைவர் அண்ணன் பார்த்துக்கொள்வார் என்று அவர்களுக்கு தெரியும். மற்றபடி அவர்கள் மூன்று நாளும் கோலப்பனுட னேயே இருக்கிறார்கள். மூன்றாம் நாள் மின்சேவை நிறுத்தப் படும்போது முருகன் இது போலீஸ் வேலைதான் என்று சந்தேகப்படுகிறான். ஏனென்றால் தனது தாயின் உடலை பலவந்தமாக எடுத்துச் சென்ற ஈரமற்ற போலீஸ் அவனது நினைவிலிருந்து அகலவில்லை. தனது நண்பனுக்கும் அதே கதி ஏற்படக்கூடாது என்று எண்ணுகிறான். பின்னர். உடலை பறித்துக்கொண்ட போலீஸின் அராஜகத்தை நண்பர்கள் எதிர்க்கும்போது அவர்களும் குற்றம் சாட்டப்பட்டு போலீஸ் வேனில் ஏற்றப்படுகிறார்கள். கோலப்பனின் நண்பர்கள் படத்தில் கடைசியாக வருவது போலீஸால் நடு இரவில் விடு விக்கப்படும்போதுதான். நான்காவது நாள் காலை அவர்கள் மயானத்துக்கு பால்தெளிக்கும் சடங்குக்கு அது உறவினர்களுக் கானது என்பதால் கோலப்பனுடன் செல்லவில்லை. ஒரு அணியாக அவர்கள் காட்டும் தளராத உறுதி சாதி வேற்றுமை குறித்த அவர்களது புரிதல் வன்முறைக்கு எதிரான அவர்களது நம்பிக்கை ஆகிய இவையெல்லாம் மேல்சாதி இந்துக்கள் மற்றும் அரசு அமைப்புகளின் வன்முறை சார்ந்த விரோத மனப்பான்மைக்கு மாற்றாக இருக்கின்றன.

மனுசங்கடா படத்தின் முக்கியத்துவம் அதன் கதையாடலில் கோலப்பனின் சுயத்தின் மூலமாக வெளிப்படும் தலித் கண்ணோட்டம். இது சாதி வேற்றுமைகளை மையமாக வைத்து எடுக்கப்பட்ட முந்தைய தமிழ்ப்படங்களிலிருந்து வேறுபட்டது. ஏனென்றால் அந்தப் படங்கள் தலித் பிரச்சினையை ஒரு மேல்மட்ட கண்ணோட்டத்தில் மேல்சாதி பாத்திரங்களின் பார்வையிலிருந்து பார்த்தன. அந்தப் படங்களில் வில்லன் போன்ற பாத்திரங்கள் (தலித்துகளை) கேவலமாக நடத்திவிட்டு கடைசியில் திருந்தி ஏழைகள் மேல் இரக்கம் காட்டுவார்கள். உதாரணமாக புகழ்பெற்ற இயக்குனர் பாலச்சந்தரின் 'உன்னால் முடியும் தம்பி' (1988) முருகதாசாவின் 'நந்தனார்' (1942) போன்ற படங்கள் இந்த வகையிலானவை. மற்ற முக்கிய படங்கள் பாரதி கண்ணம்மா' (சேரன் 1997) மற்றும் மனிதாபிமானம் நிறைந்த 'காதல்' (பாலாஜி சக்திவேல் 2004) ஆகியவை. காதல் படத்தில் பெண்ணின் இந்து மேல்சாதிக் குடும்பம் அவளை ஒரு தலித் பையனின் காதலை ஏற்க அனுமதிக்காது. உண்மையான காதல் இவ்வாறு மறுக்கப்படுவது அவனை பைத்தியமாக்குகிறது. அந்தப் படத்தில் கடைசியில் அந்த சாதிக்குடும்பத்தின் குற்றங்களுக்கு ஈடுசெய்வது போல் அந்தப் பெண்ணின் கணவன் அந்த தலித் பையனை கவனித்து பராமரிக்கிறான். இதுபோன்ற மேல் சாதியினரின் கருணை காட்டுகிற கதைக்கு மாறாக அம்ஷன் குமாரின் 'ஒருத்தி' படம் முதன்முதலாக தமிழில் வந்த முழுக்கவும் ஒரு தலித் பார்வையை பிரதி பலிக்கும் ஒரு முக்கிய படம்.

மனுசங்கடா படம் தலித் கண்ணோட்டத்தை கதையாடல் ரீதியாகவும் காட்சிரீதியாகவும் வெளிப்படுத்துகிறது. உதாரணமாக தலித் தனித்தன்மையையும் தலித் வாழ்க்கையில் இடையூறாக இருக்கும் மேல்சாதி இருப்பையும் சவ ஊர்வலகாட்சி மூலமாக இரண்டு அணிகளாக காட்சிப்படுத்தி இருமறை எதிர்வை முன்னிறுத்துகிறது. அடக்கம் செய்வதற்காக பொதுவழியில் உடல் எடுத்துச் செல்லப்படும்போது மேல்சாதியைச் சேர்ந்தவர்கள் போலீஸ் உடலைப் பறித்துச் செல்வதை வீட்டுக்குள்ளிருந்து பார்ப்பதாக ஊகமாக சொல்லப்படுகிறது. தமிழ்தலித்துகளின் முக்கிய அடையாள

மான பறை ஒலி மனுசங்கடா படத்தில் தலித் தனித்துவத்தை வெளிப்படுத்த பயன்படுத்தப்படுகிறது. அந்த ஒலி அந்த சமூகத்துக்குள் அவர்களுடைய ஒடுக்குமுறையின் வரலாற்றை யும் எதிர்ப்புக்குரல்களையும் ஒருங்கிணைத்து அவர்களுடைய மகிழ்ச்சியையும் துக்கத்தையும் வெளிப்படுத்தும் கருவியாகிறது. மனுசங்கடா படம் அழகியல் ரீதியாக பறை அடையாளத்தை தலித் வெளிப்பாடாக முன்நிறுத்துகிறது. அது எழுப்பும் ஓசையைவைத்து தப்பு என்று அறியப்படும் பறை இசையை எல்லாதலித்துகளும் ஏற்பதில்லை. சிலர் அதிலிருந்து விடு படவே விரும்புகிறார்கள். ஏனென்றால் அது சாதி அடை யாளத்தையும் வர்க்க ரீதியான பொய்மரபையும் மீண்டும் உறுதிப்படுத்துகிறது என்பதால், ஆனால் பலர் அது அவர்களுடைய பாரம்பரியத்தையும் அடையாளத்தையும் நினைவுறுத்தும் சமூக கலாச்சார அரசியலின் குறியீடாகவே எண்ணுகின்றனர். மனுசங்கடா படம்பறையைவெறும் மறைவுக்கான இரங்கல்கருவியாக பயன்படுத்தவில்லை. மாறாக தப்பு என்பது இங்கு ஒரு கொண்டாட்டத்தின் குறியீடாக வெளிப்படுகிறது. நீதிமன்ற தீர்ப்புக்குப் பிறகு கிராமத்திலுள்ள ஒரு நண்பன் கோலப்பனின் மைத்துனரிடம் தீர்ப்பைக் கொண்டாட. தப்பு அடிப்பவர்கள் வரவழைக்கப் படுவார்கள் என்று கூறுகிறான். கோலப்பனின் மைத்துனர் தப்பு அடித்து வழக்கில் தோல்வியுற்ற மேல்சாதி இந்துக்களை மேலும் கோபப்படுத்தவேண்டாம் என்று எச்சரித்தாலும் கோலப்பன் தன்னுடைய மறைக்கப்பட்ட துயரத்துக்கான விடுதலை என்று பறை ஒலிக்கு தன்னிச்சையாக நடன மாடுகிறான்,

இவ்வாறு சமரசமற்ற சினிமாவில் நம்பிக்கையுடனிருக்கும் இயக்குனர் அம்ஷன் குமார் அவர்களின் கவனமாக வடிவமைக்கப்பட்ட கதையமைப்பு பாத்திரப்படைப்பு மற்றும் வடிவ நேர்த்தியின் மூலம் மனுசங்கடா படம் சமூக அக்கறையும் கலை/அரசியல் சினிமா அற்ற தமிழ் சினிமாவின் ஒரு இடைவெளியை நிரப்புகிறது. தமிழில் தீவிர மாற்று சினிமா இல்லை என்ற கருத்துக்கு எதிர்வினையாற்றுகிறது.

டு லெட்: பெரு நகரத்தில் ஒரு சிறிய குடும்பம் டு லெட் (ரா.செழியன் 2017) படமும் நேரம் மற்றும் வெளி இவற்றை

ஒரு தனித்துவமான முறையில் கையாள்கிறது. தமிழ் சினிமாவில் காணமுடியாத ஒரு யதார்த்த பாணியில் அது நகரத்து குடும்பவாழ்க்கையின் நிர்ப்பந்தங்களையும் தடைகளையும் பேசுகிறது. படத்தின் ஆரம்பத்தில் வீட்டு சொந்தக்காரரரான ஒரு இரக்கமற்ற பேராசைக்கார நடுத்தர வயதுப் பெண் (ஆதிரா பாண்டிலட்சுமி) தன்னுடை மனைவி அமுதா (ஷீலா)6 வயது மகன் சித்தார்த் (தருண்) உடன் வசிக்கும் கதாநாயகன் இளங்கோ (சந்தோஷ் ஸ்ரீராம்) விடம் அவர்களுடைய ஒரு படுக்கையறை கொண்ட சிறிய வீட்டை காலி செய்யும்படி கூறுகிறார்.

டு லெட் படம் தலைப்பு குறிப்பிடுவது போல் கான்கிரீட் காடான சென்னையில் அந்த தம்பதியின் தொடர்ந்த பயனற்ற வாடகை வீட்டுக்கான பயணத்தை சித்தரிக்கிறது. இயக்குனர் ரா.செழியன் சமகால தமிழ் சினிமாவின் சிறந்த சினிமாடோகிராபராக வேலை செய்து வருபவர். அவருடைய மிகவும் பாராட்டப்பட்ட படங்களில் கல்லூரி (பாலாஜி சக்திவேல் 2007) தென்மேற்கு பருவக்காற்று (சீனு ராமசாமி 2010) பரதேசி (பாலா2013) மற்றும் ஜோக்கர் (ராஜூ முருகன் 2016) அடங்கும். டு லெட் இயக்குனராக செழியனின் முதல் படம். இந்தப் படத்துடைய எழுத்தும் ஒளிப்பதிவும் அவருடையதே. சினிமாடோகிராபராக தமிழின் வெகுஜன சினிமாவிலேயே சிறப்பான படங்களை தந்திருப்பவர். அவருடைய பாடல் காட்சிகளின் சட்டகங்கள் கூட வழக்கமாக இள ஆண்களும் பெண்களும் காமிரா முன்னால் ஆட்டம் போடும் மசாலா கவர்ச்சிகள் நிறைந்தது அல்ல. வழக்கமான மிகையுணர்வு, நகைச்சுவை, பயங்கரம் ஆகியவைகளிலிருந்து மாறுபட்ட கதையம்சம் கொண்ட படங்களையே அவர் தேர்ந்தெடுத்திருக்கிறார். அதிக வருமானமும் புகழும் தரக்கூடிய தமிழ் சினிமாவின் சினிமாடோகிராபராக அதிக அழைப்புகள் இருந்த நிலையிலும் செழியன் டு லெட் படத்தின் மூலமாக ஒரு தைரியமான அடி எடுத்துவைத்துள்ளார். சினிமாவை ஒரு கலைவடிவமாக நேசித்து அதன் எல்லைகளை விரிவு படுத்தியதில் தன்னை ஒரு சமரசமற்ற கலைஞனாக நிறுவிக்கொண்டுள்ளார். டு லெட் படத்தில் தமிழ் சினிமாவில் அத்தியாவசியமாக கருதப்படும் இசைக்கோவை என்பது

கிடையாது. சிதறலான வசனங்கள் தவிர ஒலிக்கோவை என்பது நேரடியாகவும் மறைமுகமாகவும் சூழலில் எழும் ஒலிகள்தான். பின்புற ஒலிகள் கூட மிகவும் வித்தியாசமானவை. ஆனால் உண்மையில் செழியன் மேற்கத்திய செவ்வியல் இசையில் பயிற்சியும் தேர்ச்சியும் பெற்றவர். அதைப்பற்றி கற்றுக்கொள்ள விரும்பும் மாணவர்களுக்காக விரிவான புத்தகங்களையும் எழுதியிருக்கிறார். இந்தப்படத்தின் தயாரிப் பாளரும் அவருடைய மனைவியுமான பிரேமா அவர்கள் சென்னையில் மேற்கத்திய இசைக்காக ஒரு பள்ளியே நடத்தி வருகிறார்.

சூழலின் சத்தங்களுக்கு நடுவே இதில்வரும் பாடலின் ஒலிகள் அவைகளைப் பற்றிய பழைய நினைவுகளை தட்டி எழுப்பியபடிதனித்துத் தெரிகின்றன. மேலும் இவை பரபரப்பை குறைத்து கனவுகள் எதிர்பார்ப்புகள் மற்றும் பயங்கள் நிறைந்த ஒரு பெருநகரத்தில் ஆறுதலைத் தருவதாக உள்ளன. படத்தின் முக்கிய இறுக்கமான கணங்களில் பின்புலத்தில் ஒலிக்கும் இந்தப் பழைய பாடல்கள் ஏக்கமும் இனிமையும் கொண்டவையாக 'மாலைப் பொழுதின் மயக்கத்திலே' 'என் வானிலே ஒரே வெண்ணிலா' என்றவாறு மிதந்து செல்கின்றன. முதல் பாட்டு (சட்டகத்தில் இல்லாத) தொலைக்காட்சி பெட்டியிலிருந்தும் அடுத்த பாட்டு வீட்டில் உள்ள டிரான்சிஸ்டரிலிருந்தும் கேட்கிறது. இரண்டு பாடல் களும் வானம் இரவு நிலவு நட்சத்திரங்கள் என ஒரு எல்லையற்ற வசீகரமும் கற்பனையும் கொண்ட ஒரு வெளியை உருவாக்குகின்றன. ஒரு வறண்ட சுவர்களுக்குள் அடைபட்ட நிலையற்ற வாழ்க்கையிலிருந்து வேறுபட்டதாக இவை ஒலிக்கின்றன. இங்கே கடந்த காலத்துக்கான ஏக்கம் என்பது அவர்களுடைய பழைய வீட்டுக்கான ஏக்கம் என்பதைவிட இளங்கோவும் அமுதாவும் சந்தோஷமாக இருந்த இடங்களைப் பற்றிய ஏக்கமாக காதலர்கள் அணுக்க மாக உணரக்கூடிய ஒரு (பிரத்யேக தமிழ்) கனவு வெளியாக உள்ளது.

டு லெட் படம் அதன் தலைப்பு சொல்வது போல் சென்னையில் வசிக்க இடம் தேடும் பயணம் பற்றியது. ஒரு

சிறிய குடும்பம் ஒரு மாதத்தில் காலி செய்ய வேண்டும் என்று வீட்டு சொந்தக்காரரால் நோட்டீஸ் கொடுக்கப்பட்டவுடன் வீடு தேட ஆரம்பிக்கிறது. டுலெட் என்பது பொதுவாக சென்னையில் வீடு வாடகைக்கு இருப்பது பற்றி தமிழில் இல்லாமல் ஆங்கிலத்தில் கொடுக்கப்படும் ஒரு அறிவிப்பு. அது இளங்கோவும் அமுதாவும் தேடும் ஒரு படுக்கையறை கொண்ட வீட்டுக்கான அறிவிப்பு மட்டுமல்ல. அவர்களுடைய ஆவல்கள் எதிர்பார்ப்புகள் மற்றும் கவலைகளின் குறியீடு. உண்மையில் இந்த அறிவிப்பு உலகமயமாக்கல்காலகட்ட நிரந்தரமற்ற ஒப்பந்த தொழிலாளர்களின் நிலையை படம் பிடிக்கிறது. எல்லாப் பொருட்களும் கண்ணுக்கு புலப்படாத ஆனால் அதன் விதியைத் தீர்மானம் செய்யும் அதிகாரம் கொண்ட தொலைதூர சொந்தக்காரர்களால் ஸ்திரத் தன்மை யற்ற வாடிக்கையாளர்களுக்கு/ நுகர்வோர்களுக்கு விற்கப்படு கிறது. படம் ஆரம்பித்து நான்காவது நிமிடத்தில் கதவுமணி அடிக்கிறது. ஏழாவது நிமிடத்தில் இளங்கோவின் குடும்பம் வீட்டை காலி செய்ய வேண்டும் என்பதை அறிகிறோம். அதற்குப் பிறகு கதவுமணி மாடியில் வசிக்கும் வீட்டுச் சொந்தக்காரருக்கும் வீடுதேடி வருபவர்களுக்கும் தொடர்ந்து ஆவலுக்குரிய பொருளாக இருக்கிறது. அது பையப் பைய வாடகைவாசியின் பதட்டத்தின் குறியீடாக மாறுகிறது.

படத்தின் ஆரம்பத்தில் பெயர்கள் காட்டப்பட்டவுடன் அமுதாவும் இளங்கோவும் தோளில் தூங்கிக் கொண்டிருக்கும் சித்தார்த் உடன் வீட்டுக்குள் நுழைகிறார்கள். கேமரா வீட்டிற் குள் இருக்கிறது. வாசல் கதவுக்கு பக்கத்திலுள்ள ஜன்னல் திரைகள் வழியாக வெளிச்சம் உள்ளே அடிக்கிறது. முதலில் அமுதா உள்ளே வருகிறாள். பிறகு இளங்கோவும் சித்தார்த்தும் உள்ளே வர அமுதா விளக்கு ஸ்விட்சை போடுகிறாள். படம் என்ன வடிவம் எடுக்கும் என்பதை அறிய முடிகிறது.டுலெட் படம் யதார்த்த அழகியலின் மூலம் இடம் மற்றும் வெளியை மையமிட்டு விரிகிறது. வீட்டுக்கு வந்தவுடன் இந்த மூன்று கதாபாத்திரங்களும் தங்களுக்கான அசைவுகளை மேற் கொள்வது பகுதிகளாக காட்டப்படும்போது வீடு மற்றும் பாத்திரங்களின் உள்முகம் வெளிப்படுகிறது.

வாசல் கதவு திறந்தவுடன் அறைகளின் அளவுகள் வீட்டின் சிறிய தன்மையை காட்டுகின்றன. வாசலுக்கு இடதுபுறம் படுக்கை அறையின் கதவு இருக்கிறது. அதற்குள் அமுதா நுழைந்து இரவு உடை மாற்றிக்கொள்கிறாள். வீட்டின் மூலையில் படுக்கை அறையைத் தாண்டி இடதுபுறம் கழிவறை உள்ளது. வலது புறம் குறுகிய நடைபாதையைத் தாண்டி சிறிய சமையலறை உள்ளது. தொடர்ந்த காட்சிகளில் பாத்திரங்களின் நகர்வுகள் மூலம் வீட்டின் உட்புறத்தில் உள்ள குறுகிய வெளிகள் புலப்படுகின்றன. வீட்டுக்கள்ளிருக்கும் அறைகளிலும் காலி இடங்களிலும் பாத்திரங்கள் இயங்கும் போது அவர்களுடைய சுயம் வெளிப்படுகிறது. அமுதா படுக்கை அறைக்குள் உடைமாற்ற செல்லும் போது இளங்கோ கழிவறையை சுத்தம் செய்கிறான்.

இதற்குள் அட்டை விசிறியுடன் விளையாடிக் கொண்டிருந்த சித்தார்த் அப்பாவின் சட்டைப்பையிலிருந்து சில்லறையை எடுத்து சுவர் ஓரம் உள்ள நாற்காலியில் ஏறி சமையலறைக்கு பக்கத்து சுவரில் மாட்டியுள்ள தன்னுடைய பந்து வடிவிலான உண்டியலில் போடுகிறான். சமையலறைக்கு செல்லும் குறுகிய வழியில் இளங்கோ ஒரு பானையில் தண்ணீர் குடிக்கும்போதும் சமையலறையில் நுழையும்போதும் ஃப்ரேமுக்கு உள்ளும் வெளியுமாக இயக்கம் உள்ளது. ஒலியின் மூலமும் சுவற்றில் விழும் நிழல்களின் மூலமும் இளங்கோ அமுதாவை நெருங்குவதையும் சித்தார்த் விழித் திருப்பதை காட்டி அமுதா தயங்குவதையும் பார்க்கிறோம். அவள் உள்ளே வருவது ஃப்ரேமில் தெரிகிறது. நெருக்கத்தில் அமுதா தன்னுடைய வெட்கத்தை வெளிப்படுத்துகிறாள். சமையலறைக்குள் இளங்கோ முத்தமிட முயற்சிப்பது சினிமொழியின் சமிஞ்யையாக விரிகிறது. பிறகு இளங்கோ ஃப்ரேமுக்குள் வந்து காமிராவுக்கு முதுகுகாட்டி நிற்கும்போது அமுதா தன்னை கடற்கரைக்கு அவன் அழைத்துச் சென்றதற்கு நன்றி தெரிவிக்கிறாள். அப்போது மின்தொடர்பு அறுபடுகிறது. அது திரும்ப வரும்போது கதவுமணி அடிக்க வீட்டு சொந்தக்காரரின் மகள் அமுதாவை அம்மா மாடிக்கு அழைப்பதாக கூறுகிறாள்.

அப்போது அமுதா தலையில் வைத்திருந்த மல்லிகைப்பூவை எடுத்துவிட்டு மேலே செல்கிறாள். மல்லிகைப்பூ மகிழ்ச்சி, கொண்டாட்டம், அழகு, முக்கியமாக காதல், விழைவு ஆகியவற்றின் வெளிப்பாடாக உள்ளது. அமுதா தன்னுடைய மகிழ்ச்சி மனநிலையை வெளியே காட்டிக் கொள்ளாமல் வீட்டுக்கார அம்மாவிடம் தானும் கணவன் மற்றும் மகனும் கடற்கரைக்கு சென்று வந்ததை கூறும்போது வீட்டுக்கார அம்மாவும் குடியிருப்பவரின் லௌகீக சந்தோஷத்தில் மகிழ்ச்சி அடைவதுபோல் தோன்றுகிறது. ஆனால் அத்தகைய உணர்வுகளுக்கு நேர்மாறாக வீட்டுக்கார அம்மா அமுதாவிடம் வீட்டை ஒருமாத்தில் காலி செய்யும்படி கறாராகக் கூறுகிறார். இவ்வாறு டு லெட் படம் மனிதநேயமற்ற தற்காலத்துடன் சேர்ந்து அவர்கள் ஓடவேண்டியிருப்பதை உணர்த்துகிறது. ஒரு மாதத்தில் அதாவது மே 4 க்குள் அவர்கள் காலி செய்யவேண்டும் என்பது அமுதாவின் காலண்டர் குறிப்பை வைத்து அடிக்கோடிடப்படுகிறது. உண்மையில் காலக்கெடு எனும் உக்கிரத்தை உள்ளடக்கமாகக் கொண்ட 'டு லெட்டின் கதையாடல் ஒரு மாதம் பிறகு மே 4 அன்று காலை முடிவுக்கு வருகிறது.

வாடகைக்கு இருப்பவரிடம் வீட்டுக்காரரின் வெறுப்பான நடத்தையும் அவர்களை ஒவ்வொரு சந்தர்ப்பத்திலும் சிறுமைப்படுத்துவதும் காலி செய்யவேண்டும் என்ற இந்த காலக்கெடுவை மேலும் இறுக்கமானதாக மாற்றுகிறது. இந்த அவசரம் அந்த பாத்திரங்களின் கையறு நிலைமையின் மேல் நமது கவனத்தை ஈர்த்து மனதை நெகிழ வைக்கிறது. மாடி யிலிருந்து திரும்பியதும் அமுதாவின் மனநிலை மாற்றமடைந்து அவள் இளங்கோவுடன்சுமுகமற்று நடந்து கொள்கிறாள். அவள் மேலே சென்றபோது அடுப்பில் வெந்துகொண்டிருந்த தோசையை கவனிக்காததற்கு இளங்கோவை கோபித்துக் கொள்கிறாள். சித்தார்த் சிங்க உருவம் கொண்ட காகித முகமுடி அணிந்து இளங்கோவுடன் விளையாட ஆரம்பிக்கும் போது சித்தார்த்திடமும் சீற்றம் கொள்கிறாள். தீய்ந்து போன தோசையை தூக்கி குப்பையில் போடுகிறாள். அதற்கு முன்னால் மின்தடை ஏற்பட்ட போது சித்தார்த் இளங்கோ விடம் அவன் இருட்டு அல்லது பெரிய டினோசர் இதில்

எதற்கு பயப்படுவான் என்று கேட்கும் போது இளங்கோ இரண்டுக்கும் இல்லை என்று பதில் கூறுகிறான். அப்போது “அம்மாவுக்கு பயப்படுவாயா” என்று கிண்டலாக சித்தார்த் தனது அப்பாவிடம் கேட்கிறான். அமுதாவின் சினத்தை அந்தக் காட்சியில் இளங்கோ பார்க்கிறான். அவனும் தனது ஆற்றாமையின் மேல் கோபம் கொள்கிறான். அவன் வழக்கமான 3 மாத காலக்கெடுவைத்தான் எதிர்பார்த் திருந்தான். விளையாட்டில் மும்முரமாக உள்ள சித்தார்த் இடையில் வந்து சிங்க முகமூடி மற்றும் எலி விளையாட்டை விளையாட அழைக்கிறான். செழியனின் பல ஆழ்படிமங்களில் ஒன்றாக இங்கு உலக பொருளாதார அரங்கில் ஊசாலாடும் முகமூடி அணிந்த சிங்கம் உதவியற்ற எலியை பயமுறுத்திக் கொண்டிருக்கிறது.

கதை ஒரு தம்பதியின் மேலும் கீழுமான மனநிலைகளை காட்டுவதுடன் துவங்குகிறது. ஒரு உலகப் பொருளாதார சூழலில் கணினி போன்ற துறைகளிலுள்ள ஒப்பந்த தொழிலாளர்கள் பெறும் நிரந்தர வருமானம் என்பது துணை இயக்குனராகப்பணியாற்றும் இளங்கோவின் குடும்பத்துக்கு இல்லை. அவர்களுடைய அன்றாட வாழ்வில் கடற்கரைக்கு போவதில் கிடைத்த சந்தோஷம் வீட்டை காலி செய்ய வேண்டும் என்ற அறிவிப்பால் தடைபடுகிறது. ஆயினும் ஃப்ரேமுக்கு வெளியே ஊகிக்கக்கூடியதாக தம்பதியின் நெருக்கமும் பிணைப்பு கொண்ட குடும்ப இருப்பும் வலிமை யுடன் வெளிப்படுகின்றன. துண்டு துண்டாக சிதறலான இடங்களின் காட்சியமைப்பில் கவனம் குவியும்போது காட்சி ரீதியாக வடிவமைக்கப்பட்ட ஒரு ஒத்திசைவான ஆழமான காதலும் அன்பும் பொருளாதார பதட்டமும் வருங்கால கனவுகள் நிறைந்த அழகிய குடும்பத்தின் அரங்கத்தோற்றம் உருவாகிறது. குறுகலான இடங்களில் படம் பிடித்து அறைகள் மற்றும் வழிகளின் குறுகலான தன்மைகளை புலப்படுத்தி பாத்திரங்கள் தங்களது இயல்பான மனநிலை மாற்றங்களுடன் போராடிக் கொண்டிருந்தாலும் ஒரு நெருக்கமான வெளியில் அணுக்கமாக உறவாடுகிறார்கள். ஊடல் கொள்கிறார்கள். நம்பிக்கை ஏமாற்றம் என இருமறைகளின் வெளியாகவும் அந்த இடங்கள் உள்ளன. இளங்கோ பாத்திரத்திலிருந்து

தண்ணீர் எடுத்து குடிக்கும்போது சமையலறைக்குப் போகும் வழியிலுள்ள ஸ்டாண்டில் வைக்கப்பட்டுள்ள டிரான்சிஸ்டரி லிருந்து ஒலிக்கும் பாட்டு அமுதாவின் மனநிலையின் வெளிப்பாடாக உள்ளது.

என் வானிலே ஒரே வெண்ணிலா காதல் மேகங்கள் கவிதை தாரகை ஊர்வலம்... மாறிக்கொண்டிருக்கும் பிம்பங்கள் அமுதாவை மையப்படுத்தும் விதமாக பாட்டு முழுவதுமாக ஒலித்துக்கொண்டிருக்கும்போது அந்த காட்சியமைப்பும் தொடர்ந்த பாடலும் வீடு என்று சொல்லப் படும் இந்த சிறுசிறு இடங்கள்தான் அமுதாவின் முழுஉலகமாக இருப்பதைப் புலப்படுத்துகிறது. அந்த குறுகிய வெளிகளுக் குள்ளேயே அவளுடையசுயம் எல்லலையற்ற வானம், நிலவு, நடசத்திரங்கள் மற்றும் மேகங்களை தொட்டுச்செல்கிறது.

காதல் கணவனுக்காக தன்னுடைய கிறித்தவ குடும்பத் துடனேயே உறவை முறித்துக் கொண்ட அமுதாவின் மனம் அவளுடைய கணவன் இளங்கோவையும் புத்திசாலித்தனமும் கற்பனையும் கொண்ட மகன் சித்தார்த்தையுமே சுற்றிச்சுற்றி வருகிறது. அவன் சுவரில் படம் வரைந்ததற்காக அவள் தனது செல்லமகனைத் திட்டினாலும் அவனுடைய படைப்பூக்கத்தில் அவள் பெருமிதம் அடைகிறாள். பின்னர் ஒரு காட்சியில் இளங்கோ வேலையிலிருந்து தாமதமாக வீடு திரும்பும்போது அமுதா அவனிடம் பள்ளியின் பரிசை பற்றி பெருமையாகச் சொல்லிசித்தார்த் வாங்கிய ஓவியக்கலைக்கான பாராட்டுப் பத்திரத்தை காட்டுகிறாள். அவன் படிக்கும் பள்ளி ரவீந்திர பாரதி க்ளோபல் (global) பள்ளி.

சித்தார்த் தன்னுடைய மகிழ்ச்சியை அப்பாவுடன் பகிர்ந்து கொள்ள நீண்ட நேரம் விழிந்திருந்ததை அவள் கூறுகிறாள். “உலகமய” நகரமாக உருமாறிய சென்னை இவ்வாறு அவர்களுடைய வாழ்க்கையில் குறுக்கிட்டு அவர்களுடைய கனவுகளுக்கு வண்ணம் சேர்க்கிறது. அவனுடைய எதிர் காலத்துக்கான உத்தரவாதத்துடன் இளம் சித்தார்த்தின் சிந்தனைகளுக்கு சிறகுகள் அளிக்கிறது. சித்தார்த் எதிர் காலத்தில் வெளிநாட்டுக்குப்போய் அவனுக்கு பிடித்த பெண்ணை மணந்துகொள்வான் என்று அமுதா நம்பிக்கை

தெரிவிக்கிறாள். படத்தில் ஒரு முக்கியமான கணத்தில் அமுதா இளங்கோவிடம் அவன் சினிமா இயக்குனாராகும் கனவுகளை செயல்படுத்துவதற்கு முன்னால் அவனுக்கிருக்கும் தகுதிகளுடன் இரண்டு வருடங்கள் வெளிநாட்டுக்குப் போய் வேலை செய்தால் அவர்கள் ஒரு வீடு வாங்கி பொருளாதார பாதுகாப்புடன் இருக்கலாம் என்று கூறுகிறாள். பின்னர் அவன் தனது கனவுகளைத் தொடரலாம் என்கிறாள். அவள் எதிர்காலம் பற்றிய இதுபோன்ற எண்ணங்களை அந்தரங்கமாக இளங்கோவுக்கு பக்கத்தில் படுக்கையில் படுத்துக் கொண் டிருக்கும்போது பகிர்ந்துகொள்கிறாள். அப்போது அவன் டிவியில் சினிமா பார்த்துக்கொண்டிருக்கிறான். அவளுடைய குறுக்கீடுகளால் எரிச்சல் அடைகிறான். அப்போது ஃப்ரேமுக்கு வெளியே ஒலிக்கும் சத்தம் அவன் உலக கலைசினிமாவின் உருவத்திருமேனியான தார்கோவ்ஸ்கியின் ஆண்ட்ரோ ருப்லேவ் *(1969)* படத்தில் வரும் ஒருமுக்கிய காட்சியை பார்த்துக்கொண்டிருப்பதை தெரிவிக்கிறது.

அதற்கு பின்னால் வரும் காட்சியில் இளங்கோ ஒரு கண்ணாடியால் தடுக்கப்பட்டுள்ள அறையில் ஒலிகளை பதிவு செய்து சமன் செய்துகொண்டிருக்கும் தொழில் நுட்பக் கலைஞர்களின் பின்னணியில் தென்னிந்திய நட்சத்திர கதாநாயகனின் ஒரு சண்டைக்காட்சியை டப் செய்து கொண்டிருக்கிறான். அது அவனுக்கு உடனடியாக வீட்டுக்கு கொஞ்சம் பணத்தைக் கொண்டுவர உதவுகிறது. பிரபலமான படத்தின் டப்பிங் வேலைக்காக கிடைத்த பணத்தை அமுதாவிடம் கொடுத்து அவள் முகத்தில் ஆச்சரியம் கலந்த புன்னகையை வரவழைத்து மகிழ்வுறுகிறான். விட்டை உடனே காலி செய்யவேண்டும் என்ற அறிவிப்பு அவர் களுடைய வாழ்க்கையை சற்றுக் குலைத்தாலும் கணநேர அரவணைப்பு அவர்களுக்கு ஆறுதல் அளிக்கிறது. எப்போதும் போல சிந்தனையில் அமிழும் அமுதா தானும் வேலைசெய்து பங்களிக்கலாம் என்பதை அவனுடன் விவாதிக்கிறாள்.

சித்தார்த் இளங்கோவின் மடியில் படுத்துக்கொண்டு டிவியை பார்த்துக்கொண்டிருக்கும்போது மின்தடை ஏற்படுகிறது. படம் நகர்ந்து கொண்டிருக்கும்போதே இந்த

இருட்டு என்பது மீண்டும் குறுக்கிடுகிறது. ஆனால் இருட்டில் எப்போதும் போல் சித்தார்த் அப்பாவிடம் கேள்விகள் கேட்க ஆரம்பிக்கிறான். "நாம் நீண்டநாட்களாக உபயோகிக்கும் டிவியும் ஸ்கூட்டரும் நமக்கு இருக்கும்போது வீடு மட்டும் ஏன் இல்லை" என்று அவன் கேட்கிறான். சென்னை போன்ற பெருநகரத்தில் வாழும் லட்சக்கணக்கானகுடும்பங்களின் பிரச்சினையை இது எதிரொலிக்கிறது. ஆனால் நகரம் அவர்களுடைய வீடுகுறித்த உணர்வுபூர்வமான எதிர்பார்ப்பை அலட்சியம் செய்கிறது. அவர்களுடைய நுண்ணிய உணர்வுகளை அது சட்டை செய்வதில்லை.

வாடகைக்கு வீடு தேடி வருபவர்கள் எந்த அறிவிப்பும் இல்லாமல் கதவுமணியை அடித்துவிட்டு உள்ளே வரும்போது இளங்கோவும் அமுதாவும் வீட்டுமூலையில் நின்றபடி தாங்கள் அவமானப்படுத்தப்படுவதாகவும் சாப்பிட்டுக் கொண்டிருக்கும்போது தங்கள் அந்தரங்கம் பாதிக்கப் படுவதாகவும் உணர்கிறார்கள். அதைவிட மோசமாக எப் போதும்போல் கதவு சாத்தப்பட்டிருக்கும் என்று நினைத்து அமுதா குளித்துவிட்டு பாவாடையுடன் வெளியே வரும் போது உள்ளே சட்டகத்தில் நாம் காணாத ஒரு அகால விருந்தினரைக் கண்டு திடுக்கிடுகிறாள். குடியிருப்பவருக்கான கௌரவம் காப்பாற்றப்படாதது பற்றி வருந்துகிறாள். வீட்டுக்கார அம்மா அவர்கள் வீட்டு சாவியை தானே வைத்துக்கொள்வதால்தான் இவ்வாறு நடக்கிறது. அவர் கதவைத்திறந்து வீடு பார்க்க வருபவர்களை எந்த நேரத்திலும் உள்ளே விடுகிறார். இவர்கள் குடுபத்துடன் வெளியே போகும்போது கூட சாவியை கேட்டு வாங்கித் தன்வசம் வைத்துக் கொள்கிறார்.

வீடு பார்க்க வருபவர் சுவரோரமிருக்கும் ஆடைகளுக்கான அலமாரியின் கதவை ஆவலுடன் திறந்து பார்க்கிறார். அப்போது உள்ளே அடுக்கப்பட்டிருக்கும் அமுதாவின் ஆடைகள் சரிந்து கீழே விழுகின்றன. அந்நிய ஆளொருவன் அவளுடைய உள்ளாடைகளையும் கீழே கிடந்த சானிடரி பேடையும் உற்றுநோக்குவதைக் கண்டு தான் நிர்வாணமாக்கப் பட்டதைப்போல் அவள் உணர்ந்து கூசுகிறாள்.

அத்தகைய மனஉளைச்சலுக்குப் பின்னரும் வேறு இடம் தேடும் முயற்சிகள் பலனளிக்காத போது அதிக வாடகை கொடுத்து அங்கேயே இருக்க அனுமதி கேட்கலாம் என்று இளங்கோவுக்கு யோசனை சொல்கிறாள். மெதுவாக அந்த வீட்டின் நான்கு சுவர்களுக்குள்ளே உள்ள இடம் அவர் களுடைய விலகலுக்கும் துயரத்துக்குமான இடமாக மாறுகிறது. ஏதாவது காரணத்தினால் ஒவ்வொரு கதவும் அவர்களுக்கு மூடப்படுகிறது. கட்டிட வேலைகளும் டு லெட் போர்டுகளும் மிகுந்த, ஆனால் அவர்கள் கனவுகளை கணக்கில் கொள்ளாது ஓடிக்கொண்டிருக்கும் ஒரு ஈரமற்ற உலகத்துடன் அவர்கள் மோத வேண்டியிருக்கிறது. இளங்கோவும் அமுதாவும் எதிர் கொள்ளும் உள்மனப் போராட்டங்களையும் வீட்டுக்குள் ஏற்படும் பதட்டங்களையும் பிரதிபலிப்பதாக படத்தில் வெளி கூர்மையாக கட்டமைக்கப் பட்டிருக்கிறது. அதற்கு மே 3 அதாவது அவர்கள் போவதற்கு முந்தைய நாள் இரவு ஒரு உதாரணம். ஆழமாக எடுக்கப் பட்டுள்ள அந்த காட்சியில் அமுதா கவலையுடன் தன்னுடைய கண்ணீரை கட்டுப்படுத்த முடியாமல் இருக் கிறாள். இளங்கோ பக்கத்தில் இருந்து அவளை தேற்றுகிறான். சித்தார்த் பக்கத்து அறையில் தரையில் தலையணையில் தலைவைத்து உறங்கிக் கொண்டிருக்கிறான். ஒரு அகலக் காட்சித்துண்டில் நாம் அவர்களைக் காணுவது வீடு எனும் நமது சுகதுக்கங்களைக் கொண்ட வெளி குடும்பத்துடன் இணைபிரியாதிருப்பதின் ஒளிஓவியமாக விரிகிறது.

குடும்பத்தின் இந்த ஆழ்ந்த தோற்றம் தொடக்கத்தில் நாம் பார்த்த வீட்டின் வெவ்வேறு இடங்களில் அவர்களுடைய இன்பமும் துன்பமும் எதிர்பார்ப்புகளும் கோபங்களும் ஆசைகளும் கனவுகளுமாக பல்வேறு வண்ணங்கள் கொண்ட கொந்தளிப்பான உணர்வுகளுக்கு ஒருமாறுபாடான அமைதியான ஆயினும் சோகம்நிறைந்த (முரண்) வெளியாக உள்ளது. டுலெட் மாட்டப்பட்ட வீடுகள் எதுவும் அவர்களுக்கு கிடைக்காமல் அவர்கள் வீட்டின் முன்பாகவே "டுலெட்" பலகைமாட்டப்பட்டிருப்பது நிரந்தர வேலையற்ற ஒப்பந்த தொழிலாளர்களின் நிலையைச் சுட்டுவதாக உள்ளது. இளங்கோவின் படைப்பு திறமைகளை அங்கீகரிப்பவர்கள்

அதிகம் இல்லை. எழுத்தாளராகவும் இயக்குனராகவும் பெரிய சினிமா நிறுவனங்கள் நிறைந்த சென்னையில் தன் சேவைகளை வாடகைக்கு விட வாய்ப்புகள் இருந்தபோதும் ஒரே ஒரு தயாரிப்பாளரிடம் (மருதுமோகன்) தான் அவன் கதையை கேட்க வைக்கமுடிந்தது அவனால்.

டு லெட்டும் இடம் பற்றிய கவனமும்

உலகளாவிய முழுமை என்பது குறிப்பிட்ட இடத்தின் தனித்தன்மையை கணக்கில் கொள்ளாமல் சாத்தியப்படுவதில்லை. அதாவது "உலகளாவிய சிந்தனை, உள்ளூர் அல்லது குறிப்பிட்ட இடத்தை ஒட்டிய செயல்பாடு 'திங்க் க்லோபலி, ஆக்ட் லோகலி' எனும் மந்திரத்தை கேள்விக்குள்ளாக்குகிறார் ப்ரெட்ரிக் ஜேமிசன். குறிப்பிட்ட இடத்தின் தனித்துவத்தின் மூலம்தான் உலகளாவிய சிந்தனை என்பது தன்னை சிறப்பாக வெளிப்படுத்திக் கொள்கிறது. இது குறிப்பிட்ட இடத்தையொட்டிய சிந்தனை/ உள்ளூரில் ஊன்றிய கவனம் என்பது உலகளாவிய கரிசனத்துக்கு வழிவிடுவது.) ப்ரெட்ரிக் ஜேமிசன் சொல்வது போல் உள்ளூர் சார்ந்த சிந்தனையே வலுவான செயல்பாட்டுக்கான சாத்தியத்துக்கு வழிவிடுவது. டு லெட் படம் இடம் சார்ந்த தனது அக்கறையுடன் வெளியின் குறியீடாக சென்னை என்ற பரந்த பெருநகரம் குறித்த குறிப்பிட்ட இடங்களின் விமர்சன நோக்கில் அடித்தளமிட்டுள்ளது. இது கதையில் சித்தார்த்துக்கு அவன் படிக்கும் உலகளாவிய பள்ளி மூலமாக நல்ல எதிர்காலத்தை உருவாக்கித் தரவேண்டும் என்ற இளங்கோ மற்றும் அமுதாவின் ஆசையாக மட்டுமில்லாமல் விளம்பர தயாரிப்பாளர் (மருதுமோகன்) இளங்கோவை எழுதித்தரச் சொன்ன மாவடு என்ற விளம்பரப் படத்துக்கான திரைக்கதையிலும் வெளிப்படுகிறது. அந்த தயாரிப்பாளர் மற்ற மாவடு கம்பெனிகளுடன் பலத்த போட்டி இருப்பதாக கூறுகிறார்.

சென்னையில்/ தமிழ்நாட்டில் உற்பத்தியாகும் மாவடுக்கான தேவை கடந்த இருபத்தைந்து ஆண்டுகளில் மிகவும் அதிகரித்துள்ளது. காரணம் அதிக எண்ணிக்கையிலான வெளிநாட்டு இந்தியர்களின் தேவைக்காக செய்யப்படும்

ஏற்றுமதியினால்தான். பெரும்பாலானவர்கள் தகவல் தொழில்நுட்பத் துறையில் வேலை செய்பவர்கள். உலகளாவிய நுகர்வோர்களை எதிர்பார்க்கும் மாவடு டு லெட்டில் ஒரு உருவகமாகவும் உள்ளது. உலகெங்கிலும் உள்ள நுண்ணிய உணர்வுள்ள பார்வையாளர்களை நோக்கி படைக்கப்பட்ட செழியனின் உருவாக்கத்தைப் போல. மாவடுவைப் போலவே டு லெட்டின் இடம்/ பண்பாடு சார்ந்த தனித்துவமும் தகவல் தொழில் நுட்ப துறையினால் சென்னையில் உருவான வாடகை வீடுகளுக்கான தேவை அதிகரிப்புடன் தொடர் புடையது. ஆனால் இந்தப்படம் குறிப்பிட்ட இடம் சார்ந்த சிக்கலை உலகளாவிய வெளிசார்ந்த சிந்தனையாக கதை ரீதியாக மட்டுமில்லாமல் அது உருவாக்கும் இலக்குகள் மூலமாகவும் விரித்தெடுக்கிறது.

உண்மையில் மாவடு என்பது இந்தப் படத்தின் ஒரு குறியீடு என்றே சொல்லலாம். டு லெட் படம் ஒரு கலைப் படமாக அதன் மெதுவான நகர்வில் வெகுஜனப் படங்களில் ஒரு வித்தியாசமான படம் என்று உரிமை கொண்டாடவில்லை. அது தன்னுடைய அணுகு முறையிலும் அழகியலிலும் வேறுபட்ட ஒரு படம் - வீட்டில் செய்யப்பட்ட மாவடு போன்று அதனளவில் தனி ஒரு சுவையைக் கொண்டது. அதன் சுயமான தேர்வுகள் இதை திரைப்பட விழாக்களுக்கு வருகைதரும் உலகப் பார்வையாளர்களுக்கான படமாக உருவாக்கியிருக்கிறது. மல்டிப்ளெக்ஸ் பார்வையாளர்களுக்கு ஸ்டீரியோடைப் தவிர்த்த புதிய கதை மற்றும் புதிய மொழியில் சினிமா செய்ய முடியும் என்பதை அது உணர்த்தியுள்ளது. அதனால் டு லெட் படத்தின் இலக்கு உள்ளூர் சார்ந்ததாக இருந்தாலும் அதன் இருப்பிடத்துக்கான தேடல் என்பது உலகளாவியது. குறிப்பாக, நிலையற்ற வருமானம் கொண்ட ஆயினும் பெருங்கனவொன்றில் வாழும் ஒரு இளம் இயக்குனருக்கு/சினிமாக்காரனுக்கு. இந்த விசயத்தில் செழியனின் கதையாடல் நிமாய்கோஷின் சினிமாவில் பணிபுரியும் பெருவாரியான (ஒப்பந்த) தொழிலாளர்களுக்கு தொழிற்சங்கம் அமைக்க எடுத்த முயற்சிகளை நினைவுபடுத்தி அவருடைய சுயாதீன முயற்சியில் உருவாகிய பாதை தெரியுது பார்' படத்தையும் குறிப்பிட்டுச் செல்கிறது.

மேலதிகமாக இளங்கோ அசைவ உணவு சாப்பிடுவதைச் சுட்டி அவன் மேல் சாதியைச் சேர்ந்தவனல்ல என்பதை உணர்த்தி அதனால் அவனுக்கு வீடு மறுக்கப்படுவது இங்கே உள்ள தற்கால உலகளாவிய சூழலிலும் கூட ஒடுக்குமுறையுடன் இணைபிரிக்கமுடியாத மத சாதி மேலாதிக்க இறுக்கங்கள் சம்பந்தப்பட்டதாக இருக்கிறது என்பதை உணர்த்துகிறது. அத்தகைய தனித்துவமான அணுகுமுறையின் மூலம் டு லெட் தனது மென்மையான யதார்த்த அழகியலின் மூலமாக ஆழமான அரசியலை முன்வைக்கிறது. இளங்கோ போன்ற லட்சியவாதிகளின் துயரங்களை முன்னிறுத்துவதின் வழியாக டு லெட் மத்திய தர வாழ்வின் யதார்த்தம் என்பது சாதியும் மதமும் தீர்மானிக்கும் விஷயங்களாகவும் எளிய / நலிந்த மக்களை என்றும் விளிம்பில் ஒதுக்கி வைப்பதாகவுமே இருக்கிறது என்பதை விளக்குகிறது.

உதாரணத்திற்கு, இளங்கோவின் வாடகைவீடு தேடும் படலத்தின் ஒரு காட்சியைப் பார்ப்போம். ஒரு கைகளில் ஏந்தப்பட்ட கேமரா மூலம் தொடங்கும் அந்த நீண்ட நேர காட்சித்துண்டின் மூலமாக இளங்கோ ப்ரோக்கரின் உதவியுடன் புதுவீடு தேடுவதும் ஒரு வீட்டில் நுழைந்து அவன் பார்வையிடும் அறைகளும் காட்டப்படுகின்றன. காமிரா இளங்கோவுடனேயே நகர்ந்து அதிக வெளிச்சமில்லாத குறுகிய பாதை வழியாக வீட்டின் இடதுபுறம் உள்ள ஜன்னலுடன் கூடிய முன் அறையையும், முன் நகர்ந்து சமைய லறையையும் சுத்தம் செய்ய வேண்டிய பாத்திரங்கள் நிறைந்திருக்கும் கழுவுமிடத்தையும் காட்டுகிறது. இளங்கோ வின் வீட்டில் வீடு தேடி வந்து அகால நேரங்களில் குறிக்கிடும் மனிதர்களின் செயல்களை இங்கு அவனது படலம் பிரதிபலிக்கிறது. அந்த நீண்ட காட்சியின்போது ஒரு உரத்த பெண்குரல் வாடகை 4000 அட்வான்ஸ் 40000 மற்றபடி மாத நிர்வாகத்துக்கு 500 மின்கட்டணம் யுனிட்டுக்கு 6 ரூபாய் என்பது ஒலித்தடத்தில் கேட்கிறது. தமிழ்கலாச்சாரத்தில் மங்கலமாகக் கருதப்படும் கோலம் வாசலில் போடக் கூட ரூ. 300 என்று அந்தப்பெண் கூறுகிறாள். 11 மாதங்களுக்குப் பிறகு வாடகை உயர்த்தப்படும் என்றும் ஒப்பந்தம் புதுப்பிக்கப் படும் என்றும் கூறுகிறாள். மாலை ஒரு மணிநேரம்

மோட்டார் போடும்போது தண்ணீர் பிடித்து சேமித்து வைத்துக் கொள்ளவேண்டும் என்பதையும் கூறுகிறாள்.

பின்னர் பேசிய அந்த கறார் பெண்மணி ராமுத்தாய் என்றறிகிறோம். இளங்கோவுடனும் வீட்டுத் தரகருடனும் சட்டகப்படுத்தப்படும் ராமுத்தாய் சுவரில் ஆணி அடிக்கக் கூடாது என்றும் டிவியை அலறவிடக்கூடாது என்றும் கூறுகிறார். அவர் இதை சொல்லிக்கொண்டிருக்கும் போதே அவருடைய செல்போனில் சத்தமாக டயல் டோனில் மாரியாத்தா பாடல் கேட்கிறது. ஆரம்ப காட்சியில் கோவிலுக்கு பக்கத்திலுள்ள சுவற்றின் மேல் கடவுளர்களின் புகைப்படங்கள் உள்ள போஸ்டர் ஒட்டியிருக்கிறது. அங்கே தான் வீட்டுத்தரகர் இளங்கோவின் மோபடில் ஏறிக்கொள் கிறார். முடிவில் ஒரு பக்திப் பாடல் ஒலியுடன் இக்காட்சி முடிகிறது. ராமுத்தாய் என்ற பெயரும் மாரியம்மாள் பாடலை அவர் போனில் வைத்திருப்பதும் அவர் பேசும் மொழியும் சாதி அடுக்கில் அவரை கீழ்த்தட்டிலிருப்பவராக சுட்டுகின்றன. ஆயினும் அதிகம் நடைமுறை சார்ந்தவராகவும் சகமனிதனுக்காக கவலைப்படாதவராகவும் சுரண்டுவதில் ஏற்படும் குற்ற உணர்வை மறைக்க அவர் பக்தி உணர்வு மிகுந்தவராகவும் இருக்கிறார்.

நகர்ந்துகொண்டிருக்கும் கேமரா ஒரு மாடிப்படியை அணுகுகிறது. அங்கே படிகளில் உட்கார்ந்திருக்கும் பையன் கள் தென்னாலிராமன் பற்றிய பாடங்களை படித்துக் கொண் டிருக்கிறார்கள். தென்னாலிராமன் நகைச்சுவைக்கும் அறிவுக் கூர்மைக்கும் பெயர்பெற்றவர். அவர் சமூகத்தின் சுய நலத்தையும் பேராசையையும் விமர்சித்த 16ம் நூற்றாண்டு கவிஞர். பிறகு (சட்டகத்திற்கு வெளியேயுள்ள) அருகாமையி லுள்ள ஒரு மனிதன் இந்து வேத ஆகமங்களில் பயிற்சி பெற்றவர்கள் நியமனம் என்ற செய்தியை படித்துக்கொண்டிருக் கிறான். நகர்ந்து கொண்டிருக்கும் கேமரா வலதுபுறம் திரும்பும்போது ஒரு இளம்பெண் அங்கு மாட்டப்பட்டிருக்கும் கம்பியில் துணியை காயவைத்துக் கொண்டிருக்கிறாள். வாசலில் உட்கார்ந்திருக்கும் ஒருவன் சுனிதா வில்லியம்ஸ் போஸ்டன் பந்தயத்தில் பங்குகொள்வது பற்றிய செய்தியை

உரக்கவாசித்துக்கொண்டிருக்கிறான். நகரும் காமிரா இடது புறம் ஒரு சிறிய அறையின் நுழைவாயிலில் வந்து நிற்கும்போது நடக்கும் உரையாடலுடன் இந்த நெடுநேரம் ஓடக்கூடிய ஷாட்டுகள் நிறைந்த காட்சி முடிவடைகிறது. இறுதியில் இளங்கோ பொதுக்கழிப்பிடம் குறித்த அதிர்ச்சியையும் மறுப்பையும் தெரிவிக்கும்போது வீட்டுத்தரகர் இவ்வாறு கூறுகிறார்: "நீங்கள் கொடுக்கும் பணத்துக்கு இவ்வளவுதான் எதிர்பார்க்கமுடியும்."

இளங்கோவின் கோணத்திலிருந்து பார்க்கப்படும் குறைந்த வெளிச்சமுள்ள இந்த சிறிய இடங்களும் குறுகிய மாடிப் படிகளும் இடம் குறித்த நிதர்சனத்தை அதாவது ஒரு பெரிய நகரத்தில் பணமில்லாமல் இதுபோன்ற கட்டுப்பாடுகளிலிருந்து தப்பமுடியாது என்பதை வலியுறுத்துகின்றன. யதார்த்தமான இந்த பிம்பங்கள் உலகமயமாக்கலால் உறுதியளிக்கப்பட்ட வசதியும் முன்னேற்றமும் தீண்டாத பெரும்பாலான மக்களுக்கு இதுதான் கதி என்பதை உணர்த்துகின்றன. இளங்கோ வேலை செய்யும் விளம்பர நிறுவனமும் இதைத் தான் செய்கிறது. அடுத்து தஞ்சம்புகுவதற்கு ஒரு இடம் தேடும் இளங்கோவின் கவலையை மட்டுமில்லாமல் கையில் ஏந்திய கேமராவை கொண்டு கட்டமைக்கபட்டிருக்கும் மேலே விவரிக்கப்பட்டிருக்கும் காட்சி அவனுக்குள் இருக்கும் சினிமாக்கலைஞனையும் கவனப்படுத்துகிறது. "கிம்பல் *(Gimbal)*" போன்ற கட்டுப்படியாகும் சாதனங்களை வைத்துக் கொண்டு நிலையான காமிரா இயக்கம் சாத்தியப்படும் இந்த அசுரவேக தொழில்நுட்ப காலகட்டத்தில் இளங்கோவும் இதுபோன்ற நீண்ட நேர காட்சி ஒன்றை எடுக்கமுடியும். பொதுவாக சினிமாவில் நாம் காணும் பாத்திரத்தின் அகவய பார்வை மூலம் அவன் பார்க்கும் விசயங்களை காட்சிப் படுத்துவதைக் காட்டிலும் அவன் உள்ளுணர்வுக்கு இக்காட்சி நம்மை இட்டுச்செல்கிறது. பாத்திரத்தை மையமாகக் கொண்ட ஒரு காட்சியை தவிர்த்து பெருநகரங்களில் வீடு தேடி அலையும் இளங்கோவின் அலைக்கழிச்சலையும் பதட்டத்தையும் நமது கவனக்குவிப்பை கவர்கிற அகவய காட்சித்தொகுப்பு கட்டமைக்கிறது - நியோரியலிச அழகி யலை நினைவுபடுத்தும் விதமாக. உதாரணமாக, விட்டோரியோ

டி சிகாவின் பைசைக்கிள் தீவஸ் (1948) படத்தில் வரும் திருடர்கள் சந்தையை பற்றிய ஒரு நீண்ட காட்சியைப் போல.

டு லெட் படத்தில் பாத்திரத்தை மையமிட்ட காட்சிகள் இளங்கோவை பார்வையாளனாக காட்டாமல் எடிடிங் வழியாக சூழல் குறித்த பார்வையை நமக்கு வழங்குகின்றன. பாத்திரத்தை மையமிட்ட காட்சியிலிருந்து நகர்ந்து ஆழமான உட்பகுதிக்குள் போய் இளங்கோ என்கிற பாத்திரத்தின் உள்முகத்தை காட்டுகிறது. ஆனால் அகலமான (வைட்) லென்ஸ் உபயோகப்படுத்தப்படுவதால் தரகருடனும் வீட்டுக் காரப் பெண்ணுடன் தொடங்கி சிதைந்த கழிவறை சுவர்களுடனான காட்சியுடன் இக்காட்சி முடிவுக்கு வருகிறது. காட்சிகள் இவ்வாறு தனிமனித உணர்வுகளிலிருந்து பாத்திரங் களின் கனவுகளுக்கும் அவைகளை சுற்றியுள்ள கசப்பான யதார்த்தத்துக்கும் இடையிலுள்ள அகன்ற இடைவெளியை இந்த சுருங்கிக்கொண்டிருக்கும் உலகமய சூழலில் நமது கவனத்துக்கு கொண்டுவருகின்றன. மேலதிகமாக இளங்கோ வின் உள் உலகத்தையும் அதில் சூழலின் தாக்கத்தையும் வலியுறுத்துவதற்கு இணையாக இந்த நீண்ட காட்சிகள் வீட்டுக்கு வாடகைக்கு வரும் வாடகைக்காரர் எதிர்கொள்ள நேரும் அனுபவம் பற்றிய பார்வையையும் உருவாக்குகின்றன. இவ்வாறு காலியாகவோ மக்கள் வசிப்பதாகவோ உள்ள துண்டு துண்டான இடங்கள் பற்றிய வலியுறுத்தல் ஒரு உலகளாவிய தாக்கம் பற்றிய பார்வையை வடிவமைக்க இயக்குனருக்கு சாத்தியப்படுகிறது. சினிமா ஆய்வாளர்கள் மற்றும் வெளிவல்லுனர்கள் Rhodes மற்றும் Gorfirkel கூற்றுப்படி, "ஒரு நகர்ந்துகொண்டிருக்கும் பூகோளத்தன்மை கொண்ட படிமத்துடன் உள்ளும் புறமுமாக நாம் கொள்ளும் அனுபவம் இடங்கள் பற்றி அறியவும் ஒன்றோ பலவோ ஆன உலகத்துடன் நாம் உறவாடுவதற்கான மாதிரியையும் வழங்குவதாக இருக்கிறது. அந்த அசையும் படிமம் நம்மை மற்றவர்களின் இடத்தில் வைத்துப்பார்க்க வகை செய்கிறது. நம்முடைய தனித்துவத்தையோ அவர்கள் மற்றும் அந்த இடங்களுடைய தனித்துவத்தையோ சிதைக்காமல் உலகின் பல தனித்துவங் களுக்குள் எங்கும் பகிர்ந்துகொள்ளக்கூடிய ஒரு உலகளாவிய தன்மையைக் கண்டுபிடிக்க உதவுகிறது."

இங்கே சினிமாவின் பூகோள தத்துவத்தை நிலைப்படுத்துவது என்பது உலகத்தில் பல நாடுகளில் உள்ள சீரற்ற நகர வளர்ச்சியை நினைவுபடுத்துகிறது. நகர இருப்பிடங்களின் காட்சிகள் நவகாலனீயத்தின் பிரச்னைகளை சந்திக்க உலகம் மேற்கொள்ளும் போராட்டங்களின் விளைவுகளை வெளிப் படுத்துகின்றன. சென்னை போன்ற நகரம் உலகளாவிய *Outsourcing Centre* என்பதாலும் அதன் விளைவுகளான உள்ளூர் சுரண்டல்களாலும் நன்மையையும் தீமையையும் சந்திக்கிறது. கேமராவின் நகர்வையும் நிலைத்த தன்மையையும் சமன்படுத்துவதின் மூலம் பாத்திரங்கள் வெற்றிடத்தில் கனவு காண்பதும் வேறு உலகத்துக்கு ஆசைப்படுவதில் கள யதார்த்தங்களைப் புறக்கணிப்பதும் காணக் கிடைக்கின்றன.

அதற்குப் பிறகு இளங்கோ காலக்கெடு நெருங்குவதால் வீடு தேடுவதில் மும்முரமாக ஈடுபடுகிறான். அமுதாவும் சித்தார்த்தும் அவனுடன் இணைந்துகொள்கிறார்கள். ஒரு சமயம் இளங்கோ மோபடில் செல்லும்போது ஒரு இடத்தில் கதவில் “டு லெட்” போர்டை பார்க்கிறான். சித்தார்த்தும் சந்தோஷப்படுகிறான். ஆனால் எதிர்பார்ப்புடன் நுழை வாயிலை நெருக்கும்போது வேஷ்டி பூணூல் மற்றும் நாமத்துடன் ஒரு வயதான முதியவரும் 5 கஜம் புடவையுடன் அவர் மனைவியும் அங்கே நின்றுகொண்டிருக்கிறார்கள். அவர்கள் வைணவ பிராம்மணர்கள் என்பது தெரிகிறது. அவர் வெளியே வந்து நீ சைவமா? என்று கேட்கிறார். இளங்கோவும் அமுதாவும் பதில் பேசாமல் தோல்வியுற்றவர் களாக சித்தார்த்துடன் திரும்புவதுடன் அந்தக் காட்சி முடிகிறது.

இந்த சம்பவத்தின் காட்சிப்படுத்தலை கூர்ந்து கவனிக்க வேண்டும். அது இளங்கோ அமுதா மற்றும் சித்தார்த் மோபடில் தங்களுடன் இணையாக நகரும் காமிராவுக்கு முன்னால் பயணிப்பதுடன் தொடங்குகிறது. ஒரு குறிப்பான கோணத்தில் பரந்த சுற்றுப்புறம் ஃப்ரேமில் வரும்படியாக காட்சி எடுக்கப்பட்டிருக்கிறது. இந்தப்படத்தில் நாம் பார்க்கும் குறுகலான பாதைகள் மற்றும் ஒழுங்கற்ற அறை களின் பினபுலத்தில் இதுபோன்ற ஒரு கோணத்திலான

காட்சி அபூர்வமானது. இளங்கோவின் மோபடில் பக்க வாட்டில் பார்க்கும்போது காம்பவுண்ட் சுவர்களுடன் வசதியான வீடுகள் கொண்ட இடமாக சுற்றுப்புறம் காட்சியளிக்கிறது. “டு லெட்” போர்டை பார்த்ததும் உடனே இளங்கோ மோபடை நிறுத்தி வீட்டுக்கு வெளியே வரும் சொந்தக்காரரிடம் விவரங்கள் கேட்கிறான். ஆனால் அந்த முதியவரின் கேள்வி இளங்கோ மற்றும் அமுதாவின் நம்பிக்கையை குலைக்கிறது. அவர்கள் அசைவம் என்பதால் அந்த சைவ மேல்சாதி பிராம்மணரால் நிராகரிக்கப்படுவது நிச்சயமாகிவிடுகிறது. அவருடைய உடையே அவர் மன நிலையை காட்டிவிடுகிறது.

ஒரு அகலமான ஃப்ரேமில் பெரிய வீடுகளைப் பார்த்த குறைந்தநேர சந்தோஷம் இளங்கோவுக்கு அவனுடைய இடத்தையும் அவன் இந்த இடத்துக்கு அந்நியன் என்று சுட்டிக் காட்டப்படுவதிலும் முடிந்துவிடுகிறது. காம்பவுண்ட் சுவர் உள்ள அந்த அகலமான இடம் நாம் பார்த்த அந்த முதியவரால் நிராகரிப்பின் சின்னமாக மாறிவிடுகிறது. காம்பவுண்டு சுவருக்குள் நின்றிருந்த முதியவரும் வெளியே தெருவில் நின்றிருந்த இளங்கோ அமுதா மற்றும் சித்தார்த்தும் பூகோளம் மற்றும் சாதிரீதியாக குறிப்பிடப்பட்டு அதற்கான இடங்களில் நிற்கிறார்கள். இந்த சம்பவம் அதன் குறியீட்டுத் தனித்துவத்துடன் நிறம் மற்றும் இனப்பிரிவு குறித்த உலகளாவிய தன்மையுடன் தொடர்பு கொண்டிருப்பதை காட்டுகிறது. மேலதிகமாக இக்காட்சி படத்துக்குள்ளேயே ஒரு முந்தைய காட்சியில் வீட்டுத்தரகர் சந்தேகத்துடன் அவன் முஸ்லீமா என்று (தாடி வைத்திருக்கும்) இளங்கோவிடம் கேட்பதை நினைவுகூர்கிறது.

மதம் மற்றும் சாதிரீயான இத்தகைய பாரபட்சம் அடுத்த காட்சியிலும் தொடர்கிறது. அதில் வீட்டு சொந்தக்காரர் சைவவேளாளர் சமூகத்தைச் சார்ந்தவர். இங்கே ஒரு விசாலமான் முன் அறையில் காட்சி அரங்கேறுகிறது. வீட்டு சொந்தக்காரர் நெற்றியில் விபூதி பூசியிருக்கிறார். பக்கத்து சுவரில் உள்ள காலண்டரில் வ.உ.சிதம்பரம் பிள்ளையின்படம் உள்ளது. வ.உ.சி. ஆங்கிலேயேருக்கு எதிராகப் போராடிய

ஒரு புரட்சிக்காரர். தற்போது அவர் சொந்த சாதிக்காரர்கள் வழிபடும் பிம்பமாக இருக்கிறார். அவர்கள் தேவைக்கேத்தபடி அவரை தனதாக்கிக் கொள்கிறார்கள். இந்த காட்சிகள் வீட்டு சொந்தக்காரரை ஒரு பிராமணரல்லாத மேல்சாதிக்காரராக காட்டுகின்றன.

ஆரம்பத்திலிருந்தே அவருடைய குரல் சந்தேகமானதாகவும் நட்புணர்வு அற்றதாகவும் இருக்கிறது. நீ வழிபாடு செய்வாயா என்று கேட்டு கறுப்புசட்டை அணியவேண்டாம் என்றும் சொல்கிறார். கறுப்பு சட்டையை அவர் பெரியாரின் சுய மரியாதை இயக்கத்தின் சின்னமாக பார்க்கிறார். பெரியார் மதம் மூடநம்பிக்கை சாதிமுறை மற்றும் அதன் ஆதிக்கத்துக்கு எதிராக போராடிய ஒரு சமூக சீர்திருத்தவாதி. அந்த பிற்போக்கான வீட்டு சொந்தக்காரரினால் அவமானப்படுத்தப் பட்ட பின் அமைதியாகிவிட்ட இளங்கோவிடம் சினிமாத் துறையில் வேலை செய்வது குறித்த வெறுப்பை மேலும் அவர் வெளிப்படுத்தும்போது அந்த சந்திப்பை ஏற்பாடு செய்த இரக்கமுள்ள நண்பன் செல்வா (அருள் எழிலன்) தன்னுடைய நண்பன் இளங்கோவை காப்பாற்றும் முயற்சியில் இளங்கோ கதைகள் எழுதும் எழுத்தாளர் என்று சொல்லி நிலைமையை சாமாளிக்கப் பார்க்கிறான். பிறகு வீட்டு சொந்தக்காரர் நேரடியாக இளங்கோவின் சாதி பற்றி கேட்கும்போது அவன் சைவ வேளாளர் சாதியைச் சேர்ந்தவன் என்று பொய் சொல்கிறான். பின்னர் வீட்டு சொந்தக்காரர் அலட்சியமாக பக்கத்து தெருவில் உள்ள தனது வாடகைக்கான வீட்டை பார்க்கும்படி சொல்கிறார்.

அடுத்தநாள் இளங்கோவும் அவனுடைய நண்பனும் அட்வான்ஸ் கொடுப்பதற்காக அவரை சந்திக்கும்போது அந்த சந்தர்ப்பவாத வீட்டுக்காரர் ஒரு ஐ.டி. துறையில் வேலை பார்ப்பவரிடம் ஏற்கனவே அட்வான்ஸ் வாங்கி விட்டதாக சொல்கிறார். அதாவது அதிகமான நிலையான வருமானம் உள்ள வேறொருவரிடம். இந்தக் காட்சியில் வீடு விசாலமாக இருந்தாலும் அதன் வெளியானது விரோதமும் பகையும் நிறைந்ததாக உள்ளது. நல்ல பிரகாசமான வீட்டு

சூழல் இருந்தபோதும் இளங்கோவை வெறுக்கும் அந்த மேல்சாதி வீட்டுக்காரின் கெட்ட நோக்கத்தால் ஆரம்பத்தி லிருந்தே அந்த வீடு இருண்மையின் குறியீடாக இடம் பெறுகிறது. பெரிய வசதியான முன் அறை இருந்தாலும் அங்கேதான் இளங்கோ தன்னுடைய சமூக பொருளாதார இயலாமைகளால் தான் அவமானப்படுத்தப்பட்டதாக உணர்கிறான். இளங்கோவின் அழுத்தப்பட்ட மன உணர்வுகள் படத்தில் பல இடங்களில் கோபமாக வெளிப் படுகின்றன. அவனது கொந்தளிப்பு செழியனின் கை வண்ணத்தில் காண்பியல் மொழிப்படிமமாக உருக்கொள்கிறது. எடுத்துக்காட்டாக, அவன் வீட்டில் அமுதாவுடன் ஏற்பட்ட ஒரு சண்டைக்குப் பிறகு சாலையில் மோபடில் போகும்போது ஒரு பழைய வீட்டின் பெருஞ்சுவரொன்று இடிக்கப்படுவதை பார்க்கும் காட்சியின் சட்டகங்களின் வாயிலாக.

டு லெட் படத்தில் இடத்துக்கான தேடல் சாதி அடுக்குகள்/ ஒடுக்குமுறை குறித்த பயணமாகவும் இருக்கிறது. ஆரம்பத்தில் பார்த்த வீட்டுக்காரப் பெண் சாதி அடுக்கில் கொஞ்சம் கீழானவளாக இருக்கிறார். ஆனால் மற்ற இருவரும் மேல் சாதியைச் சேர்ந்தவர்கள். ஆனால் இளங்கோவின் சாதியும் அவனுடைய பொருளாதார வசதியின்மையும் பலவித பாரபட்சங்கள் நிலவும் சென்னையில் அவனுக்கு வீடு கிடைக்க தடையாக இருக்கின்றன. படத்தின் கடைசிபகுதி இடம் பற்றியும் வீட்டை காலி செய்வதற்கு கிடைத்த அவகாசம் இளங்கோவுக்கு எந்தவிதத்திலும் உதவவில்லை என்பதால் அவனுக்கு ஏற்படும் மனநிலை குறித்தும் கவனம் செலுத்துகிறது. பாத்திரங்கள் பல இடங்களில் மனகசப்புகளை சமன் செய்ய முயல்கிறார்கள். உதாரணமாக படத்தின் பாதியில் இளங்கோ செர்ரி தக்காளி பற்றிய ஒரு விளம்பரத் தயாரிப்பில் இருக்கிறான். தயாரிப்பின் இடையே விளம்பரப் படத்தின் இயக்குனர் இளங்கோவுடன் உரையாடலில் ஈடுபடுகிறார். சினிமா தொழிலில் ஈடுபடுவதால் வீடு கிடைப்பது சிரமமாக இருப்பதை இளங்கோ அவரிடம் சொல்லும்போது அவர் தமிழ் பண்பாட்டின் பாசாங்கை/ பகல்வேஷத்தை சுட்டிக் காட்டுகிறார்:

"தமிழர்கள் 50 வருடங்கள் நாட்டை ஆள சினிமாக் காரர்களை நம்புகிறார்கள். ஆயினும் ஒருமாத வாடகைக்கு அவர்களை நம்ப மறுக்கிறார்கள்."

பிறகு அந்த இயக்குனர் "M. Sivakumar; Sys. Analyst, Orchid Computer என்று பெயர் பொறித்த விசிடிங் கார்ட்டை காட்டி அந்த கம்பெனி முதலாளியான அவருடைய ஒன்றுவிட்ட சகோதரர் அவருக்கு எப்படி உதவினார் என்பதை கூறுகிறார். தான் ஒரு கம்ப்யூட்டர் அதிகாரி என்று சொல்லி வீடு வாடகைக்கு பெற்றதை விளக்குகிறார். மற்றவர்களைப் போலத்தான் நாமளும் வாடகை கொடுக்கப் போகிறோம்,' ஆகையினால் அத்தகைய பொய்யை பொருட்படுத்த வேண்டியதில்லை என்றுணர்த்துகிறார். அவர் அந்த கார்ட்டை இளங்கோவிடம் கொடுத்து கார்ட்டில் அவனுக்குத் தேவையேற்படின் பெயர் மட்டும்தான் மாற்றவேண்டியிருக்கும் என்று சர்வசாதாரணமாகச் சொல்லிச்செல்கிறார். இந்தக் கணம் இதற்கு முன்னால் அந்த வயதான பிராம்மணரின் வீட்டிலிருந்து திரும்பி தங்கள் வீட்டை அடைந்த பின் நடந்த சம்பவத்தை நினைவுபடுத்துகிறது.

இளங்கோவும் அமுதாவும் அவர்களுடைய வீட்டின் முன்னால் "டு லெட்" போர்டை பார்த்து திடுக்கிறார்கள். சித்தார்த் அப்பாவியாக சிரித்துக்கொண்டே அதன் முன்னால் போய் அதை படித்துவிட்டு உள்ளே போகிறான். இந்தக் காட்சியில் தங்கள் வீட்டின் முன்னால் உள்ள போர்டை பார்த்து இளங்கோவுக்கும் அமுதாவுக்கும் ஏற்படும் மன உணர்வுகளின் மேல் நம் கவனம் குவிகிறது. அந்த போர்டு நெருங்கிவரும் காலக்கெடுவால் அவர்களுக்கு ஏற்படும் மனக் கொந்தளிப்பையும் இனி யாரும் அவர்கள் வீட்டிற்குள் குடிபுகலாம் என்ற நிதர்சனத்தையும் சொல்கிறது. அவர்களுக் குள் காலக்கெடு உருவாக்கும் நெகிழ்வான பதட்டமும் சில காலம் வாழ்ந்தவெளியுடனான நெருக்கமும் வாடகைக்கு விடப்படும் வீடுகளில் உள்ள ஒரு இரக்கமற்ற சமூகத்தின் விட்டேத்தியான மனநிலைக்கு எதிரானதாக இருக்கிறது.

அடுத்ததாக டிவியில் ரோபெர் ப்ரஸ்ஸானின் *Pickpocket* (dir: Robert Bresson, 1959) படத்திலிருந்து ஒரு காட்சி வருகிறது.

அதில் நாயகன் ஒரு கூட்டத்தை நெருங்குகிறான். கதவுமணி அடிக்கவும் அந்தக் காட்சி உறைந்து போகிறது. பிறகு சித்தார்த் வீட்டில் உள்ள ஓவியத்தில் "டு லெட்" என்பதை சேர்க்கிறான். இதற்கு முன்னர் (திமிர் நிறைந்த) வீட்டுக்காரரால் அழுக்கான சுவர்களுக்காக அமுதாவை திட்டி அந்த ஓவியம் நசுக்கப்பட்டு சுவற்றில் இருந்து பிடுங்கி எறியப்பட்டிருந்தது. பின்னர் இளங்கோ மனமுடைந்த சித்தார்த்தை மகிழ்விக்க தன்னுடைய துணிகளுக்கு இஸ்திரி போடும்போது அந்த கசங்கிய ஓவியத்தை நேராக்கி சரிசெய்திருந்தான். பென்சிலாலும் வண்ணக் குச்சிகளாலும் வரையப்பட்ட சித்தார்த்தின் அந்த ஓவிய வீடு குடும்பத்தின் ஒற்றுமை மற்றும் எதிர்ப்புணர்வு குறித்த ஒரு படிமம். சித்தார்த்தின் ஓவியங்கள் விளையாட்டுத் தனமும் புதியதை கற்கும் ஆர்வமும் கொண்ட குழந்தை மனதின் வெளிப்பாடு. ஆனால் வெளியே உள்ள ஒடுக்குமுறை சார்ந்த (பொருளாதார) சூழலால் அது பாதிக்கப்படுகிறது.

அவனுடைய பள்ளியில் உங்கள் அப்பா என்ன செய்கிறார் என்ற கேள்விக்கு அவன் பதில் அளிக்கச் சிரமப்படுகிறான். கடைசியாக வீட்டைவிட்டு வெளியேறும்போது சித்தார்த் சுவற்றில் பூக்கள் மலர்ந்துள்ள அவனுடைய செடி ஓவியத்தைக் காட்டுகிறான். தன்னுடைய (மலர்ந்திருக்கும்) ஓவியத்தைப் பார்த்து அவன் மகிழ்வுடன் சிரிக்கிறான். சித்தார்த்தின் ஓவியங்கள் எப்போதும் நிகழ்காலத்தில் உள்ள குழந்தையின் உற்சாகமான சிரிக்கும் மனதை நமக்குக் காட்டுகின்றன. குழந்தையின் சுயஉணர்வு அவனுடைய பெற்றோர்களின் மனநிலையிலிருந்து மாறுபட்டதாக இருக்கிறது. காலிசெய்யச் சொன்னவுடன் அவர்கள் எதிர்காலம் பற்றிய யோசனையிலேயே இருக்கிறார்கள். அதே போல் கடைசியில் இளங்கோ மற்றும் அமுதாவின் சிக்கலைக் குறிக்கும் ஒரு படிமம் காட்டப்படுகிறது. இரண்டு மாடிக் கட்டிடங்களுக்கு நடுவே அப்பா அம்மாவுடன் நின்றுகொண் டிருக்கும் சித்தார்த் பலூனை மேலே பறக்கவிடுகிறான். பலூன் இரண்டு உயரமான கட்டிடங்களுக்கு நடுவே நீலவானத்தில் காற்றில் மிதந்து செல்லும்போது ஒரு அழகான பிம்பத்தை உருவாக்குகிறது. கூடவே சித்தார்த்தின் இழப்பை யும் அது சுட்டிக் காட்டுகிறது.

அடுத்த காட்சியில் வடஇந்திய சாந்திலாலின் கட்டப்பட்டுக் கொண்டிருக்கும் புதிய வீட்டை அடைவதற்காக இளங்கோவும் அமுதாவும் சித்தார்த்தும் ஆடுகளுடனும் வாகனங்களுடனும் சாலையை கடக்கிறார்கள். சாந்திலாலும் அவன் மனைவியும் அவர்களை அன்புடன் வரவேற்கிறார்கள். வீட்டின் உட்புறம் நன்றாக ஒளியூட்டப்பட்டுள்ளது. சமையலறை கிரானைட் டாலும் சுவர்கள் பளிங்கினாலும் கட்டப்பட்டிருக்கின்றன. வீட்டைப் பார்த்து அமுதா சந்தோஷப்படுகிறான். அது ஒரு குறுகிய கால நம்பிக்கைதான் என்பது சீக்கிரமே தெளிவாகிறது. வீட்டு சொந்தக்காரரர் மனைவியுடன் பேசிவிட்டு அட்வான்ஸ் பிறகு வாங்கிக் கொள்வதாக சொல்கிறார். இளங்கோ அவரை அலுவலகத்தில் சந்திக்கும்போது அவர் வாடகை ரூ.500 அதிகமாக அதாவது ரூ.6000 கேட்கிறார். இளங்கோ தயக்கத்துடன் ஒப்புக்கொண்டு சிறிய அட்வான்ஸ் கொடுக் கிறான். அவர் இளங்கோவின் அடையாள அட்டையையும் வேலைக்கான நிரூபணங்களையும் கேட்கிறார். இளங்கோ ரேஷன்கார்டு காப்பியையும் விசிடிங் கார்டையும் கொடுக் கிறான்.

இளங்கோவும் அமுதாவும் சாமான்களை எல்லாம் பேக்செய்துவிட்டு வீட்டை காலி செய்ய தயாராகிறார்கள். சாந்திலால் தான் முன்னர் சொன்னதைப் போல அவர்கள் வீட்டுக்கு (வந்து இளங்கோவின் பின்னணியை பரிசீலிக்க) தற்சமயம் வரமுடியாமல் இருப்பதைப்பற்றி தெரிவிக்கும்போது அவர்கள் நிம்மதி அடைகிறார்கள். எல்லாம் சரியாக போய்க்கொண்டிருக்கும் போது வேலை பற்றி இளங்கோ சொன்ன பொய் எல்லாவற்றையும் தலைகீழாக மாற்றி விடுகிறது. சாந்திலால் இளங்கோவிற்கு போன் செய்து தனக்கு அவன் கொடுத்த வேலைசெய்யும் இடம் சார்ந்த விசிட்டிங் கார்டிலுள்ள நம்பர் கிடைக்காமலிருப்பதைப் பற்றி போனில் விசாரிக்க கலக்கமுறும் இளங்கோ உடனே விளம்பரப்பட இயக்குரை அழைத்து அவருடைய உறவின ருடன் பேசி நிலைமையைச் சரிசெய்யும்படி சொல்கிறான். ஆனால் இயக்குனர் ஒரு திரையிடலில் பிசியாக இருப்பதால் பிறகு கூப்பிடச் சொல்கிறார். ஒரு பரபரப்பான நகர சாலையில் அதிக போக்குவரத்தின் இடையே (சாமான்களை

மூட்டைகட்டிய படியால் உணவை வாங்கிக்கொண்டு வீட்டுக்கு திரும்பிக்கொண்டிருக்கும்) இளங்கோவும் அவனுடைய மோபடும் முன்புறம் இருக்க இந்தக் காட்சி சட்டகப் படுத்தப்பட்டிருக்கிறது. இளங்கோவின் இறுக்கமான மனநிலை குறித்த எதிரொலியாக அவனுக்கு உறுதி செய்யப் பட்ட இடத்தை அவன் இழக்கப்போகும் நிலையை வெளிப் படும் விதமாக வாகனங்களின் புகையும் மந்தமான சோடியம் விளக்குகளின் ஒலியும் அந்தச் சூழலை கனம் நிறைந்ததாக மாற்றுகின்றன.

டிராபிக் சத்தம் இளங்கோ பேசும்போது குறிக்கிடுவதாலும் செல்போனில் சார்ஜ் குறைவாக இருப்பதாலும், அவனுடைய குரல் மேலும் பதட்டத்தை பரபரப்பைக் கூட்டுகிறது. இது தான் இந்தப் படத்தின் உச்சகட்டம். ஏனென்றால் சாந்தி லாலின் கேள்விகளின் விளைவுகளை நாம் ஊகிக்கமுடியும்.

இதற்கு முன்னால் வீட்டு சொந்தக்காரர்களுடன் நடந்த சந்திப்புகள் போல இந்த சம்பவத்தின் காட்சிகள் எதுவும் சாந்திலால் வீட்டில் எடுக்கப்படவில்லை. அவனுடைய புதுவீட்டின் தோற்றம் இளங்கோவையும் அமுதாவையும் போல நம்மையும் வசீகரிக்கிறது. சாந்திலால் சென்னைக்கு புதியவராக இருப்பதால் இளங்கோ குறித்த விவரங்களை உறுதி செய்துகொள்ள விரும்புவதும் புரிகிறது. இரவுநேர நகரத்தின் புகைமண்டிய தெளிவற்ற மாயத்தோற்றம் அதன் பாதையோர மக்களின் விளிம்புநிலை வாழ்க்கையுடன் (மனக்) காட்சிக்கு வருகிறது.

“டு லெட்” படத்தின் இறுதிக்காட்சி அதன் ஆரம்பகாட்சியை நினைவுபடுத்துகிறது. கேமரா வீட்டின் முன் அறை உள்ளிருந்து படம் பிடிக்கிறது. மே 4 அன்று காலையில் இளங்கோவுடனும் சித்தார்த்துடனும் (படத்தொடக்கத்தில் உள்ளேவந்த) அமுதா வீட்டிலிருந்து வெளியே செல்கிறாள். கதவை மூடி வெளியிலிருந்து பூட்டுகிறாள். திரை இருளடை கிறது. இளங்கோ முன்பொருமுறை கூறியதைப் போல அவர்கள் நகரத்தை விட்டு நகரலாம் என்பதை ‘டு லெட்’ ஊகமாக சொல்கிறது. அல்லது புதுவீட்டுக்கான அவர் களுடைய தேடல் தொடரவும் செய்யலாம்.

முடிவுரை

'மனுசங்கடா' மற்றும் 'டு லெட்' - இந்த இரண்டு படங் களிலும் பாதை என்பது விலக்குவதற்கான குறியீடாக இருக்கிறது. டு லெட் படத்தில் அது இளங்கோவும் அமுதா வும் அவர்களுடைய மகனும் வீட்டிலிருந்து வெளியேற்றப் பட்டதற்கும் படம் முழுவதும் அவர்கள் வீணாக புதுவீடு தேடுவதற்கும் இடைப்பட்ட வெளியாக இருக்கிறது. மனுசங்கடா படத்தில் சாதியால் ஒடுக்கப்பட்ட மக்களை சட்டத்துக்கு புறம்பாக பலவந்தமாக அரசு உதவியுடன் விலக்குதல் என்பதில் பாதை என்பது ஒரு முக்கிய உருவக மாகிறது. இரண்டு படங்களும் ஒருவிதத்தில் இடம் மற்றும் விலக்கம் குறித்த பார்வையை முன்வைக்கின்றன. டு லெட் வாழ்வதற்கான சூழலை மையப்படுத்தும்போது மனுசங்கடா மரணத்தில் கௌரவம் பற்றி பேசுகிறது.

இரண்டு விஷயங்களும் அன்றாட ஆசைகளைப்பற்றியவை. ஆனால் அவைகளை நிகழ்த்துவதற்கான வெளி மறுக்கப்படு கிறது. டு லெட் படத்தில் சினிமா கதாசிரியராக இளங்கோவின் நிலையற்ற வருமானம் அவனது பொருளாதார வர்க்கம் (சாதியுடன் சேர்ந்து) விலக்கலுக்கான பிரதான காரணம் என்றால் மனுசங்கடா படத்தில் சாதி சார்ந்த கடுமையான ஒடுக்குமுறை கோலப்பனின் நீதியற்ற அசமத்துவ நிலைக்கு காரணமாகிறது. இளங்கோவும் கோலப்பனும் அவர்களது குடும்பங்களும் பொருந்தாத இடத்தில் இருப்பவர்களாக கருதப்பட்டு வெளியேற்றப்படும் நிலையில் இருக்கிறார்கள்.

இந்த சந்தர்ப்பத்தில் மேல்சாதிக்காரர்கள் மற்றும் போலீஸ் எதிர்ப்பையும் மீறி பொதுவழியில் தந்தையின் உடலை எடுத்துச்செல்ல கோலப்பன் காட்டிய உறுதியின் பின்புலத்தில் Mary Douglas மற்றும் Mark Cousin-னின் மாசு குறித்த விளக்கம் மற்றும் அதில் உள்ள புரட்சிகர சக்தி சம்பந்தமான சொல்லாடலைப் பார்ப்போம்:

"மாசு (dirt) என்பது ஒரு இடத்துக்கு பொருந்தாது என்றால் அது தனது எல்லையை கடந்து தனது மற்றொரு வெளிக்கு வந்திருக்க வேண்டும். மாசு என்பது (நல்ல)

வெளியிலிருந்து விலக்கப்படுவது அந்த வெளியை அது ஆக்ரமித்துள்ளதால் அல்ல, ஆனால் அதைச் சுற்றியுள்ள எல்லாவற்றையும் அது அசுத்தமாக்கிவிடும் என்பதால். ஆகையால் இந்த அசிங்கமான பொருளுக்கு அழகான பொருளுக்கு இல்லாதொரு வெளிசார்ந்த சக்தி இருக்கிறது."

மனுசங்கடாவில் பிணமும் சவ ஊர்வலமும் ஒரு இடை யூறாகவும் பாடையில் அழகாக கட்டப்பட்ட பொருளுக்கு ஒரு வெளி சார்ந்த சக்தி இருப்பதுவும் அதிகாரத்தில் உள்ளவர்களை அச்சமுறுத்துகிறது / காயப்படுத்துகிறது. அதனால்தான் போலீஸ் அதைப் பறித்துக்கொண்டு கோலப் பனையும் அவன் உறவினர்களையும் கைது செய்கிறது. *Julia Kristeva*வின் மாசு குறித்த கருத்துகள் மேல்சாதி வீடுகளுக்குப் பக்கத்தில் வறிய பகுதியில் ஒடுக்குமுறையினால் கிடத்தப் பட்டுள்ள மனுசங்கடாவின் கையறு நிலையிலிருக்கும் பிணத்துக்கும் பொருந்தும். மாசு என்பதை வெளிசார்ந்து விரிவுபடுத்தும் அவரது பார்வை அண்மையில் உள்ள இதுபோன்ற சாதிமேலாதிக்க வன்முறை குறித்த புரிதலை மேம்படுத்தக்கூடியது.

"டக்ளசின் மாசு, தூய்மை என்ற இருமறைப் பிரிவுகளிலிருந்து மாறுபட்டு துப்புரவற்ற வெளி என்று கருதப்படுபவைகளை ஒருவர் பார்த்து அனுபவிக்க விரும்பலாம். பிரதானமானவை களுக்கு பக்கத்தில் ஒடுக்கப்பட்டவைகளும் இணைக்கப் பட்டவைகளுக்கு பக்கத்தில் விலக்கப்பட்டவைகளும் அருகருகே இருந்து மீளமைப்பு/புத்துயிர்ப்பு இயக்கத்துக் குள்ளேயே சிதைவுகளையும் உருவாக்க முடியும்... பொருண்மை. வெளி, உளவியல் மற்றும் சமூக இழிவுகள் ஊடாடும் தூய்மைப்படுத்துதல் சார்ந்த உரையாடலை இந்த நகர்ப்புற வெளிகள் தூண்டுகின்றன... அதிகமான கண்காணிப்பு மூலம் களங்கப்படுத்தப்பட்ட பொதுவெளிகள் குறித்த எதிர்வினைகள் ஒரு கூட்டு செயல்பாடாக அதற்கு ஏற்படும் களங்கத்திற்கு இணையாக மாற்றங்களை முன்னெடுக்கின்றன."

முடிவுரையாக மனுசங்கடா மற்றும் டு லெட் போன்ற முக்கியமான படங்களுக்கு உலக சினிமா விழாக்களில் இடம் கிடைத்துள்ளதை கவனப்படுத்த விரும்புகிறேன். இவை தமிழ்

சினிமாவின் எத்தகைய இடைவெளிகளை நிரப்புகின்றன என்பதை நான் அறிவேன். அதாவது புதிய பாணி அரசியல் ரீதியான கதைப்பொருள் வரலாற்றுப் பார்வை மற்றும் தமிழ்சூழலுக்கு உரித்தான தனித்துவமான சினிமா மொழி குறித்த சமரசமற்ற நிலைப்பாடு என்ற வகையில் இந்த இரண்டு படங்களும் முக்கியமான சர்வதேச திரைப்பட விழாக்களில் கலந்து கொண்டு பல பரிசுகளை வென்றிருக் கின்றன. மனுசங்கடா படம் கெய்ரோ உலக திரைப்பட விழாவிலும் மும்பாய் திரைப்பட விழாவிலும் கலந்துகொண்டு இந்தியதிரைப்பட விழாவின் *Indian Panorama* பிரிவில் தேர்வு பெற்றது. டு லெட் படம் அர்மேனியாவிலிருந்து ஸ்பெயின் வரை திரைப்படவிழாக்களில் பரவலாக கலந்துகொண்டுள்ளது. கல்கத்தா திரைப்படவிழாவில் சிறந்த படத்துக்கான விருதும் தமிழில் சிறந்த படமாக தேசிய விருதும் பெற்றுள்ளது.

டிஜிடல் தொழில்நுட்பம் தரமான படங்களை தயாரிக்க உதவியிருக்கிறது. ஆனால் டிஜிடல் விநியோகமும் வெளியீடும் முன்பு போல சிலரது ஆதிக்கத்தில்தான் உள்ளது. சில தனிநபர்களும் குழுக்களும் படங்கள் பார்வையாளர்களை அடைவதற்கான அதிகாரத்தை தங்கள் கையில் வைத்திருக் கிறார்கள். மல்டிப்ளெக்ஸ் தியேட்டர்களின் பெருக்கம் கலைப் படங்களுக்கு பார்வையாளர்களின் எண்ணிக்கையை அதிகப்படுத்தியிருந்தாலும் சிறிய பட்ஜெட்டில் எடுக்கப்படும் மிகவும் தகுதியான படங்கள் கூட பெரிய நட்சத்திரங்கள் மற்றும் பொழுதுபோக்கு படங்களுக்கு வழிவிட வேண்டி யுள்ளது. இதுபோன்ற ஒரு சூழ்நிலையில் இந்த டிஜிடல் யுகத்தில் தமிழ்சினிமா ஒரு மறுமலர்ச்சியை காண வேண்டு மானால் அதற்கு நுண்ணுணர்வு கொண்ட இளம் பார்வையாளர்களின் அரவணைப்பு தேவைப்படுகிறது. அவர்கள்தான் இன்றைய பல குறுக்கீடுகளுக்கு நடுவே சினிமா பார்க்க செல்கிறார்கள். மனுசங்கடாவும், 'டு லெட்'டும் அதுபோன்ற பார்வையாளர்களை கவர்ந்திருப்பதில் மகிழ்ச்சியடைகிறேன். எனக்கு அது தமிழ் சினிமாவின் நல்ல வருங்காலத்தை உறுதிப்படுத்துவதாக இருக்கிறது.

குறிப்புகள்